ஆடல் எங்கேயோ அங்கே...

ஆடல் எங்கேயோ அங்கே...

மு. நித்தியானந்தன்

க்ரியா

Aadal engeyo ange... a collection of essays in Tamil by ***M. Nithiyanandan***

© M. Nithiyanandan

First Edition: February 2023

Published by:

Cre-A:
New No. 2 Old No. 25,
17th East Street,
Kamarajar Nagar,
Thiruvanmiyur, Chennai - 600 041.
Email: crea@crea.in
Website: www.crea.in

Printed at:

Sudarsan Graphics Pvt. Ltd.,
Chennai - 600 041

ISBN: 978-81-954584-8-6

Price: *Rs. 365*

தம்பி மு. நடராஜனுக்கு
என் கண்ணீர்க் காணிக்கை

முகவுரை

இத்தொகுப்பில் உள்ள ஒரு கட்டுரை முப்பது ஆண்டுகளுக்கு முன்னர் எழுதப்பட்டது. இவ்வளவு காலமும் இக்கட்டுரைகள் ஏன் தொகுக்கப்பட வில்லை என்பதற்கு எப்படி நியாயமான காரணங்கள் எதுவும் இல்லையோ, அப்படியே இன்று இவை தொகுக்கப்படுவதற்கும் விசேட காரணங்கள் எதுவும் இல்லை.

இக்கட்டுரைகளைத் தேடித் தொகுக்க முற்பட்டபோதுதான், அச்செயற் பாட்டின்போதுதான் இது அவசியம் எனப்பட்டது.

இலங்கை, தமிழகம், புலம்பெயர் நாடுகள் என்று இந்த முப்பது ஆண்டு காலப் பகுதியில் அரசியல், சமூக, கலாசார, இலக்கியத் தளங்களை நான் எவ்வாறு எதிர்கொண்டிருக்கிறேன், அவற்றை அணுகவும், பரிசீலிக்கவும், எதிர் வினையாற்றவும், மாறுபடவும் பண்பட்டமுறையில் நான் என்னைப் பயிற்று வித்திருக்கிறேனா என்பதுபற்றிய சுயதேடலின் பிரதிபலிப்பாகவும் இத் தொகுப்பு அமையக்கூடும்.

இத்தொகுதியின் சரிபாதிக் கட்டுரைகள் நான் வெவ்வேறு சந்தர்ப்பங் களில் எழுதிய நூல் முன்னுரைகளாகும். புத்தகக் கலாசாரம் குறித்து நான் எப்போதும் பெரும் அக்கறை கொண்டிருந்திருக்கிறேன். அதன் வெளிப் பாடாகவும் இத்தொகுப்பில் சில கட்டுரைகள் அமைந்துள்ளன.

நமது சமூக, இலக்கியச் சூழலில் சலனங்களை ஏற்படுத்திய ஆளுமை களைப் பற்றிய பதிவுகளும் இந்நூலில் இடம்பெறுகின்றன.

அ. சிவானந்தன் தனது ஆங்கிலச் சிறுகதைத் தொகுப்பிற்கு டி.எஸ். எலியட்டின் Where the dance is... என்ற வரியினைத் தலைப்பாக்கியிருந்தார். ஆனால், அந்தத் தலைப்பில் அந்நூலில் எந்தக் கதையும் இல்லை. ஆழ்ந்த அர்த்தம் கொண்ட அந்தத் தலைப்பையே நான் இங்கு 'ஆடல் எங்கேயோ அங்கே...' என்று தமிழில் இத்தொகுப்பிற்கான தலைப்பாகத் தேர்ந்தெடுத் தேன்.

இந்நூலில் இடம்பெற்றுள்ள கட்டுரைகளைத் தேடிச் சேகரிக்கவும், அவற்றைக் கணனியில் ஏற்றிச் செம்மைப்படுத்தவும் உதவிய இ. பத்மநாப ஐயர், எனது ஆக்கங்களை நூலாக்குவதில் என்றும் உற்சாகம் தரும் எச்.எச். விக்ரமசிங்க ஆகியோருக்கு என் நன்றிகள் உரியன.

நூலை அழகிய தரத்தில் வெளியிட்டிருக்கும் க்ரியாவிற்காக திரு. எஸ். சாந்தமூர்த்தி, செல்வி பு. ப்ரசன்னா, திருமதி கி. ஆஷா ஆகியோருக்கும் என் நன்றிகள். இந்நூலுக்குச் சிறப்புச் சேர்க்கும் வகையில் அழகுற அட்டைப் படத்தை ஆக்கித் தந்த ஓவியர் கே.கே. ராஜாவிற்கு என் மனமார்ந்த நன்றிகள்.

என் துணைவி மீனாள் இல்லையென்றால் இந்த நூல் ஒருபோதும் வெளிச்சத்தைப் பார்த்திராது. அவருக்கு நன்றி சொல்வது தர்மம்.

மு. நித்தியானந்தன்
nithimeena@hotmail.com
லண்டன், 15.02.2023

உள்ளடக்கம்

1. பாரதியும் அயர்லாந்தின் தேசிய விடுதலைப் போராட்டமும் — 11
2. ஏ.ஜே. என்றொரு ரிஷி — 24
3. சுந்தர ராமசாமி — 36
4. க்ரியா ராமகிருஷ்ணன்: தமிழ்ப் பதிப்புலகின் தனி நட்சத்திரம் — 41
5. தமிழில் புத்தகக் கலாசாரம் — 47
6. அ. சிவானந்தன்: சமரசமற்ற அறிவுஜீவி — 60
7. ஆடல் எங்கேயோ அங்கே... — 69
8. லக்ஷ்மி ஹோம்ஸ்ற்றம்: மொழிபெயர்ப்பின் தனியரசி — 92
9. லக்ஷ்மி ஹோம்ஸ்ற்றமுடனான நேர்காணல் — 105
10. பென் பவிங்க்: ஒரு டச்சுக்காரரின் தமிழ்க் குரல் — 113
11. ஆங்கிலம் பிறந்த கதையும் வளர்ந்த கதையும் — 119
12. பிரெஞ்சு - தமிழ் அகராதி — 125
13. விற்கன்ஸ்ரைன்: மொழி, அர்த்தம், மனம் — 128
14. ஈழத்து நாவல் இலக்கிய வரலாற்றை மீள வரைதல் — 134
15. அரசியல் எழுத்து — 150
16. அமிர்தலிங்கம்: ஒளியில் எழுதுதல் — 156
17. யாழ்ப்பாணத்தின் புத்தகப் பதிப்புச் சூழல் — 161
18. சி. வைத்தியலிங்கம்: ஈழத்துச் சிறுகதை முன்னோடி — 169
19. ஸ்ரீதரனின் படைப்புலகம் — 174
20. புகலிடமும் கலாமோகனும் குளிரும் — 192
21. துயரத்தைக் கடத்தல் — 200
22. கோபுலுவும் ஆர். நடராஜனும் — 210
23. இந்தியா சீமெந்து: மறைக்கப்பட்ட கதை — 212
24. 4,000 ஆண்டு கால நூல்களின் பயணம் — 215

பாரதியும் அயர்லாந்தின் தேசிய விடுதலைப் போராட்டமும்

இரண்டாயிரம் ஆண்டுகளுக்கு மேலாக அயர்லாந்து மக்கள் (ஐரிஷ் மக்கள்), தமது தொன்மையான மொழியான காலிக் (Gaelic Language) மொழியையும் தமக்கேயுரிய சமய, கலாசார, பண்பாட்டு மரபுகளையும் பேணி வாழ்ந்திருந்தனர். லண்டனிலிருந்து ஏறத்தாழ 300 மைல் தொலைவில் பிரித்தானியாவிற்கு மேற்கே அமைந்திருக்கும் பெருந்தீவு, அயர்லாந்து ஆகும். தமிழகத்தின் 65 வீத நிலப் பரப்பைக் கொண்டது அயர்லாந்து.

பன்னிரண்டாம் நூற்றாண்டில்தான் ஆங்கிலோ – நோர்மானியர்கள் எனப்படும் ஆங்கில வம்சாவளியினர் அயர்லாந்திற்குள் நுழைகிறார்கள். ஆங்கிலம் அயர்லாந்திற்கு அறிமுகமானது. அயர்லாந்துக்காரர்கள் தொன்மை வாய்ந்த கத்தோலிக்கர்கள். இங்கிலாந்தோ 1560இலிருந்தே ரோமன் கத்தோலிக்க உறவுகளைப் பூரணமாகத் துண்டித்துக்கொண்டு தங்களை புரொட்டெஸ்டெண்ட் நாடாக அறிவித்துக்கொண்டிருந்தது. ஐரிஷ் கத் தோலிக்கர்களுக்கும் அயர்லாந்தில் குடியேற்றப்பட்ட ஆங்கிலேய புரொட் டெஸ்டெண்ட்வாதிகளுக்கும் நூற்றாண்டுகளாக நடந்த மோதல்கள் அயர் லாந்தை இரத்த வெள்ளத்தில் முக்கி எடுத்தது. அயர்லாந்தின் வளங்களைச் சூறையாடி, ஆங்கிலேயர்களைக் கொண்டுபோய் அயர்லாந்தில் குடியேற்றி, ஐரிஷ் மக்களை அடிமைப்படுத்தி ஆள முயன்ற ஆங்கிலேயர்களுக்கு எதிராக 700 ஆண்டு காலம் ஐரிஷ் மக்கள் துவந்த யுத்தம் நடத்தினார்கள். அயர்லாந்து இரத்த பூமியானது.

அயர்லாந்தில் ஆங்கில வந்தேறிகள் ஆட்சியாளர்களின் அனுசரணை யுடன் நடத்திய பயங்கரவாதக் கொடுங்கோன்மைக்கு எல்லை கிடையாது. ராஜவிசுவாசம் அற்ற ஐரிஷ்வாசிகள் எனக் கருதப்பட்டோருக்கு மரண தண்டனை விதிக்கப்பட்டது. அவர்கள் நாடு கடத்தப்பட்டனர். அவர்களின் உடைமைகள் பறிமுதலாக்கப்பட்டன.

அயர்லாந்தைத் தங்களது காலனியாக மாற்ற, பிரித்தானிய அரசு அந் நாட்டில் நடத்திய அட்டூழியங்கள் எந்த நாகரிக சமூகத்தையும் வெட்கித் தலைகுனியவைப்பவை.

ஆங்கிலேயக் கொடுங்கோலுக்கு எதிராக ஐரிஷ் மக்கள் **1916**ஆம் ஆண்டு நடத்திய ஈஸ்டர் கிளர்ச்சி, ஐரிஷ் மக்களின் நெஞ்சில் விடுதலைத் தீயைக் கொளுத்திப்போட்ட நாள். யேசுநாதர் உயிர்த்தெழுந்த நாளில் ஆரம்பமான இக்கிளர்ச்சியின் முதல் வாரத்தில் டப்ளின் நகரின் அரசக் கட்டடங்கள் அனைத்தும் கிளர்ச்சியாளர் வசமாகின. டப்ளின் தபால் நிலையத்தை ஐரிஷ் தொண்டர் படையின் இராணுவத் தலைமையகமாக மாற்றி, கிளர்ச்சித் தலைவர் பெட்ரிக் பியர்ஸ் ஐரிஷ் குடியரசின் தற்காலிகத் தேசிய அரசினைப் பிரகடனம் செய்தார்.

'ஐரிஷ் நாட்டை ஆளும் உரிமையையும், இத்தேச மக்களின் நலன்களையும் தீமைகளையும் கண்காணித்துவரும் பரிபூரண, மாசுமறுவற்ற அதிகாரத்தையும், பிறரின் ஆதிக்கம் இல்லாத முழு ராஜாங்க அந்தஸ்தையும் கொண்ட நாடு – இந்த அயர்லாந்து என்பதை நாங்கள் பிரகடனம் செய்கிறோம். ஒவ்வொரு தலைமுறையிலும் ஐரிஷ் மக்கள் இந்த உரிமைகளுக்காகவும், பூரண ராஜாங்க அந்தஸ்து கொண்ட சுதந்திர அரசிற்காகவும் போராடியே இருக்கிறார்கள். இந்த **300** ஆண்டுகளுக்குள் அவர்கள் ஆறு தடவை ஆயுதந் தாங்கி உலகத்தின் முன் போராடியிருக்கிறார்கள். ஐரிஷ் குடியரசு என்னும் இந்த அந்தஸ்தை அடைவதற்காக எங்களது உயிரையும், எங்களுடன் ஆயுதம் தாங்கியிருக்கும் தோழர்களின் உயிர்களையும், அவர்களின் நலன்களையும் தியாகம் செய்ய முன்வந்திருக்கிறோம்' என்று அந்தப் பிரகடனம் அறிக்கையிட்டது.

1916 ஏப்ரல் **24**ஆம் திகதி ஆரம்பமான ஈஸ்டர் கிளர்ச்சி ஆறு தினங்களில் அடக்கப்பட்டு, பியர்ஸ் உட்பட ஐரிஷ் விடுதலை இயக்கத்தின் **15** தலைவர்கள், ஆங்கிலேய இராணுவ நீதிமன்றில் விசாரிக்கப்பட்டு, சுட்டுக் கொல்லப்பட்டனர்.

'இம்மாதிரியான புரட்சியை நாசுக்காக அடக்கிவிட முடியாது. கையில் வெல்வெட் உறையைப் போட்டுக்கொண்டு, மிதவாத ரீதியில் நடவடிக்கை எடுப்பதன் மூலம் புரட்சியை அடக்கிவிடுவது என்பது முடியாத காரியம்' என்று ஆங்கிலேய இராணுவத் தளபதி ஜெனரல் மெக்ஸ்வெல் கூறினான். அப்படியே செய்தும் காட்டினான்.

ஈஸ்டர் கிளர்ச்சியை அடக்க ஆங்கிலேய அரசு மேற்கொண்ட அராஜக நடவடிக்கைகள், ஸின் ஃபெய்ன் (Sinn Fein) என்ற அயர்லாந்தின் பூரண விடுதலை கோரி நின்ற இயக்கத்திற்குப் பலம் சேர்த்தது. இங்கிலாந்துடனான அனைத்து உறவுகளையும் முற்றாக முறித்துக்கொள்வது என்பது முடிவானது. ஸின் ஃபெய்ன் என்றால் ஐரிஷ் மொழியில் 'நாங்கள் தனித்தவர்கள்' என்று பொருள்.

ஈஸ்டர் கிளர்ச்சியை அடுத்து, **1918**இல் அயர்லாந்தில் நடைபெற்ற தேர்தலில் ஈமன் டி வெலேரா (Eamon de Valera) தலைமையின் கீழ் ஸின் ஃபெய்ன் கட்சியினர் பெரும்பான்மை வெற்றியைப் பெற்றனர். டப்ளினில் தமது பாராளுமன்றத்தை நிறுவி, ஐரிஷ் சுதந்திரக் குடியரசை **1919**இல் பிரகடனம் செய்தனர். ஐரிஷ் குடியரசு இராணுவம் (Irish Republican Army) ஆங்கிலேய அரசுமீது போர்ப் பிரகடனம் செய்தது. ஆங்கிலேய அரச படைகள்மீது கெரில்லாத் தாக்குதல்கள் தொடர்ந்தன.

1920இல் அயர்லாந்தில் ஆங்கிலேய ஆட்சியின் ஆதிக்கம் வலுவிழந்து போய்க்கொண்டிருந்தது.

பிரிட்டிஷ் அரசாங்கம் அயர்லாந்தை இரண்டாகக் கூறுபோடும் திட்டத் தைக் கொண்டிருந்தது.

1. அயர்லாந்தின் வட பாகம் அல்ஸ்டர் (Ulster) எனப்பட்டு, ஆங்கிலேய புரொட்டெஸ்டெண்ட்வாதிகள் செறிவாகக் குடியமர்த்தப்பட்ட பகுதி. இதன் தலைநகர் பெல்பாஸ்ட் (Belfast). இவர்கள் அல்ஸ்டர் எனப்படும் இப்பகுதி பிரித்தானியாவுடன் நேரடியான இணைப்பில் இருக்க வேண்டும் என்று வரலாறு முழுதும் போராடியவர்கள். அதனால், இவர்கள் 'விசுவாசிகள்' (Loyalists) என்றும் 'ஐக்கியவாதிகள்' அல்லது 'யூனியனிஸ்டுகள்' (Unionists) என்றும் அழைக்கப்பட்டனர்.
2. அயர்லாந்தின் அல்ஸ்டர் பகுதி தவிர்ந்த பெரும் பகுதி ஐரிஷ் குடியரசு (Irish Republic) என அழைக்கப்படுகிறது. இதன் தலைநகர் டப்ளின் (Dublin). ஐரிஷ் குடியரசு அயர்லாந்து கத்தோலிக்கர்களின் தாயகக் கனவு.

அல்ஸ்டர் மாகாணம் தனியே வடஅயர்லாந்து என்ற பிரதேசமாக அமைவதை ஸின் ஃபெய்ன் அமைப்பு எதிர்த்தது.

அயர்லாந்திற்குப் பூரண சுதந்திரம் வழங்குவதை, ஆங்கிலேய அரசு விரும்பவில்லை.

இந்தப் பின்னணியில்தான், **1920 - 21** காலப் பகுதியில் பாரதியார், 'சுதேச மித்திரன்' பத்திரிகையில் அயர்லாந்து விடுதலைப் போராட்டம்பற்றி எழுதிய கட்டுரைகள் மிகுந்த முக்கியத்துவம் பெறுகின்றன.

'ஐர்லாந்துக்கு ஸ்வதந்த்ரம் கொடுக்கமாட்டோம்' என்ற தலைப்பில் பாரதியார் கூறுகிறார்:

'ஐர்லாந்திலேயே, (ப்ராடஸ்டெண்ட்) வர்க்கத்தாரின் தொகையும் செல் வாக்கும் மிகுதிப்பட்டதுவும், இங்கிலிஷ் ஆட்சிக்குச் சார்பாக நின்று, பொது ஐரிஷ் விடுதலையை எதிர்ப்பதுவுமாகிய அல்ஸ்டர் மாகாணத்தை, அதன்

ஸம்மதத்துக்கு மாறாக எந்தப் பார்லிமெண்டுக்கும் (அதாவது, ஐரிஷ் பார்லிமெண்டுக்கு) உட்படுத்துவதாக உத்தேசங் கிடையாதென்பதை மிஸ்டர் லாய்ட் ஜ்யார்ஜ் அழுத்திக் கூறினார். அல்ஸ்டர் மாகாணத்துக்குத் தனிப் பார்லிமெண்ட் கொடுப்பதே, ஒற்றுமையை நிலைநிறுத்துவதற்குத் தக்க உபாயமென்று தெரிவித்தார். எந்த ஒற்றுமையை? ஐரிஷ் ஒற்றுமையையா! ஒரு தேசத்துக்கு இரண்டு பார்லிமெண்ட் கொடுத்து, அந்தத் தேசத்தை ஒற்றுமைப்படுத்துவது விநோதமான வழிதான். லண்டனில் ஒரு பார்லிமெண்ட், மாஞ்செஸ்டரில் ஒரு பார்லிமெண்ட் வைத்து இங்கிலிஷ் ஒற்றுமையை அதிகப்படுத்தலாமென்ற யோசனையை மிஸ்டர் லாய்ட் ஜ்யார்ஜ் அங்கீகாரம் செய்வாரா?

ஐரிஷ் சுங்கத் தீர்வையும் வருமான வரியும் ப்ரிட்டிஷ் கவர்ன்மெண்டாரின் ஆதிக்கத்தின் கீழேதான் வைத்துக்கொள்ளப் போகிறார்களாம். அதுவும் இன்றியமையாதது என்பதற்கு மிஸ்டர் லாய்ட் ஜ்யார்ஜ் ஏதேதோ நொண்டி முகாந்தரம் சொல்லுகிறார்.

இந்தக் கொள்கைகளுடனே இவர்கள் செய்யப் போகிற ஸ்வராஜ்ய சட்டத்தை ஐர்லாந்துவாஸிகள் தடி முனையாலேகூடத் தீண்ட மாட்டார்கள். இதை ஐர்லாந்தில் யாரும் சிறிதேனும் அங்கீகாரம் செய்துகொள்ள மாட்டார்கள் என்பதை மிஸ்டர் லாய்ட் ஜ்யார்ஜ் தாமே அங்கீகரிக்கிறார். அங்ஙனம் அவர் அங்கீகாரம் புரிந்தும், அவரும் அவருடைய கூட்டத்தாரும் பார்லிமெண்டில் ஸ்வராஜ்ய மசோதாவொன்றைக் கொண்டுவிட்டுக் கொண்டு, முதல் வாதம், இரண்டாம் வாதம் முதலிய விளையாட்டுகளில் ஏன் வீணாக நேரத்தைச் செலவிடுகின்றார்கள் என்ற விஷயம் எனக்கு அர்த்தமாகவில்லை. ஒருவேளை ஒரு நிஷ்ப்ரயோஜனச் சட்டத்தை மிகவும் படாடோபங்களுடன் செய்துமுடித்துக் கையில் வைத்துக்கொண்டே, 'நாங்கள் என்ன செய்வோம்? ஐர்லாந்துக்கு ஸ்வராஜ்யம் கொடுக்கப் போனோம். அவர்கள் வாங்கிக்கொள்ள மறுக்கிறார்கள். எனவே எங்கள் பொறுப்புக் கழிந்தது' என்று சொல்லித் தங்கள் மனஸாக்ஷிக்கும் அமெரிக்கர் முதலிய கூக்குரலுக்கும் ஒரு கழிப்புக்கழித்து விடலாமென்று மிஸ்டர் லாய்ட் ஜ்யார்ஜும் அவருடைய நண்பர்களும் நினைப்பதாகத் தோன்றுகிறது.

ஆனால், இங்ஙனம் நாடகம் காட்டுவதிலிருந்து ஐர்லாந்துவாஸிகள் ஸமாதானமெய்த மாட்டார்கள் என்பதையும், ஐர்லாந்தில் ஸமாதான மேற்படும்வரை, இங்கிலாந்திற்கு ஸமாதானம் ஏற்பட வழியில்லை என்பதையும் மிஸ்டர் லாய்ட் ஜ்யார்ஜ் ஒருங்கே மறந்துவிட்டது பற்றி வருத்தப்படுகிறேன்.'

- சுதேசமித்திரன், 19 நவம்பர் 1920

பாரதியின் இந்தச் சத்திய வசனங்கள்தான் மெய்யானவை, உண்மை யானவை என்பதைச் சரித்திரம் நிரூபித்திருக்கிறது.

ஒரு தேசத்துக்கு இரண்டு பாராளுமன்றங்கள் என்ற திட்டத்தை பாரதியைப் போல பிரிட்டிஷ் பாராளுமன்றத்திலேயேகூட எந்த உறுப்பினரும் எதிர்வாதம் வைக்கவில்லை என்றே கூறத் தோன்றுகிறது. மாபெரும் அரசியல் ஞானியின் அர்த்தம் பொதிந்த கூற்றுகள் பாரதியின் உரைநடைக்குள் புதைந்து கிடப்பது வியப்பளிக்கிறது. ஆறாயிரம் மைல்களுக்கு அப்பால் ஓர் இந்தியப் பத்திரிகையாளன் தங்களின் சுதந்திர வேட்கைக்கு ஆதரவாக இருந்திருக்கிறான் என்று ஐரிஷ் மக்கள் அறிந்திருப்பார்களானால் எவ்வளவு பூரித்திருப்பார்கள்!

அயர்லாந்திற்குச் சுதந்திரம் வழங்கினால் இங்கிலாந்திற்குப் பகையான நாடுகளுடன் சேர்ந்துகொண்டுவிடும் என்று இங்கிலாந்தின் பிரதமர் லோய்ட் ஜோர்ஜ் பாராளுமன்றத்தில் தெரிவித்த கருத்திற்கு எதிரான நிலைப் பாட்டை பாரதி இன்னுமொரு கட்டுரையில் வெளிப்படுத்துகிறார்.

'ஐரிஷ் குடியரசின் ஜனாதிபதியாகி, அமெரிக்காவிற்குப் போய் வஸிக்கும் மிஸ்டர் டி வலேரா என்பவருடைய ஸ்தானத்தில் வேலைபார்த்துவரும் மிஸ்டர் ஆர்தர் க்ரிபித்ஸ் என்பவர் ப்ரசுரம் செய்திருக்கும் அறிக்கையொன்றில் நாம் எதிர்பார்த்தவண்ணமே மேற்கூறிய ப்ரிட்டிஷ் ராஜ்ய தந்திரிகளின் கொள்கையை மறுத்துப் பேசுகிறார். 'நீங்கள் உங்களுடைய கொள்கைகளா லேயே ஐர்லந்தைப் பகையாகச் செய்து கொண்டுவிட்டீர்கள். உங்களுடைய ராஜ்ய முறையை மாற்றிவிடுங்கள். ஐர்லாந்து தேசத்தார் தங்களுக்கு இஷ்ட மான ராஜாங்க முறைமையை ஏற்படுத்திக்கொள்ளும் உரிமையுடையோர் என்பதை அங்கீகாரம் செய்துகொள்ளுங்கள். உடனே ஐர்லாந்து உங்களிடம் நட்புள்ள தேசமாய் விடும். உங்களுடன் ஸமானத்தோடும் அன்போடும் வாழத் தொடங்கும்' என்று மிஸ்டர் ஆர்தர் க்ரிபித்ஸ் சொல்லுகிறார். 'ஸின்பீன்' கக்ஷியின் தலைவர்களுடைய கருத்து இங்ஙனமிருக்கிறது. எனினும், இந்த முறைப்படி ஐர்லாந்தைத் தனக்குப் பகையென்ற நிலைமையினின்றும் பெயர்த்துத் துணையாகச் செய்துகொள்ளுதற்குரிய தீர்க்காலோசனை ப்ரிட்டிஷ் மந்திரிகளுக்கு இப்போதேற்படுமோ என்பது எனக்கு ஸந்தேக மாகத்தான் இருக்கிறது' என்பதில் பாரதி எவ்வளவு நயத்துடன் அயர்லாந்துக் கட்சிகளின் வார்த்தைகளில் தொனிக்கும் வாய்மையைப் போற்றுகிறார் என்பதை அவதானிக்க முடிகிறது.

'ஸின்பீன் வேட்டை' என்ற தலைப்பில், 'ஐர்லாந்தில் இப்போது குடியரசு முறையைக் கைக்கொண்டிருக்கும் 'ஸின்பீன்' என்ற ஸ்வாதீனக் கக்ஷியாரை ஐரிஷ் அதிகாரிகள் வெகு கோலாகலமாக வேட்டையாடி வருகிறார்கள்' என்ற செய்தியைக் குறிக்கிறார் பாரதியார்.

1920 நவம்பர் 26ஆம் திகதி பிரிட்டிஷ் போலீஸார் டப்ளினில் அயர்லாந்துக் குடியரசின் பிரதித் தலைவரும் ஸின் ஃபெய்ன் அமைப்பின் ஸ்தாபகருமான ஆர்தர் கிரிபித் அவர்களை அதிகாலை 1.30 மணி அளவில், அவரின் வீட்டு ஜன்னலை உடைத்து, கதவைப் பிணைத்திருந்த சங்கிலியை வெட்டிக்கொண்டு உள் நுழைந்து அவரைக் கைதுசெய்துள்ளனர். ஏழு பேர் கொண்ட போலீஸ் கும்பல் ரிவோல்வர் முனையில் அவரைக் கைதுசெய்த போது, 'அவரை எங்கு கொண்டு செல்கிறீர்கள்?' என்று அவரின் மனைவி போலிஸாரைக் கேட்டபோது, 'நாங்கள் அவரைச் சுட்டுக் கொல்லலாம் அல்லது தூக்கில் போடலாம். அதற்கு அவர் ரொம்பவும் தோதான ஆள்' என்று பதில் சொல்லிவிட்டு இழுத்துச் சென்றிருக்கிறார்கள்.

- New York Tribune, Nov 27, 1920

'வழக்கம்போலவே, கொலை செய்த குற்றவாளிகள் ஒருபுறமிருக்க, அந்தக் கொலைகளைத் தம் உபதேச முதலியவற்றால் தூண்டியதாகக் கருதப்படும் ஜனத் தலைவர்களைப் பிடித்தடைப்பது மிகவும் எளிதாதலால், ஐரிஷ் அதிகாரிகள் இத்தலைவர்களை மிகவும் சுறுசுறுப்பாகக் கைதுசெய்யத் தொடங்கி விட்டனர். ஸின்பீன் கக்ஷியார் தாங்கள் இங்கிலாந்துடன் யுத்தம் நடத்தி வருகிறபடியால் தாங்கள் பிடிபட்ட இடத்தே தங்களை யுத்தக் கைதிகளாக நடத்த வேண்டுமென்று ஐரிஷ் தலைவர் சொல்வதை ஒருவாறு கவர்ன் மெண்டார் அங்கீகாரம் செய்துகொண்டே இவ்வித வேலை செய்து வருவ தாகவும், அக்கொள்கைக்கிணங்கவே, இப்போது பிடிபட்டிருக்கும் ஐரிஷ் தலைவர்களைப் பந்தோபஸ்தில் வைத்து யுத்தக் கைதிகளொப்ப நடத்த உத்தேசம் கொண்டிருப்பதாகவும், ஒரு தந்தி மூலமாக அறிக்கையிடப்படு கிறது. இங்ஙனம், ஐர்லாந்தில் நடக்கும் போராட்டத்தை ஆங்கிலோ-ஜெர்மானிய யுத்தம்போல் ஓர் ஆங்கிலோ-ஐரிஷ் யுத்தமாகப் பாவித்து நடத்த வேண்டும் என்பது ப்ரிட்டிஷ் மந்திரிகளின் உண்மையான நோக்க மாயின், அந்த நோக்கத்தை வெளி உலகத்தார் அதிகமாகக் கொண்டாட மாட்டார்கள் என்று தோன்றுகிறது' என்று பாரதி தனது குறிப்பில் எழுதும் போது எவ்வளவு நுணுக்க விபரங்களோடு, தெள்ளிய சர்வதேச அரசியல் ஞானத்துடன் பேசுவது புலனாகிறது.

பாரதியார் மேலும் இப்பிரச்சினைபற்றி எழுதும்போது, 'ஸம பலமுடைய தேசங்களுக்குள்ளே யுத்தம் ஸாத்யப்படும். ஏற்கனவே பல நூற்றாண்டுகளாக இங்கிலாந்தின் கீழேயிருப்பதும், பல நூற்றாண்டுகளாக விடுதலைக்குக் கிளர்ச்சி நடத்திவருவதும், இப்போது குடியரசு வேண்டுவதுமாகிய சார்பு நாடொன்றை அடக்கும் தொழிலுக்கு 'யுத்தம்' என்ற பட்டம் ஸின்பீனர் களாலே சுட்டப்பட்டாலும், பொறுப்புள்ள மந்திரிகள் அப்பட்டத்தை

அங்கீகரித்தல் பெருந்தவறென்று நினைக்கிறேன். ஆனால், இங்கிலாந்தில் எக்காலமும் இல்லாதபடி ஸகல-கட்சி மந்திரி சபை சேர்த்து மிஸ்டர் லாயிட் ஜ்யார்ஜ் நடத்திவரும் வேடிக்கையான ஆட்சிமுறையில் இப்படி விநோதங்கள் ஏற்படுவது எனக்கு ஆச்சரியமாகத் தோன்றவில்லை. கண் ணுக்குத் தெரியாமல் மறைந்திருந்து போலீஸாரைச் சுட்டுவிட்டோடும் நூறே சில்லரை ஐரிஷ் ஸின்பீனருக்கு விரோதமாக ப்ரிட்டிஷ் ஏகாதிபத்யம் யுத்தம் செய்யப் புறப்பட்டிருக்கிறதென்றால், இது கேட்போருக்கு நகை விளைவிப்பதொரு செய்கையன்றோ?' என்று கேள்வி எழுப்பும்போது, ஓர் அரசியல் பிரச்சினையை கவிஞன் எவ்வளவு ஆதூரத்தொடு அணுகிறான் என்பதும் அரசியலார் எத்துணை குறுகிய நோக்குடன் – அது எவ்வளவு நாகரிகப் பூச்சுகளைப் போர்த்துக்கொண்டிருப்பதாக மினுமினுப்பு காட்டி னாலும், அற்ப மனிதர்களின் செயற்பாடுகளாய் தேய்ந்து போயிறுவதைக் காண்கிறோம்.

அயர்லாந்தில் பிரிட்டிஷ் அரச படையினர் தொடர்ந்து கொல்லப்படு வதைத் தடுப்பது தொடர்பாக அயர்லாந்தில் இராணுவச் சட்டம் (Martial Law) அமுல்படுத்தப்படுமா? என்று பிரிட்டிஷ் பாராளுமன்றத்தில் உறுப் பினர் ஹைம் வினா எழுப்பியபோது, தற்போதைக்கு அது அவசியமில்லை என்று கருதப்பட்டு, அச்சட்டம் கைவிடப்பட்டது என்று பிரதமர் பதில் அளித்தமை (Hansard, 25 November 1920, Vol: 135 c 627) குறித்து, 'மிகவும் நன்றி தெரிவிக்கிறோம்' என்ற தலைப்பில் பாரதியார் தெரிவித்துள்ள கருத்து அயர்லாந்தில் துளி அசைந்தாலும் அதனை அவர் நுணுகிப்பார்த்திருப்பதைக் கோடிகாட்டுகிறது. பாரதியின் எழுத்து இது:

'சென்ற நவம்பர் 25ஆம் தேதியன்று, மிஸ்டர் லாய்ட் ஜ்யார்ஜ் ஐர்லாந் தில் இராணுவச் சட்டமேற்படுத்துதல் இப்போது விரும்பத்தக்கதன்றென்ப தாகவே மந்திரி ஸபையார் முடிவாகத் தீர்மானம் செய்துவிட்டனர் என்றும், அது விரும்பத்தக்கதாகவும், பயனளிக்கத்தக்கதாகவும் தோன்றியவுடனே கவர்ன்மெண்டார் அதைப் பிரயோகம் செய்து விடுவார்கள் என்றும் அறிவித் தனர். இந்தத் தயவின் பொருட்டு மிஸ்டர் லாய்ட் ஜ்யார்ஜுக்கும் ப்ரிட்டிஷ் மந்திரி ஸபையாருக்கும், ஐர்லாந்துவாஸிகளுக்கும், உலகத்தாரும், மிகமிக நன்றி செலுத்தக் கடமைப்பட்டிருக்கிறார்கள் என்பதில் சந்தேகமில்லை. ஆனால் தாமரைப் பூவைச் சித்திரிப்பதும், தங்கத்திலே தங்க முலாம் பூசு வதும் மிகையாகுமென்று ஆங்கிலேய மஹா கவியாகிய ஷேக்ஸ்பியர் சொல் லியதுபோல் இப்போது ஐர்லாந்தில் நடைபெறும் ஆங்கில ஆட்சிமுறையில் இராணுவச் சட்டத்தைக் கொண்டுசேர்த்தால் மிகையாகுமென்று தோன்று கிறது. இராணுவச் சட்டத்தின் ஆதிக்கத்தில் ஐரிஷ் ஜனங்களின் ஸ்வதந்தரங் களை இப்போதைக்காட்டிலும் அதிகமாகக் கட்டுப்படுத்த முடியுமென்று

மிஸ்டர் லாய்ட் ஜ்யார்ஜ் நினைக்கிறாரா?' என்று தனது ஆங்கிலக் கவி நுட்பத்தையும் அதனை எவ்வளவு சுவையாக ஓர் அரசியல் நிகழ்வோடு பொருத்திப் பேசுகிறார் என்பதையும் பார்க்கும்போது அரசியல் எழுத்திற்கு அவர் இலக்கணம் தந்துவிட்டுச் சென்றிருக்கிறார் என்பது தெரிகிறது.

சில மாதங்களுக்குப் பின்னர், அயர்லாந்தில் இராணுவச் சட்டம் விரும் பத்தக்கதாகவும் பயனளிக்கத்தக்கதாகவும் தோன்றியபோது, அச்சட்டம் அமுலாக்கப்பட்டு, ஒருவர் இரண்டு கைகளையும் பாக்கெட்டுக்குள் வைத்துக் கொண்டு போனால், அந்த நபர் சந்தேகத்திற்கிடமானவராகக் கருதப்பட்டு, கைதுசெய்யப்படவும், அவசரகால நிர்ப்பந்தத்தில் துப்பாக்கிச் சூட்டிற்கு இலக்காகவும் வாய்ப்புண்டு என்று அறிவுறுத்தப்பட்டது.

அயர்லாந்து யுத்தத்தில் சமயங்கள், சமயத்திற்கேற்ப கைக்கொண்ட உபதேசங்களை பாரதியார் சாடியிருக்கிறார். 'ஐர்லாந்துக்குக் கார்டினல் போர்ன் சொல்லும் புத்தி' என்ற தலைப்பில் ரோமன் கத்தோலிக்க கார்டினல் சொன்ன புத்திமதியை விமர்சனத்திற்கு உட்படுத்தியிருக்கிறார். 'இவர் ஐர்லாந்து வாஸிகளுக்கு விடுத்திருக்கும் ஸ்ரீமுகமொன்றில், ஸ்வதேசத் தின் மீதுள்ள ப்ரேமை மிகுதியால், தம்வசமின்றிச் சிலர் கடவுளின் விதி களுக்கும் கத்தோலிக்க மதத்திற்கும் விரோதமான ஸபைகளில் ஸம்பந்தப் பட்டிருப்பதாகத் தோன்றுகிறது என்று சொல்லி, அதனைக் கண்டனம் பண்ணியிருக்கிறார். 1867ஆம் வருஷத்தில் கொடுத்த எச்சரிக்கையைத் தாம் இப்போது மீட்டும் கொடுப்பதாக அவர் தெரிவிக்கிறார். அதாவது இப்போது ஸின்பீனர்கள் ஆங்கிலேயருக்கு விரோதமாக, ஐர்லாந்தில் ஏராளமாகவும், இங்கிலாந்திலே சொற்பமும் நடத்திவரும் கொலைச் செயல்கள் முதலியன கிறிஸ்தவ மதத்துக்கும் கடவுளுடைய விதிகளுக்கும் விரோதம் என்பது இவருடைய கருத்து. மனிதர் பரஸ்பரம் பகைக்கவாயினும் கொல்ல வாயினும் கூடாதென்றும், சகோதரரைப்போல் நேசிக்க வேண்டும் என்றும் யேசு கிறிஸ்துநாதர் கட்டளையிட்டிருப்பதை உத்தேசித்து, அவருடைய சிலுவைக்கு ஐரிஷ் ப்ரதிநிதியாகிய கார்டினல் போர்ன் இங்ஙனம் ஸ்ரீமுகம் பிறப்பித்தமை முற்றிலும் பொருத்தமுடைய செய்கையேயாம். பகைவர்கள் நம்மைத் துன்புறுத்தும்போதும், நாம் அவர்கள் மகிழ்ச்சியடையும்படித் துன்பத்துக்குள்ளாகி நிற்க வேண்டுமேயன்றி அவர்களைத் துன்புறுத்தலாகாது என்பது கிறிஸ்தவ தர்மம். ஆனால் ஐரோப்பிய மஹாயுத்தத்தில் யேசு கிறிஸ்துவின் பக்தர்கள் பரஸ்பரம் லட்சக் கணக்காகப் பீரங்கிகளாலும், எறி குண்டுகளாலும், விஷக் காற்றாலும் கொன்ற ஸமயத்தில் இந்தப் பாதிரிகள் எங்கே போயிருந்தார்கள்? ரோமாபுரியில் போப்பானவர் மாத்திரம் இடைக் கிடையே யுத்தத்தை நிறுத்தி, ஸமாதானந் தேடினால் நல்லதென்று யுத்தத் தின் பிற்பகுதிக் காலத்தில் சொல்லிக்கொண்டிருந்தார். ஆனால் அந்தந்தத்

தேசத்துக் குருக்கள் போரைக் கண்டித்து ஏதேனும் சொன்னார்களா? மூலைக் கொரு பக்ஷமாகத் தத்தம் கக்ஷிக்கே வெற்றியும், எதிரிகளுக்குத் தோல்வியும் கொடுக்க வேண்டுமென்றும் யேசு கிறிஸ்துவையே பிரார்த்திக்க ஆரம்பித் தார்கள்! இப்போதும் ஆங்கிலேயர் சட்டமின்றி ஐர்லாந்தில் செய்துவரும் பலாத்காரக் கொடுஞ்செயல்களைக் கண்டிக்காமல் ஸின்பீனரை மாத்திரம் கண்டிப்பதில் பயனில்லை. பயிற்சியற்ற, தொகை குறைந்த, திறமை மிகுந்த படையை வைத்துக்கொண்டு ஸின்பீனர்கள் எவ்விதக் கார்யங்கள் செய்கிறார் களோ அதே விதமான செயல்கள் பயிற்சி வாய்ந்த தொகையேறிய திறமை குன்றிய படையைக்கொண்டு ஆங்கிலேயரால் செய்யப்படுகின்றன.'

பாரதியின் இந்த எழுத்துகளில் கொப்புளிக்கும் தார்மீக அறத்திற்கு நிகரேது?

நீதிக்கான தாகத்தாலும் விடுதலைக்கான வேட்கையாலும் தம்முயிரை ஈந்து போராடும் அயர்லாந்தின் தேசபக்தர்களுக்கு வணக்கம் செலுத்தும் பாரதி, ஒரு சந்தர்ப்பத்தில், 'ஐர்லாந்து விஷயத்தில் மிஸ்டர் லாய்ட் ஜ்யார்ஜ் இருதலைக்கொள்ளி எறும்புபோல இடர்ப்படுதல் ஒருபுறமிருக்க, இந்தச் சமயத்தில் இந்தியராகிய நாமும் அவரிடம் ஒரு செய்தியை மிக நன்கு வற் புறுத்திக் கூற விரும்புகிறோம். அதாவது, ஐர்லாந்தைச் சென்ற பல நூற்றாண்டு களாக மீட்டும்மீட்டும் போரில் அடக்கி, அதன் விடுதலை வேட்கையை மறுத்து வந்தீர்கள். ஐர்லாந்து மிகச் சிறிய நாடு. உண்மையில், இப்போது கூட இங்கிலாந்திலே ஐர்லாந்தைப் போரில் மடக்கிவிட முடியும். அப்படி யிருந்தும், உலக முழுமையிலும் எழுச்சி பெற்றிருப்பதாகிய, பெரியதோர் தர்மக் கிளர்ச்சியை முன்னிட்டு, ஐர்லாந்துக்குக்கூட இனி ஸ்வராஜ்ய மில்லை என்று மறுத்தால் இங்கிலாந்துக்கு ஸாத்யப்படாதென்று தீர்ந்து போய்விட்டது' என்று இங்கிலாந்தின் நிலையை நாடிபிடித்துப்பார்க்கும் பாரதி இறுதியாக எழுப்பும் கேள்வி ஒரு விடுதலை நேசனின் உள்ளக் கிடக்கையை நன்கு புலப்படுத்துகிறது.

பாரதியின் கேள்வி இது:

'அப்படியிருக்க, 5,000 வருஷங்களுக்கு முன்னே வேதாந்தப் பயிற்சி செய்தது; முப்பது கோடி ஜனங்களுடையது; இன்றைக்கும் ஜகதீச் சந்திரா முதலியவர்களின் மூலமாக உலகத்தாருக்கு நாகரிகப் பாதையிலே வழி காட்டுவது; பூமண்டல சரித்திரத்திலே வீர்ய முதலிய ராஜகுணங்களில் நிகரற்றதாகிய இந்தியாவுக்கு விடுதலை எப்போது தரப் போகிறீர்கள்?'

உலக நிகழ்வுகளை எல்லாம் கருத்தூன்றிக் கவனித்து வந்த பாரதி பத்தி ரிகைச் செய்திகளின் பின்னணியில், 'ராய்ட்டர்' செய்தித்தாள்களின் சுருளில் புதைந்து, மறைந்துகிடக்கும் உண்மைகளை ஊடுருவிப்பார்க்கும் வல்லமை கொண்டவராகத் திகழ்ந்திருக்கிறார்.

அதனால்தான் உலகெங்கும் செய்திகளைக் கொண்டுசேர்க்கும், உலக அபிப்பிராயத்தை உருவாக்கும் The Times என்ற முன்னணி ஆங்கிலப் பத்திரிகையின் போக்கினைத் துல்லியமாக எடைபோடத் தெரிந்திருக்கிறார்.

லண்டனிலிருந்து வெளியான The Times பத்திரிகை உலகின் பிரபல்யமான செய்திப் பத்திரிகையாக உலா வந்துகொண்டிருந்த காலம் அது. The Times பத்திரிகை ஆசிரியர் ஸ்டீட் விக்கம் (Steed Wickham) சர்வதேச அரசியலில் நிபுணத்துவம் கொண்டவர் என்று கருதப்பட்டவர். 'கண்ணி வெடிகளின் மேல், இடையறாது செயற்படும் யுத்தக் கப்பல் ஒன்றின் தலைவரைப் போன்று செயற்படுபவர்தான் 'டைம்ஸ்' பத்திரிகை ஆசிரியர்' என்று சொல்லப்படுவதுண்டு என்று ஸ்டீட் விக்கம் தனது நினைவுக்குறிப்பிலே எழுதுகிறார்.

ஆங்கிலேயப் பத்திரிகை சாம்ராஜ்யத்தின் முன்னோடி உரிமையாளரான நோர்த்கிளிப் பிரபுவின் நிர்வாகத்தில் பணியாற்றிய ஸ்டீட் விக்கம், 'டைம்ஸ்' பத்திரிகையின் கொள்கையைத் தீர்மானிக்கும் வல்லமை கொண்டவராயிருந்தார். ஐரிஷ் பிரச்சினைக்கு முடிவு காண்பதற்காகவும், அப்பிரச்சினை தீராதவரையில் ஆங்கிலேய – அமெரிக்க உறவுகளில் உண்மையான ஸ்திரத்தன்மை ஏற்பட மாட்டாது என்பதாலும், ஐரிஷ் பிரச்சினைக்கு உடனடியாக ஒரு தீர்வு காண்பது அவசியம் என்று ஸ்டீட் விக்கம் 'டைம்ஸ்' பத்திரிகைக்கு, தான் வகுத்த ஐந்து முக்கிய கொள்கைகளில் இத்தீர்வுத் திட்டத்தினையும் ஒன்றாக முன்வைத்தார். தொடர்ந்து ஐரிஷ் பிரச்சினைக்கான தீர்வுத் திட்டத்தினையும் அவர் தயாரித்திருந்தார். அத்திட்டம்பற்றி பிரித்தானிய அமைச்சரவையின் ஓர் உறுப்பினர், ஸ்டீட் விக்கத்துடன் பேசியபோது, 'ஆண்டவனின் நற்கருணையால் உந்தப்பெற்று, ஐரிஷ் பிரச்சினைக்கான தீர்வுத் திட்டம் உருவாக்கப்பட்டு, அத்திட்டம் முதல் தடவையாக 'டைம்ஸ்' பத்திரிகையில் வெளிவருமானால், அது 'டைம்ஸ்' பத்திரிகையில் வெளிவந்த காரணத்திற்காகவே அரசாங்கத்தால் நிராகரிக்கப்பட்டுவிடும்' என்று ஸ்டீட் விக்கம் கூறியிருக்கிறார். ஆனால், அத்திட்டத்தை பிரிட்டிஷ் அரசாங்கம் நடைமுறைப்படுத்த விரும்பினால், அத்திட்டத்தை நாங்களே உருவாக்கியிருந்தோம் என்று நாம் ஒருபோதும் அதற்கு உரிமைகோர மாட்டோம் என்றும் ஸ்டீட் விக்கம் உறுதியளித்திருக்கிறார் என்றால், பத்திரிகாசிரியர் என்பதற்கு அப்பால், அவர் அக்கால அரசியலில் வகித்திருந்த இடத்தை நாம் அனுமானிக்க முடியும்.

ஆனால், 'டைம்ஸ்' பத்திரிகைபற்றி பாரதியார் எவ்வளவு நுட்பமான நிலைப்பாட்டினைக் கொண்டிருக்கிறார் என்று நோக்கும்போது, அவரது இலட்சியப் பார்வை நம்மைப் பெருமையில் ஆழ்த்துகிறது.

'சுதேசமித்திரன்' பத்திரிகையில் 'உலக வினோதங்கள்' என்ற தலைப்பின் கீழ், 'லண்டன் 'டைம்ஸ்' பத்திரிகையும் ஒரு கிறிஸ்தவ குருவும்' என்ற உபதலைப்பில் பாரதியார் பின்வருமாறு எழுதுகிறார்:

'நற்றாமரைக் கயத்தில் நல்லன்னம் சேர்ந்தாற்போல்!' - இங்கிலாந்தில், ஒரு கிருஸ்தவ குரு தம் ஆலயத்தில் சிஷ்ய கணங்களுக்கு மதோபதேசம் செய்துவருமிடையே, லண்டன் 'டைம்ஸ்' பத்திரிகையின் தேசபக்தியையும், உயர்ந்த லக்ஷ்யங்களையும், ஞான மஹிமை வாய்ந்த உபதேசங்களையும், அச்சமற்ற பெருந்தன்மையையும் மிக வியந்து ஸ்தோத்ரம் பண்ணியதாக அந்தப் பத்திரிகையிலேயே ஒரு செய்தி பிரசுரம் செய்யப்பட்டிருக்கிறது.

தன் உற்பத்தி முதலாகவே, உலகத்து விடுதலைகளையும், சீர்திருத்தங் களையும் எதிர்த்துக்கொண்டே வருவதும், அதுபற்றி அநேக மனுஷ்யாபி மானிகளினால் நிந்திக்கப்பட்டிருப்பதுமாகிய அப்பத்திரிகையை, உலகத்தார் எல்லாரும் பரஸ்பரமாகிய ஸகோதர உணர்ச்சியும், ஸமத்வ ஞானமும், மாறாத அன்புமுடையோராக ஒழுக வேண்டும் என்று போதித்த ஏசு கிறிஸ்து நாதரின் ஸமய குரு ஒருவர் பூஷித்துப் பேசுதல், ஐரோப்பாவில் பலருக்கு ஸாதாரணமாகத் தோன்றக்கூடுமெனினும், வெளி உலகத்தாருக்குப் பெரு வியப்பாகத் தோன்றுமென்பதில் ஐயமில்லை.'

மேலே குறித்த பாரதியின் அரசியல் குறிப்புகள் 'டைம்ஸ்' பத்திரிகையின் உலக விடுதலைக்கெதிரான நிலைப்பாட்டினைத் தோலுரித்துக்காட்டுகின்றன.

'சில குறிப்புகள் - ஐர்லாந்து' என்ற தலையங்கத்தில் பாரதி பின்வருமாறு எழுதுகிறார்:

'லண்டன் 'டைம்ஸ்' பத்திரிகை பிற்போக்குடையது. இன்றைக்கும் ஐர்லாந்து ஸ்வாதீனமடையும் விஷயத்தில் 'டைம்ஸ்' பத்திரிகைக்குக் கொஞ்ச மேனும் அனுதாபம் கிடையாது. ஐர்லாந்து தேசத்தார் தாங்கள் ஸ்தாபித் திருக்கும் குடியரசை எப்படியேனும் காப்பாற்ற வேண்டுமென்று பகீரதப் பிரயத்தனம் செய்துகொண்டு வருகையிலே, லண்டன் 'டைம்ஸ்': - 'காலக் கிரமத்தில் ஐர்லாந்து தேசத்தாரையும் சேர்த்துக்கொள்ளக்கூடியதான ஓராட்சி முறை ஐர்லாந்தில் விளைவதற்குரிய சட்டதிட்டங்களை ஏற்படுத்திவிட வேண்டும்' என்று ஆசீர்வாதம் பண்ணுகிறது. அந்தப் பாஷையைக் கவனித் தீர்களா?

ஸ்வராஜ்ய விஷயத்தில் ஐர்லாந்துவாஸிகளுக்குள்ள தாகத்தின் வேகத் தையும் இப்பத்திரிகையின் ஆமையெழுத்தையும் ஒப்பிட்டுப்பார்த்தால் வெகு வினோதமாகத் தோன்றும்.'

வேறொரு சந்தர்ப்பத்தில் பாரதி பின்வருமாறு குறிக்கிறார்:

'இங்கிலாந்திலேகூட மிஸ்டர் ஆஸ்க்வித் முதல் லண்டன் 'டைம்ஸ்' பத்திராதிபர் வரை பலதிறப்பட்ட ராஜதந்திரிகளும் ஐர்லாந்தில் இப்போது உள்ள பரிதாபகரமான நிலைமைக்கு ஸின்பீன் படையையும் ஆங்கிலப் படையையும் ஒருங்கே பொறுப்பாக்கிக் கண்டித்துப் பேசுகிறார்கள். 'யதா ராஜா, ததா ப்ரஜா' (மன்னன் எவ்வழியோ மக்கள் அவ்வழி). ராஜாங்கமே சட்டத்தை மீறி திருஷ்டாந்தம் காட்டினால் பிறகு ஜனங்கள் சட்டத்தை மீறி நடக்கும்போது அவர்களைக் குற்றங்கூற வாய் ஏது?'

இந்த விமர்சனங்களை மேவி, 'நம்முடைய சொல் ஐரோப்பாவில் எட்டு வதைக்காட்டிலும் லண்டன் 'டைம்ஸ்' பத்திரிகையின் சொல் அதிகமாகவும் விரைவாகவும் எட்டுமே; அதற்கென்ன செய்யலாம்?' என்று 'பூகோள மஹா யுத்தம்' என்ற கட்டுரையின் முடிவில் அங்கலாய்க்கிறார் பாரதி.

1920இல் உலகெங்கும், குறிப்பாக இந்தியாவில், லண்டன் 'டைம்ஸ்' பத்திரிகை எழுதுவதை வேதவாக்காகக் கருதும் மனோபாவம் நிலவிய கட்டத்தில் அப்பத்திரிகையின் பிற்போக்குக் கண்ணோட்டத்தைத் தனது கூரிய எழுத்தால் கண்டனம் செய்தவர் பாரதி.

இதற்கு 20 ஆண்டுகளுக்குப் பின்னர், 1941இல் சென்னையில் 'ஹிந்து' பத்திரிகாசிரியர் கே. சீனிவாசன் அவர்களை தி.ஜ.ர. பேட்டி கண்டபோது, 'லண்டன் 'டைம்ஸ்' மாதிரி 'ஹிந்து'வை நடத்த வேண்டும் என்பது, ஸ்ரீ.கே. சீனிவாசனின் ஆவல். அப்படியே நடத்தியும் வருகிறார் என்று சொல்ல வேண்டும்' என்று எழுதுகிறார்.

சீனிவாசனிடம் தொடர்ந்த அப்பேட்டியில், 'இங்கிலாந்தில் விளம்பர காரர்கள், பத்திரிகைகளின் கொள்கையையே ஆட்டிவைப்பதாக விக்கம் ஸ்டீட் சொல்லுகிறாரே; உண்மையா?' என்று கேட்டேன்.

'இல்லை; அப்படியொன்றுமில்லை. ஆசிரியர்களுக்குப் பூரண சுதந் திரம் இங்கிலாந்தில் இருந்து வருகிறது' என்று சொல்லிவிட்டு, லண்டன் 'டைம்ஸ்' பிரதி ஒன்றை எடுத்துவரும்படி ஓராளிடம் சொன்னார். அது வந்ததும், அதிலே விளம்பரகாரரின் செய்தியொன்று பிரசுரிக்கப்பட்டி ருப்பதைக் காட்டி, 'இவ்வளவுதான் விஷயம்' என்றார்.

'பின்னே விக்கம் ஸ்டீட் அப்படிச் சொல்லுவானேன்? பத்திரிகைத் தொழிலில் பெருங்கீர்த்தி வாய்ந்தவராயிற்றே அவர்?' என்று நான் மீண்டும் கேட்டேன் என்று எழுதிச்செல்கிறார் தி.ஜ.ர.

- சக்தி, நவம்பர் 1941

இந்தியாவில், லண்டன் 'டைம்ஸ்' பத்திராதிபர் விக்கம் ஸ்டீட் பற்றிய அதீதமான அபிப்பிராயம் 1940களிலேயே நிலவியபோது, 1920களில் பாரதி அவர் குறித்து இவ்வளவு தீர்க்கமான கருத்தினை வெளிப்படுத்தியிருக்கிறார் எனும்போது, ஐரோப்பியப் பத்திரிகைச் செய்திகள் எதுவாயினும், அவற்றை ஊடறுத்து உண்மையின் ஒளியைத் தேடிய பத்திரிகையாளனின் உன்னத பண்பினைப் பாரதியிடம் காண்கிறோம். ●

பாரதியின் உரைநடையாக்கத்திரள்
(தமிழ்ப் பல்கலைக்கழகம்,
அயல்நாட்டுத் தமிழ்க் கல்வித் துறை, தஞ்சாவூர்.
பேராதனைப் பல்கலைக்கழகம், தமிழ்த் துறை, இலங்கை.
வானவில் பண்பாட்டுமையம்) மார்ச் 2022, சென்னை

ஏ.ஜே. என்றொரு ரிஷி

பதுளை நகரசபை நூல்நிலையத்திற்கு, மௌனியின் 'அழியாச்சுடர்' என்ற சிறுகதைத் தொகுப்பைச் சிபாரிசு செய்தவருக்கு நன்றி சொல்ல வேண்டும். க.நா.சு.வின் முன்னுரையோடு மௌனியில் திளைத்த பள்ளிக் கூடக் காலம், 'சரஸ்வதி'யில் வெளியாகிய கட்டுரை ஒன்று அப்போது எங்களுக்கு வாசிக்கக் கிடைத்தது.

கட்டுரையின் தலைப்பு: 'மௌனிவழிபாடு'

எழுதியிருந்தவர்: ஏ.ஜே. கனகரட்ன

வாழ்நாள் பூராவுமே மறக்க முடியாத ஒரு மகத்தான மனிதரோடு நான் எழுத்திலே எதிர்கொள்ளும் முதல் பரிச்சயம் அது என்று எனக்கு அப்போது தெரிந்திருக்கவில்லை.

1976இல் ஏ.ஜே.யை யாழ்ப்பாணப் பல்கலைக்கழகத்தில் முதல் தடவை யாகச் சந்திக்கிறேன். ஏ.ஜே. அப்போது பல்கலைக்கழகத்தில் ஆங்கிலப் போதனாசிரியர்.

அழகான நாடி. கூர்மையான பார்வை. செதுக்கியது போன்ற நாசி. சூரியனைப் போலப் பளிச்சென்று சிரிக்கும் அழகு. முகத்தில் ஆழ்ந்த சாந்தம். உயர்தட்டுக் கிறிஸ்தவனின் Mannerism, ஏ.ஜே. ஒரு ரிஷி மாதிரி.

ஏ.ஜே. சிறியன சிந்தியாத பெருமகன்.

ஆங்கிலத் துறை கொடிகட்டிப் பறந்த காலத்தில் பேராதனையில் ஆங்கில மொழியைச் சிறப்பு நெறியில் பயின்றவர் ஏ.ஜே.

ஏ.ஜே. பல்கலைக்கழகத்திற்குள் அனுமதி பெற்ற **1954**ஆம் ஆண்டு காலப் பகுதியில் பல்கலைக்கழகத்தில் நுழைபவர்களுக்கு நேர்முகப் பரீட்சை இருந்தது.

பல்கலைக்கழகப் புகுமுகத் தேர்வுக்கு ஏ.ஜே. லத்தீன் மொழியையும் ஒரு பாடமாக எடுத்திருந்தார். லத்தீன் மொழியறிவைச் சோதனையிடுவதற்காக, சில லத்தீன் மொழிப் பகுதிகளைத் தந்து அவற்றை ஆங்கிலத்தில் மொழி பெயர்த்துக் கூறுமாறு மாணவர்களைக் கோரும் ஒரு லத்தீன் மொழி வினாத் தாளின் தலைப்பு: Unseen Passages

பல்கலைக்கழகப் புகுமுக மாணவர் ஒருவர் சாதாரணமாகப் பார்த்திருக்க முடியாது என்ற அனுமானத்தில் தயாரிக்கப்படும் வினாத்தாள் அது.

ஏ.ஜே. அந்தப் பாடத்தில் முதல் தரப் புள்ளிகள் எடுத்திருக்கிறார். யாழ்ப்பாணம் செயின்ட் பெற்றிக்ஸ் கல்லூரி மாணவன் ஒருவன் அகில இலங்கை ரீதியில் எடுத்திருக்கும் அதியுயர் புள்ளிகள்.

பல்கலைக்கழகத்திற்கு மாணவர்களை அனுமதிப்பதற்கான நேர்முகத் தேர்வில் இருந்தவர்தான் அந்த லத்தீன் மொழி வினாத்தாளைத் தயாரித்தவர்.

'லத்தீன் மொழியில் அந்த Unseen Passagesஇல் எப்படி இவ்வளவு அதிக புள்ளிகள் எடுத்தீர்?'

நேர்முகத் தேர்வில் ஏ.ஜே.யை நோக்கிக் கேட்கப்பட்ட கேள்வி.

'நான் இந்த Passageஐ ஏற்கனவே வாசித்திருக்கிறேன்' - இது ஏ.ஜே.

ஏ.ஜே.யின் வாசிப்பு மிக விரிந்தது.

மத்திய கால ஐரோப்பாவின் ரஸவாதத்திலிருந்து மார்க்ஸிய அழகியல் வரை, பிரெச்ட்டிலிருந்து ஜெனே வரை, ஈ.பி. தொம்ஸனிலிருந்து டெரி ஈகிள்டன் வரை அவருடைய வாசிப்பு பிரமிப்பூட்டுவது. ஆங்கில இலக்கியம் அவருடைய Forte. ஆனால், புதுமைப்பித்தனின் 'மகாமசானத்'தையும், என்.எஸ்.எம். ராமையாவின் 'வேட்கை'யையும், சட்டநாதனின் 'மாற்ற'த் தையும் அவரால் பூரண ஈடுபாட்டுடன் ரசிக்க முடியும்.

ஜெயகாந்தன், வ.அ. இராசரத்தினம், பொ. தம்பிராசா, டொமினிக் ஜீவா, செ. கணேசலிங்கம், எஸ். பொன்னுத்துரை, மு. புஷ்பராஜன் ஆகியோரின் கதைகளை ஏ.ஜே. ஆங்கிலத்தில் மொழிபெயர்த்திருக்கிறார். வ.அ. இராச ரத்தினத்தின் 'படகு' என்ற சிறுகதையின் ஆங்கில மொழியாக்கத்தை ஒரு முறை எனக்கு வாசித்துக்காட்டிய ஏ.ஜே. தமிழின் தனித்துவம் சிதைந்து போய்விடாமல் தான் கவனம் எடுத்து மொழிபெயர்ப்பது பற்றிக் குறிப் பிட்டிருக்கிறார்.

'காராம் பசு நீயானால்
கழுத்து மணி நானாவேன்'

என்ற நாட்டுப்பாடலையும் அவர் ஆங்கிலத்தில் நேர்த்தியாகவே மொழி பெயர்த்திருக்கிறார்.

'மத்து' என்ற அவருடைய அரசு பிரசுர வெளியீடு அவரின் பரந்துபட்ட வாசிப்புக்கு ஒரு சின்ன ஆலாபனைதான். மொழி, பொருளியல், உளவியல், சமூகவியல் என்று பலதுறைப்பட்ட அவரின் விசாலமான ஞானத்திற்கு 'மத்து' ஒரு உரைகல்.

'மார்க்ஸியமும் இலக்கியமும்' என்ற அவரது மற்றுமொரு நூல் அவரது இலக்கிய அணுகுமுறையைக் கோடிகாட்ட வல்லது. எதனையும் கேள்விக்கு இலக்காக்கும், எதனையும் துருவி ஆராயும் அவரது ஆய்வுக் கோணத்தை இந்நூல் வெளிப்படுத்தும். இந்நூல் மொழிபெயர்ப்புக் கட்டுரைகளையே பெருமளவில் கொண்டதெனினும் குறித்த இக்கட்டுரைகளின் தேர்வு அவரது இலக்கிய நோக்கினையும் சுட்டி நிற்கிறது.

கலாயோகி ஆனந்தகுமாரசாமி, ரேமண்ட் வில்லியம்ஸ், சாமுவல் பெக்கெற் போன்றோரின் சிக்கலான - சற்றே ஆழ்ந்த கிரகிப்பை நாடி நிற்கிற படைப்புகளையும் ஏ.ஜே. தமிழில் தந்திருக்கிறார்.

*1960*இன் ஆரம்பக்கூறில் தேசிய இலக்கியம்பற்றிய சிந்தனை ஈழத்து இலக்கிய உலகில் முகிழ்ந்தபோது, அந்தச் சிந்தனைக்கு வலிமை மிகுந்த அத்தி வாரத்தை நிர்மாணித்தவர் ஏ.ஜே. தேசிய இலக்கியம்பற்றி இக்காலகட்டத்தில் எழுதப்பட்ட கட்டுரைகளைப் பார்க்கையில் ஏ.ஜே.யின் கட்டுரை எவ்வளவு வலிமையானது என்பதை உணர முடியும்.

'*1818*ஆம் ஆண்டில் எடின்பரோ மதிப்புரையில் ஸிட்னி ஸிமித் எழுதும்போது, 'ஆறு வாரப் பயணத்தில் நமது மொழி, நமது உணர்வு, நமது விஞ்ஞானம், நமது வல்லபம் முதலியவற்றைச் சிப்பங்களிலும், பீப்பாய்களிலும் அவர்களுக்கு அனுப்பிவைக்கும்போது அமெரிக்கர்கள் ஏன் புத்தகம் எழுத வேண்டும்?' என்று கேட்டார்... இன்று ஸிட்னி ஸிமித் தினுடைய அவமதிப்பான நிந்தனைக் கேள்வியைத் திருப்பிப் புரட்டி, 'ஏன் பிரிட்டிஷ்காரர் புத்தகங்கள் எழுத வேண்டும்?' என்று கேட்கலாம்' என்று ஏ.ஜே. எழுப்பிய ஆணித்தரமான கேள்வி ஈழத்துத் தேசிய இலக்கியத்திற்குப் புதிய உத்வேகத்தையே கொடுத்தது.

எந்த நிர்ப்பந்தத்தின் பேரிலும் தனக்குச் சரி என்று படாத ஒன்றை அவர் ஏற்று எழுதியது கிடையாது. உண்மையின் ஒளியில் எதனையும் உரைத்துப் பார்க்கும் பக்குவம் அவரிடம் எப்போதும் இருந்திருக்கிறது.

சிலோன் 'ஒப்சேவ'ரில் ஏ.ஜே. பத்திரிகையாளராகப் பணியாற்றிய காலம் அப்போது கல்வி அமைச்சராக இருந்த கலாநிதி பதியுதீன் மஹ்மூத் கொழும்பு ரோயல் கல்லூரியின் மாணவ அனுமதி தொடர்பாக ஒரு பணிப்புரையை விடுத்திருந்தார். கொழும்பு ரோயல் கல்லூரியின் சிரேஷ்ட பிரிவுக்கு வெளியிடங்களிலிருந்தும் மாணவர்களை அனுமதிக்கும் வகையில் சில இடங்களை ஒதுக்கிப் பரீட்சை நடத்தி அவர்களைத் தெரிவு செய்யுமாறு இப்பணிப்புரை அறிக்கையிட்டது. அமைச்சர் பதியுதீன் மஹ்மூத்தின் இப்புதிய நடைமுறைக்கு எதிராக ஒப்சேவரில் கட்டுரை எழுதுமாறு 'லேக் ஹவுஸ்' இயக்குநர் எஸ்மண்ட் விக்கிரமசிங்க பத்திரிகையாளரான ஏ.ஜே.யைக் கேட்டிருக்கிறார்.

அமைச்சர் பதியுதீன் பணிப்பு நியாயமற்றதுதானா என்று ஏ.ஜே. விசாரணையில் இறங்கினார். மவுண்ட் லெவினியாவில் உள்ள செயின்ட் தோமஸ் கல்லூரியின் ஆசிரிய பீடத்தைச் சேர்ந்த ஒருவர், வெளி மாவட்டங்களிலிருந்து ரோயல் கல்லூரிக்குச் சேர விரும்பியிருந்த மாணவர்கள் என்று பல தரப்பிலும் விபரங்களைச் சேகரித்த ஏ.ஜே.க்கு அமைச்சரின் புதிய பணிப்புரை நியாயமானதாகவே தெரிந்தது. ரோயல் கல்லூரியின் சிரேஷ்ட பிரிவுக்கு வெளி மாவட்டங்களிலிருந்தும் மாணவர்களை அனுமதிக்கும் முற்போக்கான நடவடிக்கையாகவே அது அவருக்குப்பட்டது. இப்பிரச்சினை ரோயல் கல்லூரியின் ஜூனியர் பிரிவு மாணவர்களின் அனுமதிப் பிரவேசத்துடன் தொடர்புபட்டிருந்தது.

ஏரிக்கரை முகாமையின் அறிவுறுத்தலுக்கேற்ப இந்த நடவடிக்கையை எதிர்த்து எழுதுவது நியாயமற்றது என்று கருதிய ஏ.ஜே. இதுபற்றி எதுவும் எழுதவில்லை. எஸ்மண்ட் விக்ரமசிங்க கட்டுரைபற்றிக் கேட்டபோது அமைச்சரின் புதிய நடவடிக்கை தனக்கு நியாயமாகவே தெரிவதாக ஏ.ஜே. பதிலளித்தார்.

மறுவாரத்தில் ஒப்சேர்வர் ஆசிரியப் பகுதியிலிருந்து News deskகிற்கு ஏ.ஜே. மாற்றப்பட்டதான அறிவித்தல் அவருக்குக் கையளிக்கப்பட்டது.

Memoவைக் கையில் வாங்கி வாசித்துவிட்டு ஏ.ஜே. கேட்டார்:

'ஒரு தாள் தருவீர்களா?'

தான் பதவியிலிருந்து விலகுவதாக அந்தத் தாளில் எழுதிக் கொடுத்துவிட்டு பத்திரிகை அலுவலகத்தைவிட்டு வெளியேறினார் ஏ.ஜே.

அதன்பின் மட்டக்களப்பு - திருக்கோயிலில் புழுதி கிளப்பிக்கொண்டு போகும் பஸ்ஸிலிருந்து சூட்கேஸ் சகிதம் இறங்கும் பாடசாலை ஆசிரியராக ஏ.ஜே.யைக் காண்கிறோம்.

ஆங்கிலம் மட்டுமல்ல, அரசியல், வரலாறு என்று எல்லாப் பாடங்களையுமே படிப்பித்ததாக அவர் சங்கோஜத்துடன் நினைவுகூர்வார். அப்பாடசாலையிலிருந்து பல்கலைக்கழகத்திற்கும் மாணவர்கள் அனுமதி பெற்றுச் சென்றுள்ளனர்.

பின் என்ன தோன்றியதோ, விடுமுறைக்கு யாழ்ப்பாணம் வந்த ஏ.ஜே. பிறகு படிப்பிக்கப் போகவில்லை. ஏ.ஜே. சரியான சுட்டி.

'குறுமுனியான ஏ.ஜே. கனகரட்ன குறும்புக்காரரும்' என எஸ்.பொ. தனது 'நனவிடை தோய்தல்' நூலில் குறித்திருப்பதும் அச்சொட்டான உண்மை.

பின்னால், யாழ்ப்பாணத்தில் கூட்டுறவுச் சங்கப் பத்திரிகையான Cooperator பத்திரிகையில் ஏ.ஜே. ஆசிரியராக அமர்ந்தார். பத்திரிகையின் தன்மை, வாசகப் பரப்பு எதுவாயினும் பத்திரிகாதர்மம் என்பது எந்தத் தளத்திலும் பேணப்பட வேண்டும் என்பதில் அவர் எப்போதும் மசிந்தது கிடையாது.

Cooperator ஆசிரியர் குழுவின் தலைவர் கு. நேசையா ஒரு காந்தியவாதி; கல்விமான். 'பத்திராதிபர் குழுக் கூட்டங்களில் சில வேளைகளில் நேசையா வோடு தனது நேர்மையின் கோட்டிலே நின்று ஏ.ஜே. கர்ஜித்திருக்கிறார். இவை அறிவுபூர்வமானதாக நிதானத்தின் வழியில், பண்பு தவறாதவை யாகவே இருந்தன' என்கிறார் நவாலியூர் நடேசன். Cooperator பத்திரிகை யிலும் ஏ.ஜே. பிரச்சினையை எதிர்கொள்ள வேண்டிவந்தது. இப்பத்திரிகையில் ஹண்டி பேரின்பநாயகம் அவர்கள் A Browser's Diary என்று ஒரு பத்தியைத் தொடர்ந்து எழுதிவந்தார். யாழ்ப்பாணத்தில் கம்யூனிஸ்ட் கட்சிப் பிரமுகர் ஒருவர் ஒரு கூட்டத்தில் ஆற்றிய உரையொன்று ஒரு பத்திரிகையில் வெளி யானதைப் பற்றி ஹண்டி பேரின்பநாயகம் அம்மாதத்தில் தனது பத்தியில் கருத்துத் தெரிவித்திருந்தார். குறிப்பிட்ட அந்த கம்யூனிஸ்ட் பிரமுகர் ஏ.ஜே.யைச் சந்தித்தபோது, ஹண்டி பேரின்பநாயகம் தன்னைப் பற்றி எழுதியிருப்பதற்குத் தான் பதில் எழுதினால் பிரசுரிப்பீர்களா? என்று கேட் டிருக்கிறார்.

'தாராளமாக...' - ஏ.ஜே.

அடுத்த இதழில் கம்யூனிஸ்ட் கட்சிப் பிரமுகரின் மறுப்பு வெளியாகி விட்டது.

பத்திரிகையின் உயர்மட்ட முகாமை பதறித் துடித்தது. அவசரஅவசரமாய் ஆசிரிய ஆலோசனைக் கூட்டம் கூட்டப்பட்டது.

கு. நேசையா அவர்கள் பத்திரிகை நிர்வாகத்தின் தன்னிகரற்ற பெருந் தலைவர். விசாரணைக் கூண்டில் ஏ.ஜே.

'எப்படி அந்தக் கட்டுரையைப் பிரசுரிக்கலாம்?'

'வேறு ஏதோ பத்திரிகையில் வெளியான செய்திக்கு நாங்கள் எங்கள் பத்திரிகையில் பதில் எழுதினால், அதற்குப் பதிலளிக்க அவருக்கு இடங் கொடுப்பது பத்திரிகாதர்மம் சார்ந்தது.'

'அதனைப் பிரசுரிப்பதற்கு முன் ஏன் நிர்வாகத்தின் கவனத்திற்குக் கொண்டு வரவில்லை?'

'இது சாதாரண பத்திரிகாதர்மம் சம்பந்தப்பட்டது. நிர்வாகத்தின் கவனத் திற்குக் கொணர்ந்து, அனுமதிகேட்டுப் பிரசுரிக்கும் அளவிற்கு பத்திரிகா தர்மத்திற்கு மாறாக நான் இயங்குவதாக நினைக்கவில்லை.'

வேறு ஏதும் கேட்டால் மீண்டும் ஒருமுறை, 'ஒரு தாள் தருவீர்களா?' என்று ஏ.ஜே. கேட்டுவிடக்கூடும் என்று யோசித்த நிர்வாகம் பிரச்சினையை அப்படியே கிடப்பில் போட்டுவிட்டது.

பத்திரிகாதர்மம் என்றால், 'கிலோ என்ன விலை?' என்று கேட்கும் பேர் வழிகளே பத்திரிகாசிரியர்களாகப் பவனிவருஞ் சூழலில் ஏ.ஜே. பேணிய

பத்திரிகை நேர்மை உண்மையில் விதந்து நோக்கத் தக்கது. தங்களுடைய பத்திரிகையில் தாங்கள் மற்றவர்களைப் பற்றி மனம்போன போக்கில் எழுத, விமர்சனத்திற்கு இலக்கானவர் அதற்குப் பதில் அளிக்க முன்வரும்போது, அதனைக் கௌரவத்தோடு ஏற்றுப் பிரசுரிப்பதற்கு மாறாக, மாற்றுக் கருத்து களை அப்படியே மூடிவிட நினைப்பது முறையற்றது என்பது பத்திரிகை அனுபவத்தில் பழுத்த ஏ.ஜே.யின் கருத்து. பண்பட்ட ஒரு பத்திரிகை யாளனின் கருத்து இதற்கு மாறாக வேறு எம்மாதிரியும் இருக்க முடியாதுதான்.

பின்னர் யாழ்ப்பாணப் பல்கலைக்கழகத்தில் ஆங்கிலப் போதனாசிரியராக நியமனம் பெற்ற ஏ.ஜே. பல்கலைக்கழகத்தில் ஆங்கிலத்தில் Campus Bulletin என்ற இதழையும் தயாரித்தார். ஆங்கிலத் தட்டச்சில் பதித்து, 'ரோனியோ'வில் வெளியிடப்பட்ட இந்தப் பல்கலைக்கழகச் செய்திப் பத்திரிகையின் தலைப்புகளிலும் செய்திகளிலும்கூட ஏ.ஜே.யின் கைவண் ணத்தைக் காணலாம். ஆங்கில விமர்சகர் ரெஜி சிறிவர்த்தன அப்போது பல்கலைக்கழகத்தில் ஆற்றிய ஆங்கில விரிவுரைகளின் சுருக்கத்தைக்கூட இச்செய்தி இதழ் தாங்கி வந்தது.

யாழ்ப்பாணத்திலிருந்து பின்னால் வெளியான Saturday Review பத்திரி கையிலும் ஏ.ஜே.யின் பங்கு மிகப் பெரியது. யாழ்ப்பாணத்தில் வெளியான பத்திரிகைகள், நூல்கள் அனைத்திலும் ஏ.ஜே.யின் ஆலோசனை இருந்து கொண்டே வந்துள்ளது. 'மல்லிகை', 'அலை' ஆகிய சஞ்சிகைகளில் நிறைய மொழிபெயர்ப்பு ஆக்கங்களில் அவர் உதவியிருக்கிறார்.

ஏ.ஜே. கருத்துச் சொல்வதில் மிகவும் நிதானமானவர். அதே சமயம் சிறுக்கென்று witty ஆகப் பதில் சொல்வதிலும் சமர்த்தர். யாரையும் மனம் நோகும் விதத்தில் அவர் கருத்துத் தெரிவித்து நான் பார்த்ததில்லை. எந்தக் கற்றுக்குட்டியின் எழுத்திலும் நல்லதைத் தேடும் மனம் அவரிடமிருந்தது.

ஏ.ஜே. அடிப்படையில் ஒரு anti-establishmentகாரர். எந்த உன்னத நோக்கங்களும் அமைப்பாக மாற்றமுற்றதும் ஒரு அமைப்பிற்கேயுரிய சகல இறுக்கங்களும் கட்டுப்பெட்டித்தனங்களும் கவிந்துபோய் அதனை வலிய சிறையாக மாற்றிவிடுவது பற்றி ஏ.ஜே. எப்போதும் சிந்தித்து வந்திருக்கிறார். மாற்றுக் கருத்துகளை மனத்திறந்து பரிசீலிக்கும் பக்குவம் அவரிடம் நிறைய.

ஏ.ஜே. போன்ற பெருமகனுடன் தொடர்புகொண்டிருந்த நாட்கள் பொன்னானவை. பயங்கரவாதத் தடைச் சட்டத்தின் கீழ் கைதுசெய்யப் பட்டு, நாங்கள் குருநகர் இராணுவ முகாமில் தடுத்து வைக்கப்பட்டபோது, அந்த முகாமில் வந்து எங்களைக் காண யாருமே துணிந்திருக்க மாட்டார்கள். ஆனால், கைதுசெய்யப்பட்ட அதே தினத்தில், அந்த இராணுவ முகாமுக்கு வந்து, எங்களைக் காண அனுமதி கேட்டிருக்கிறார். இராணுவ அதிகாரிகள் அதற்கு அனுமதி மறுத்தபோது, தான் எங்களைக் காண வந்ததாகவும், அனுமதி

மறுக்கப்பட்டதால் தான் திரும்பிச் செல்வதாகவும் சிறு குறிப்பை எழுதி எங்களிடம் கொடுக்குமாறு முகாமில் கொடுத்துச் சென்றிருக்கிறார்.

பின்னர், நாங்கள் வெலிக்கடைச் சிறைச்சாலைக்கு மாற்றப்பட்டு, எங்களைக் காண பார்வையாளர்கள் அனுமதிக்கப்பட்டபோது, ஏ.ஜே யாழ்ப்பாணத்திலிருந்து எங்களைப் பார்க்க வெலிக்கடைச் சிறைச்சாலைக்கு வந்திருந்தார். அங்கு எங்களைக் கண்டு எவ்வளவு மனம் பதைத்திருப்பார் என்பதை நானறிவேன்.

There are some people who can make time stand still. You seem to be one of them என்று *27.03.1992* திகதி இட்டு யாழ்ப்பாணத்திலிருந்து எனக்கு லண்டனுக்கு எழுதிய கடிதத்தை வாசித்து கண்கலங்கினேன். அப்பெருமகனை மீண்டும் சந்திக்க முடியாமல் போய்விடுமோ என்று நான் அஞ்சியிருந்தேன். அந்தத் துரதிர்ஷ்டம் நடந்தே நடந்துவிட்டது.

ஏ.ஜே. யாழ்ப்பாணத்தைவிட்டு வேறு எங்கும் போக விரும்பியது கிடையாது. அவரை லண்டனுக்கு அழைப்பதற்கு அனைத்தையும் செய்ய ஏ.ஜே. அன்பர்கள் ஒரு பட்டாளமே லண்டனில் இருந்தனர். அவர் உண்மையில் ஒரு யாழ்வாசி. அவர் அம்மண்ணை மிக நேசித்திருந்தார். அந்த வாழ்வில் அவர் சுகித்திருந்தார். எந்த இடர்ப்பாடுகளும் அவரை அசைத்ததில்லை.

'யுத்தத்தின் இருண்ட காலப் பகுதிகளில், யாழ்ப்பாணம் முற்றுகையிடப்பட்ட பிரதேசம் போலாகி, வாழ்வாதாரத்திற்கான எதுவுமே கிடைக்காத நிலையில், ஏ.ஜே.யின் செயற்பாடுகள் அனைத்தும் முடக்கப்பட்ட சூழலில், அவரைக் கொழும்பிற்கு வருமாறு ஒரு நண்பரிடம் சொல்லி அனுப்பினேன். தான் யாழ்ப்பாணத்தில் 'சேற்றில் ஊன்றிய தடி' போலாகி விட்டதாகவும், தான் இடம்பெயர்ந்து வர விரும்பவில்லை என்றும் ஏ.ஜே. பதில் எழுதியிருந்தார். பன்னாட்டுக் கலாசாரச் செழுமையும் பரந்த சர்வதேசப் பிரக்ஞையும் கொண்ட ஏ.ஜே. யாழ்ப்பாண மண்ணில், அதன் வாழ்வில், அனுபவத்தில், மொழியில் ஆழ வேரூன்றிப்போய்விட்ட அறிவுஜீவி என்ற வகையில், மிகச் சோதனையான ஒரு காலகட்டத்தில் அம்மண்ணைவிட்டு வெளியேறுவது ஒருவித துரோகச் செயல் என்று கருதியிருக்கக்கூடும் என்று நான் உணர்ந்தேன்' என்று அமரர் ரெஜி சிறிவர்த்தன எழுதுகிறார்.

யாழ்ப்பாணத்தின் பிரதான வீதியில் செயின்ட் ஜேம்ஸ் தேவாலயத்தின் முன்னால், சின்னக் கடையைச் சுற்றி நடந்து திரிந்த ஏ.ஜே.யை நினைக்க மனம் கனக்கிறது.

'எங்கே நல்லவர்கள் உள்ளனரோ அதுதான் நாடாகிறது' என்று பொருள் தரும் 'நாடா கொன்றோ காடா கொன்றோ' என்கிற சங்கப்பாடல் நினைவில் எழுகிறது. ஏ.ஜே.யைக் காணவாவது யாழ்ப்பாணம் போக மனம் பரிதவித்திருந்தது.

ஒரு நாகரிக மண்ணின் உன்னத விழுமியங்களை ஏ.ஜே. போன்றவர்கள் தான் உலகின் அடுத்த தலைமுறைக்கு எடுத்துச்செல்ல வல்லவர்கள்.

***

1950களில் பேராதனைப் பல்கலைக்கழகத்தின் ஆங்கிலத் துறையில் ஆங்கிலத்தைச் சிறப்புப் பாடமாகப் பயிலக் கிடைப்பதென்பது மிகமிக அபூர்வமான விடயமாகும். இலங்கையின் உயர்குழாத்தின் கொடுமுடியாக ஆங்கிலத் துறை திகழ்ந்த காலம். இலங்கையின் அதியுயர் அரசாங்க நிர்வாகிகளும் ராஜதந்திரிகளும் ஆங்கில வாணர்களும் பேராதனை ஆங்கிலக் கல்விக்கூடங்களிலேயே தயாராகியுள்ளனர். இலங்கையின் அதிகாரவர்க்க பூர்ஷுவாக்களின் பயிற்சிப் பாசறையாக ஆங்கிலத் துறை திகழ்ந்தது.

'யாழ்ப்பாணம் ஒரு கலாசாரப் பாலைவனம்' என்று பேராதனைப் பல்கலைக்கழகத்தின் முதல் உபவேந்தர் ஐவர் ஜெனிங்க்ஸ் அறிக்கையிட்ட யாழ்ப்பாணத்தின் செயின்ட் பெற்றிக்ஸ் கல்லூரியிலிருந்து ஏ.ஜே. பல்கலைக்கழகம் புகுகிறார். செயின்ட் பெற்றிக்ஸில் லத்தீனிலும் ஆங்கிலத்திலும் திறமையுடன் திகழ்ந்த ஏ.ஜே. பல்கலைக்கழகப் புகுமுகத் தேர்வுக்காக கொழும்பு செயின்ட் ஜோசப் கல்லூரியிலும் பயின்றிருக்கிறார். பேராதனைப் பல்கலைக் கழகத்தில் ஆங்கிலத்தைச் சிறப்பாகப் பயில அனுமதிக்கப்பட்ட நான்கு பேரில் ஏ.ஜே. தவிர்ந்த மற்றைய மூவரும் பெண்களாவர். பெண்களோடு பேச சங்கோஜப்படும் ஏ.ஜே. அந்தப் பெண்மணிகளோடு எவ்வாறு காலந்தள்ளினார் என்று தெரியவில்லை. பிரெஞ்சு மொழியையும் துணைப்பாடமாகத் தெரிந்திருந்த ஏ.ஜே., Miss. Tourqiot என்ற பிரெஞ்சு ஆசிரியையின் காலை நேர பிரெஞ்சு வகுப்புகளுக்கு ஒருபோதும் போனது கிடையாது என்று தெரிகிறது. ஏ.ஜே. தனது சக மாணவர்களால் Pepin என்று செல்லமாக அழைக்கப்பட்டிருக்கிறார்.

ஏ.ஜே., பல்கலைக்கழகத்தில் இருந்தபோது ஆங்கில விமர்சனத் துறையில் மேலாதிக்கம் செலுத்திய Practical Criticism என்ற விமர்சனநெறி பேராதனைப் பல்கலைக்கழகத்திலும் வியாபித்திருந்தது.

பேராசிரியர் டொரிக் டி சூசா மொழி, மொழியியலில் வல்லுநர். தீவிர இடதுசாரிச் சிந்தனையாளர். பேராசிரியர் எச்.ஏ. பாசே (H.A. Passe) கவிஞர் மில்ட்டனில் தோய்ந்தவர். கொன்ராட் அவரின் ஆதர்ச எழுத்தாளர். ரொபின் மேஹெட் (Robin Mayhead) கேம்பிரிட்ஜ் பல்கலைக்கழகத்திலிருந்து அப்போதுதான் கல்வியை முடித்திருந்தவர். எஃப்.ஆர். லூயிஸின் மாணவர். Scrutiny இதழில் எழுதிக்கொண்டிருந்தவர். டேவிட் கிரேக் (David Craig) மார்க்சிய சார்பு அறிஞர். ஈ.எஃப்.சி. லுடோவிக் (E.F.C. Ludowyk) ஆங்கிலத்

துறையின் தீபஸ்தம்பம். ஷேக்ஸ்பியரையும் பிரௌனிங்கையும் டென்னிச னையும் பற்றி அவரிடம் பாடம் கேட்டவர்கள் பாக்கியவான்கள் என்பர். இவரது Understanding Shakespeare ***(1961)*** கேம்பிரிட்ஜ் யுனிவர்சிட்டி பிரஸினால் வெளியிடப்பட்டது. மார்லோ, சிஞ்ச், எலியட் ஆகிய ஆங்கில நாடகாசிரியர்களையும் லுடோவிக் அனுபவித்துப் போதித்திருக்கிறார். ஏ.ஜே.யிடம் குடிகொண்டிருந்த நாடகத் துறை ஆர்வத்திற்கும் இது ஆதார மாக அமைந்திருக்கலாம். எஃப்.ஆர். லூயிஸ், ஐ.ஏ ரிச்சர்ட்ஸ், டெனிஸ் தொம்ப்சன், எம்ப்ஸன் போன்றோர் பேராதனையின் நவீன ஆங்கில இலக் கியத்தில் பெரிதும் பேசப்பட்டவர்கள். Practical Criticism, Modern Poetry ஆகியன தனிப் பாடநெறிகளாக அமைந்திருந்தன. இந்த நவீன இலக்கிய விமர்சகர்களிடையே உள்ளார்ந்த முரண்பாடுகள் நிலவினாலும், அப்போது அமெரிக்காவில் லேபிள் இடப்பட்ட New Criticism என்ற புதிய திறனாய்வுச் சிந்தனையைப் பற்றி நின்ற அனைவருக்கும் பொதுவான அம்சங்களாக உருவகத்தின் மீதான விருப்பு, வார்த்தை சார்ந்த கற்பனைப் படிமங்களின் செழுமை, ambiguity என்பன அமைந்தன. ஆங்கிலோ-அமெரிக்க நவீனவாதத் தின் புதிய பாணிகளாக இவை அங்கீகாரம் பெற்றிருந்தன. கவிதைபற்றிய உலகளாவிய அணுகுமுறை அதுவே என்றும் அன்று போற்றப்பட்டிருந்தது.

செழுமையான 'உள்ளூர் வாழ்க்கை' பொதிந்த கவிதைகளுக்கு Practical Criticism தான் அர்த்தம் தரக்கூடியது எனப்பட்டது. வார்த்தைச் செறிவும் உருவக நேர்த்தியும் கொண்ட கவிதைகள் தரம் கூடியவை எனக் கருதப் பட்டன. எளிமையான மொழியில் அமைந்த கவிதைகள் அத்துணை தர மானவை அல்ல என்ற கருத்தும் நிலவியது.

இந்த இலக்கியச் சிந்தனைமுறையில் வளர்க்கப்பட்ட தலைமுறையைச் சார்ந்தவர்தான் ஏ.ஜே.

ஆங்கிலச் செவ்வியல் இலக்கியம் கோலோச்சிய காலம் அது.

ஏ.ஜே.யின் ஆரம்ப கால விமர்சனங்களில் டி.எஸ். எலியட் அவர்களின் சிந்தனையின் ஆதிக்கம் திகழ்ந்ததை 'மௌனி வழிபாடு' (சரஸ்வதி, பிப்ரவரி ***1961)*** என்ற கட்டுரை வெளிப்படுத்துகிறது.

அக்கட்டுரையில் ஏ.ஜே. எழுதுகிறார்:

'(மௌனியின்) மற்றைய கதைகளை ஆராய்வதற்கு முன்பு எலியட் என்னும் அறிஞர் சொன்னதை ஞாபகப்படுத்திக்கொள்ளல் 'பிரபஞ்சகான'த் துக்கும் 'அழியாச்சுடரு'க்கும் மிகவும் பொருத்தமானதாக இருக்கும். 'கலையில் மனித உணர்ச்சிகளை உணர்த்தக்கூடிய ஒரே ஒரு வழி உவமைகளால் ஒப்பு நோக்குதலேயாம். அதாவது, ஒன்றுக்கு மேற்பட்ட பொருட்களால் ஒரு நிலையை அல்லது ஒன்றுபடுத்தப்பட்ட பல நிகழ்ச்சிகளை ஒரு குறிப்பிட்ட

உணர்ச்சியுடன் ஒத்துறவாடச் செய்தல் வேண்டும். அந்த வெளியுருவங்கள் உணர்ச்சிகளை அல்லது உணர்ச்சியனுபவங்களைத் தொட்ட மாத்திரத்தே அழிந்துவிட வேண்டும். அப்போதுதான் குறிப்பிடப்பட்ட உணர்ச்சி பிரதி பலிக்கப்பட ஏதுவாக இருக்கும். வெளியுருவங்கள் உணர்ச்சிகளைத் தட்டி விட முடியாதவைகளாக இருந்தால், இது கலையின் பரிபூரணமின்மை யையே காட்டுகிறது' இவ்வாறு கூறினான் எலியட்.

ஆங்கில விமர்சகர் டி.எஸ். எலியட் பிரபல்யப்படுத்திய Objective Correlative என்ற கருத்தாக்கத்தையும் ஏ.ஜே. இக்கட்டுரையில் பிரயோகித்திருக்கிறார்.

'மௌனியுடைய அநேக கதைகளில் Objective Correlative என்னும் தன்மை குறைந்து காணப்படுகிறது. வெளியுருவ உவமைகள் உணர்ச்சியுடன் ஒன்றுவது குறைவு. உணர்ச்சிகளைப் பிரதிபலிப்பதற்குப் போதிய உயிர் அவைகளிடம் கிடையாது. 'கொஞ்ச தூரம்', 'காதல்சாலை', 'எங்கிருந்தோ வந்தான்' முதலிய கதைகளில் சுய மனத்திருப்தியைக் காணக்கூடியதாக இருக்கிறது. ஏனெனில், கதையிலுள்ள சம்பவங்களுடன் உவமிக்கும் பொருட்கள் உணர்த்த வேண்டியவற்றைச் சரியாக உணர்த்த முடியவில்லை. உணர்ச்சிகளின் பளுவைத் தம்முள்ளடக்கிக்கொள்ள முடியாமல் கதைகள் தத்தளிக்கின்றன' என்றெழுதுகிறார் ஏ.ஜே.

பேராதனைப் பல்கலைக்கழகத்தில் ஏ.ஜே. பயின்றுகொண்டிருந்த கால கட்டத்தில் இடதுசாரி அரசியல் அங்கு வியாபித்திருந்தது. பேராதனைப் பல்கலைக்கழகத்தின் அரசியல், பொருளாதார விரிவுரையாளர்கள் London School of Economicsஇல் பயின்று, பிரிட்டிஷ் இடதுசாரிப் பாரம்பரியத்தில் ஈர்க்கப்பட்டவர்களாக நாடு திரும்பினர். இந்த விரிவுரையாளர்களில் சிலர் லங்கா சமசமாஜக் கட்சி அல்லது கம்யூனிஸ்ட் கட்சியின் உறுப்பினர் களாகவும் இருந்துள்ளனர். 'இடதுசாரிப் பகுப்பாய்வு இல்லாமல் எங்க ளுக்கு ஆங்கில இலக்கியம் போதிக்கப்பட்டதே கிடையாது' என்கிறார் அ. சிவானந்தன்.

அக்காலகட்டத்தில் பேராதனைப் பல்கலைக்கழகத்தின் மாணவர் பேரவைக்கான தேர்தல் எப்போதும் இடது, வலதுசாரி முகாம்களாகவே பிரிவுபட்டிருந்தன. வலதுசாரிகள் Juntas அல்லது Kultur என்று அழைக்கப்பட, இடதுசாரிகள் Trots அல்லது Commies என்று அழைக்கப்பட்டனர்.

பல்கலைக்கழகத்தின் மாணவ விடுதிகளில் கலாநிதி என்.எம். பெரேரா, கலாநிதி கொல்வின் ஆர்.டி. சில்வா ஆகியோர் அழைக்கப்பட்டு, அவர் களின் உரைகளை மாணவர்கள் பெருந்திரளில் வந்திருந்து கேட்டனர். சேர். ஜோன் கொத்தலாவல போன்ற வலதுசாரித் தலைவர்கள் அங்கே பேசப் போய், அங்கு கிடைத்த வரவேற்பைப் பார்த்து, பின்னர் அந்தப் பக்கமே தலைவைத்தும் படுத்ததில்லை.

இலங்கையை உலுக்கிய 1953ஆம் ஆண்டின் நாடு தழுவிய ஹர்த்தால் போராட்டத்தில் பேராதனைப் பல்கலைக்கழக மாணவர்கள் நடத்திய ஆர்ப்பாட்டம் இரத்தக்களரியில் முடிந்தது.

'மாணவ ஆர்ப்பாட்டக்காரர்கள் கலைந்தனர்! கண்டி போலீஸாரின் குண்டாந்தடிப் பிரயோகம்!' என்று பத்திரிகைகள் தலைப்புச் செய்திகள் வெளியாகின (Ceylon Daily News, August 11, 1953). இருநூறுக்கும் அதிகமான பல்கலைக்கழக மாணவர்கள் கண்டி போலீஸ் நிலையத்தை அணுகி, நேருக்கு நேர் மோதலில் ஈடுபட்டபோது, போலீஸ் தரப்பு குண்டாந்தடிப் பிரயோகத்தை மேற்கொண்டு ஆர்ப்பாட்டத்தைக் கலைத்தனர்.

இத்தகைய பல்கலைக்கழகச் சூழலில் ஏ.ஜே. மார்க்சியத்தின்பால் நாட்டம் கொண்டவராக மாறியதில் வியப்படைய எதுவுமில்லை. மார்க்சிய அரசியல் நூல்களையும் மார்க்சிய இலக்கியங்களையும் ஆழ்ந்த அக்கறையுடன் வாசித்தார். யேட்ஸ், எஸ்ரா பவுண்ட், எலியட், ஜோய்ஸ், டிக்கன்ஸ் ஆகியோரின் இலக்கிய ரசனையில் ஊட்டம் பெற்றவர் ஏ.ஜே. The Waste Land, The Cantos, Ulysses, Finnegan's Wake ஆகிய படைப்புகளில் எதனையும் சுட்டுவிரலில் வைத்திருப்பவர் அவர். பிரெச்ட், மால்ரோ, எசெனின், புளொக், அக்மத்தோவா, எவ்டுசெங்கோ ஆகிய ஆசிரியர்களையும் அவர் விரும்பித் தேர்ந்து வாசித்தார். யாழ்ப்பாணப் பல்கலைக்கழகத்தின் ஆங்கிலத் துறை அறையில் ஈ.பி. தொம்சனின் The Rise of the Working Class நூலை ஆழ்ந்து தோய்ந்து வாசிப்பதை நான் பார்த்திருக்கிறேன். எட்வர்ட் ஸைத்தின் Orientalism நூலை வாசித்த பின், Orientalism Revisited என்ற கட்டுரையைக் கேட்டு எனக்கு எழுதியிருந்தார். Race and Class நூலகத்திற்குச் சென்று அந்தக் கட்டுரைப் பிரதியை அனுப்பிவைத்தேன். எட்வர்ட் ஸைத்திற்கும் சிவானந்தனுக்கும் இப்போது நல்லுறவில்லை என்று சொன்னபோது ஆச்சரியமுற்றார். எட்வார்ட் ஸைத் ரஷ்ய நாவல்களை கணக்கில் எடுக்கவில்லை என்றும் பிரிட்டிஷ் நாவல்களையே அவர் முதன்மைப்படுத்தியிருக்கிறார் என்றும் ஏ. ஜே. குறிப்பிட்டார்.

மார்க்சியத்தில் அடித்தளத்திற்கும் மேற்கட்டுமானத்திற்கும் இடையே உள்ள உறவுகள் தொடர்பாக யாந்திரீகமாக முன்வைக்கப்படும் கருத்தோட்டத்திற்கு மாறாக, இந்த உறவுகள் குறித்து ஏ.ஜே. நுட்பமாக வாசித்து வந்திருக்கிறார்.

New Left Review (Nov - Dec 1973)இல் Raymond Williams என்ற பிரிட்டிஷ் மார்க்ஸிய அறிஞர் எழுதிய Base and Superstructure in Marxist Cultural Theory என்ற கட்டுரையை 'மார்க்சீய பண்பாட்டுக் கோட்பாட்டில் அடித்தளமும் மேற்கட்டுமானமும்' என்ற தலைப்பில் 'அலை' (தை - மாசி 1977) இதழில் அவர் மொழிபெயர்த்திருந்தார். இம்மாதிரிப் பணிகள் மார்க்சிய ஆய்வு

நெறிமுறைகளில் ஏற்பட்டுவரும் மாற்றங்களை தமிழில் அறிமுகம்செய்யும் பெரு முயற்சிகளாகும்.

'கலை உன்னத நிலை அடைந்திருக்கும் சில காலகட்டங்களில், அவற்றிற்கும் அக்கால சமுதாய வளர்ச்சிக்கோ பொருளாதார அடித்தளத்திற்கோ இடையே நேரடியான தொடர்பில்லை' என்று மார்க்ஸ் குறிப்பிட்டதை ஏ.ஜே. எடுத்துக்காட்டுகிறார். 'இலக்கிய இரசனையற்ற சில மார்க்சியவாதிகள் கலையை வெறும் பிரச்சாரக் கருவியாகக் கருதுவதனால் பல விபரீதங்கள் ஏற்பட்டுள்ளன' என்றும், 'இலக்கியத்தினை அதில் பொதிந்திருக்கக்கூடிய வெறும் அரசியல் சார்புகளைக்கொண்டு மார்க்ஸோ எங்கெல்ஸோ மதிப்பிடவில்லை' என்றும் ஏ.ஜே. தெரிவித்திருக்கிறார்.

இலக்கிய விமர்சனத்தில், அரசியல் கருத்துகளை அடிக்கொண்டு எழுத்தாளர்களை முதன்மைப்படுத்தும் நிலைமை ஈழத்து விமர்சனத் துறையில் வேரூன்றி நின்றபோது, அது இலக்கிய வளர்ச்சிக்குத் துணையாக அமையாது என்று ஏ.ஜே. வலியுறுத்தினார். 'மார்க்சியமும் இலக்கியமும்' (அலை வெளியீடு, **1981**), 'மார்க்சீயவாதியும் தேசிய இனப்பிரச்சனையும்' - மைக்கல் லோவியின் மொழிபெயர்ப்பு, (அலை வெளியீடு, **1978**) ஆகிய நூல்கள் மூலம் மார்க்சியத்தின் புதிய பார்வைகளை ஏ.ஜே. அறிமுகப்படுத்தியுள்ளார்.

ஈழத்தின் தலைசிறந்த ஆங்கில இலக்கிய விமர்சகர் ரெஜி சிறிவர்த்தனவின் ஆங்கில எழுத்துகளை Selected works of Regi Siriwardena: Literature and Arts (Vol 1, 2005), Politics and Society (Vol 2, 2006) என்று ஏ.ஜே. தொகுத்து, பதிப்பித்து வெளியிட்ட இரு பெருந்தொகுதி நூல்கள் ஏ.ஜே.யின் பதிப்புப் புலமையை நிறுவுவன.

'மத்து' (மித்ர வெளியீடு, டிசம்பர் **2000**)', 'செங்காவலர் தலைவர் யேசுநாதர்' (மித்ர வெளியீடு, டிசம்பர் **2000**) என்ற தலைப்புகளில் வெளியான ஏ.ஜே.யின் நூல்கள் அவரது விரிந்த இலக்கிய வாசிப்பை வெளிப்படுத்துவனவாகும்.

ஏ.ஜே.யினது நினைவைப் போற்றி, அவரைப் பற்றிய நினைவுக் குறிப்புகளையும் அவரது தேர்ந்த கட்டுரைகளையும் தொகுத்து நாங்கள் வெளியிட்ட AJ: The Rooted Cosmopolitan - A Festschrift (July 2008) என்ற நூல் அவர் குறித்த முக்கிய ஆவணமாக அமைகிறது. •

தாயகம், **14.10.1994**, கனடா

தாய் வீடு, **22.12.2022**, கனடா

சுந்தர ராமசாமி

வர்க்க முரண்பாடுகள், பொருளாதார அசமத்துவம், உழைப்புச் சுரண்டல், இனசமத்துவம் ஆகியன குறித்தெல்லாம் ஆழ்ந்த பார்வை செலுத்திய மார்க்ஸியச் சிந்தனை ஈழத்து இலக்கியப் பரப்பிலும் தீர்க்கமான தடத்தைப் பதித்திருக்கிறது. இம்மார்க்ஸியச் சிந்தனை பண்டித சனாதன மரபுக்கு எதிராகவும் பழைமைக்கு எதிராகவும் ஈழத்து இலக்கியத்திற்குப் புதிய உத்வேகத்தையும் கொடுத்தது. கலை இலக்கியத்திற்கும் சமூகத்திற்குமான உறவுகளைத் தீவிரமாகப் பரிசீலினை செய்தது. வாணிப எழுத்திற்கு எதிரான மூர்ச்சனையை அது தன் ஜனனத்திலே கொண்டிருந்தது.

1967இல் கண்டியில் மலைநாட்டு எழுத்தாளர் மன்றம் புதுமைப்பித்தனுக்கு விழா எடுத்தபோது, 'தமிழகமே இன்று மறந்து போய்விட்ட மாமேதைக்கு இலங்கையில் எங்கோ ஒரு மூலையில் இருந்துகொண்டு நீங்கள் விழா எடுக்கிறீர்கள்' என்று மனம் நெகிழ்ந்துப்போய் பேசினார் கு. அழகிரிசாமி.

ஈழத்தின் தீவிர வாசகப் பரப்பில் தமிழகத்தின் சீரிய எழுத்தாளர்கள் எப்போதும் அக்கறைக்குள்ளாக்கப்பட்டு வந்துள்ளனர். புதுமைப்பித்தன், கு.ப.ர., மௌனி, க.நா.சு., சி.சு. செல்லப்பா, ஜானகிராமன், சிதம்பர ரகுநாதன், சுந்தர ராமசாமி, ஜெயகாந்தன் ஆகியோரின் எழுத்துகள் அக்கறையோடு வாசிக்கப்பட்டன. சுந்தர ராமசாமியின் 'அக்கரைச் சீமையில்' ஈழத்து வாசிப்பின் முக்கிய ஆதர்ஸமாகவே அமைந்திருந்தது.

'தண்ணீர்', 'அக்கரைச் சீமையில்', 'கோவில் காளையும் உழவு மாடும்' ஆகிய கதைகள் அக்காலத்தில் மிகவும் சிலாகித்துப் பேசப்பட்ட கதைகள்.

சாதாரண வாசக எல்லைகளுக்கு அப்பால் இலங்கைப் பல்கலைக்கழகத்திலும் தமிழகத்தின் நவீனப் புனைகதை எழுத்துகள் அக்கறையோடு கவனத்திற் கொள்ளப்பட்டன. முப்பது ஆண்டுகளுக்கு முன் கொழும்பு பல்கலைக் கழகத்தில் கலாநிதி க. கைலாசபதியின் புனைகதை என்ற தமிழ்ச் சிறப்பு பயிற்சிக்கான பாடத்திட்ட விரிவுரைகள் தமிழகப் படைப்புகள் குறித்த ஆழ்ந்த விமர்சன நோக்கை வெளிப்படுத்தியுள்ளன.

க.நா.சு.வின் அனைத்து நாவல்களையும் அவர் தனது விமர்சனத்தில் எடுத்துக்கொண்டிருக்கிறார். கல்கியின் சரித்திர நாவல்களை ஜோர்ஜ் லுக்காக்ஸின் The Historical Novel என்ற நூலினை விரித்து வைத்து மேற் கோள் காட்டி விமர்சித்த வகுப்புகள் ரசனை மிகுந்தவை.

சுதந்திரத்திற்குப் பிற்பட்ட தமிழ் நாவலின் வளர்ச்சிப் போக்குகளை விளக்குகையில், இவை கையாண்ட பொருட்பரப்பில் காந்திய சிந்தனை யிலிருந்து புதிய பரிமாணம் தென்பட்டதென்று கூறிய கைலாசபதி அவர்கள் காலம்பற்றிய எண்ணக்கரு (Concept of Time), நகராக்கம், (Cosmopolitan-ism), அகவுலகப் பார்வை (Cosmopolitan) போன்றவை தமிழ் நாவல்களில் பேசப்பட்டதென்றும், சுந்தர ராமசாமியின் 'ஒரு புளியமரத்தின் கதை' காலம்பற்றிய பிரக்ஞையுடன் எழுதப்பட்ட நல்ல நாவல் என்றும் சிலா கித்துச் சொல்லி இருக்கிறார்.

க. கைலாசபதியின் இவ்விமர்சனக் குறிப்பிற்குப் பின் கிட்டத்தட்ட இருபது ஆண்டுகளுக்குப் பின் ஃபிரான்ஸ்வா க்ரோ சு.ரா.வின் 'ஜே.ஜே. குறிப்புகள்' நாவலின் பின்னுரையிலே 'ஒரு புளியமரத்தின் கதை' பற்றி பின்வருமாறு விபரிக்கிறார்.

'காலப் பிரக்ஞை. மிகப் பழைமையான கிராமமாக இருந்து புதுமையான நகரமாக வளரும் ஒரு சமூகத்தின் பரிணாம கதி. சமூக ரீதியான பதற்றம் மிக்க சிக்கலான வலையில் தள்ளப்படும் மனிதர்களின் உளவியல் ரீதியான உந்துதல்கள். இந்தச் சூழலில் உள்ள உயிரினங்களின் லயம்' இவற்றைப் பற்றி வியத்தகு உணர்வு இவையெல்லாம் ஒன்றாகக் கலக்கும் இந்தப் படைப்பு (ஒரு புளியமரத்தின் கதை) பிரமாதமான ஒரு காலப் பதிவு.

பிற்பட்ட காலங்களில் இலங்கைப் பல்கலைக்கழகங்களில் புதுமைப் பித்தனை அறிமுகப்படுத்துவதற்கு சு.ரா. 'ஞானரத'த்தில் எழுதியிருந்த புதுமைப்பித்தனின் 'மனக்குகை ஓவியங்கள்' கட்டுரையை விரிவுரை யாளர்கள் நிறையவே பயன்படுத்தியுள்ளனர்.

சுந்தர ராமசாமியுடைய நூல்கள், கட்டுரைகள் பெருமளவில் கைகளுக் குக்கிட்டாத ஒரு சூழலில் அவர் இலங்கையில் எவ்வளவு கவனமெடுத்து வாசிக்கப்பட்டிருக்கிறார் என்பதை இங்கு அழுத்திக் கூறுவது பொருந்தும். 'மூன்றாவது மனிதன்' இதழில் (ஜனவரி - மார்ச் 2001) எம். பௌசர் வெளியிட்டிருக்கும் சுந்தர ராமசாமியின் பேட்டி இன்றும் நீடிக்கும் சு.ரா.வின் மீதான ஆர்வத்தின் அக்கறையின் வெளிப்பாடு.

ஈழத்தில் மட்டுமல்ல புலம்பெயர்ந்த தமிழ் கலைஞர் மத்தியில் நவீனத் தமிழ் இலக்கியத்தின் மிகப் பெரும் ஆளுமையாக அவர் மதிக்கப்படுகிறார்.

ஈழத்தின் இலக்கிய வளர்ச்சியினை அறிந்துகொள்வதில் அக்கறை கொண்ட தமிழக எழுத்தாளர்களில் சு.ரா.வின் ஆர்வம் தனித்துவமானது. ஈழத்தின் நல்ல எழுத்துகளைத் தேடி வாசிக்க அவர் பிரயாசைப்பட்டவர்.

'அடுத்த சந்தோஷ அதிர்ச்சி இந்த வருட ஆரம்ப மாதங்களில் கிடைத்தது. 'அலை' ஒரு வருட பையின்ட் வால்யூம், ஒரே வாரத்தில் ஆணி அடித்து உட்கார்ந்துகொண்டு படித்தேன்' என்று எழுதுகிறார் சு.ரா.

தளையசிங்கத்தின் 'பிரபஞ்ச யதார்த்தம்' தளையசிங்கத்தை நன்கு கிரகித்து சு.ரா. எழுதிய மிகச் சிறந்த கட்டுரையாகும். தளையசிங்கத்தின் சிந்தனைப் போக்கை நவீனச் சூழலில் அணுகுவதற்கான திறவுகோலாக இக்கட்டுரை அமைந்துள்ளது.

சாதாரண வாசிப்பிற்கு சிரமம் தரும் தளையசிங்கத்தின் எழுத்துக்களை உள்வாங்கி தளையசிங்கத்தின் சிந்தனை இழைகளைப் பகுத்தும் தொகுத்தும் முன்வைத்திருக்கும் சு.ரா.வின் கட்டுரை நன்கு பேசப்பட்டது. பிரத்தியட்சமான சமூக அமைப்பின் மீது சு.ரா. கொண்டிருக்கும் அதீத அதிருப்தியை நாம் விளங்கிக்கொள்ள முடியும்.

பழைமையான உலகம் நம் கண் முன்னே அழிந்து சரிந்துகொண்டிருக்கிறது. மனித நிலப் பரப்பே அடையாளம் காண முடியாதபடி தோற்றம் மாறிக் கொண்டிருக்கிறது. தொழில்கள், தொடர்புகள், உறவுகள் எல்லாமே மாறி விட்டுள்ளன. இந்த உலகின் அழிவில் புதிய நிர்மாணக் கோலங்கள் எதுவுமே தெரியவில்லை. இந்த நிராதரவான வெளியில் சீரழிவும் வீழ்ச்சியும் சரிவுகளுமே எங்கும் தென்படுகின்றன. இந்த நோய்க்கூறுகளே ஒரு தீவிர சமூக அக்கறையாளனின் பார்வையிலே விழுந்து தெறிக்கின்றன.

சமூகத்தின் வாழ்வின் அரசியலின் கலை இலக்கியத்தின் சகல துறைகளிலும் தன் தீவிரப் பார்வையைச் செலுத்தியிருக்கும். சு.ரா.வின் கட்டுரைகளில் இந்த வீழ்ச்சிகளின் கோரம், இந்த நோய்க்கூறுகளின் சிதிலங்கள் மனதை உறுத்து மளவிற்குக் கொண்டுவரப்பட்டிருக்கிறது.

நம் கால வாழ்வில் ஏற்பட்டுள்ள மாறுதல்கள், சமூக விழுமியங்களின் வீழ்ச்சி, மனிதார்ந்த நேயத்தின் வெறுமை, போலித்தனம், இம்சை செய்தல், பொய்மையின் முன் சாஷ்டாங்கமாக மண்டியிடல், விளம்பரப் பிரபல்யம், ஆதாயத் தேடலை முன்னிறுத்தும் உறவுகள், கலாசார வெறுமை, அரசியல் பித்தலாட்டம் அனைத்தையும் கண்டு ஏங்கும் குரல் சு.ரா.வினுடையது.

சமூக முன்னேற்றத்திலும் புரட்சியிலும் நம்பிக்கை கொண்டுள்ள எந்த அறிவுஜீவியும் கொண்டிருக்க வேண்டிய கவலைகளின், ஆற்றாமையின் உரத்த குரல் இது.

எழுத்தும் இலக்கியமும் இவர் கவனம் குவிந்திருக்கும் பிரதேச மையம். எழுத்திற்கும் இலக்கியத்திற்கும் இவர் அதியுன்னத குருபீடம் தந்திருப்பதை இவர் தனது எல்லா எழுத்துகளிலும் வெளிப்படுத்தியிருக்கிறார். எழுத்தின் மீது நம்பிக்கையையும் கௌரவத்தையும் ஏற்படுத்தும் எழுத்து சு.ரா.வினுடையது. எழுத்தின் பொறுப்புபற்றி சு.ரா.வின் அக்கறை ஒழுக்கக் கட்டுப்பாடு மிகுந்த ஒரு பிரபல கிறிஸ்தவ மிஷன் கல்லூரி முதல்வரின் கண்டிப்பிற்கு இணையானது. வாழ்வின் சாரத்தைத் தேடி மெய்மையை ஸ்பரிசிக்க தனது அனுபவங்களைப் பரீட்சித்துப் பார்க்கும் சோதனைக் களமாகவே சு.ரா.விற்கு எழுத்து அமைகிறது.

ஒளி ஏற்ற பின்
என் கவிதையைக் காகிதத்தில்
கொட்டிவைக்க அவசியம் உண்டா?

என்று கேட்கிறார் சு.ரா.

மொழி குறித்து சு.ரா.வின் கவனமும் அக்கறையும் அவர்மீது மிகுந்த மதிப்பைத் தோற்றுவிப்பதாகும்.

மொழி துர்ச்செயலுக்கு துணை போகலாம். தவறாக வழி நடத்தலாம். மாயக் கவர்ச்சியூட்டலாம், மொழி நஞ்சு போன்றது. அதே சமயத்தில் நாம் உண்மையை மொழிவோமானால் அது நிவாரணியாகவும் அமைகிறது. மொழியின் இந்தப் புதிரான தன்மை தத்துவதர்சி விற்கன்ஸ்ரைனின் சிந்தனையின் மையமாக இருந்தது.

மொழியால் எமது அறிவுத்திறன் மயங்கி கிடப்பதற்கெதிரான போராட்டம் தான் மெய்யியல் என்றார் விற்கன்ஸ்ரைன். (Philosophy is a battle against the bewitchment of our intelligence by means of language) மொழியின் நுட்பம் செறிவு, தெளிவு, கூர்மை, நளினம், தீவிரம் ஆகிய அனைத்துக் கூறுகளின் பிரக்ஞையுடன் சு.ரா. மொழியைக் கையாளுவதில் தனித்து விதைந்துரைக்கப்படுபவர். நவீனத் தமிழின் மிகச் சிறந்த உரைநடை சு.ரா.வின் வண்ணத்தில் மெருகேறியிருக்கிறது. சொல்ல நினைப்பதைப் பிசிரின்றி, துல்லியமாக, ஆர்ப்பாட்டம், கஷ்டம் இல்லாமல் இயல்பாய் தெளிவாய் சொல்லும் ஆற்றலை சு.ரா. தனது அனைத்து எழுத்திலும் வெளிப்படுத்தியிருக்கிறார்.

அங்கதமும் கிண்டலும் எள்ளலும் இவரது எழுத்தில் புதைந்து கிடப்பன. திரிபுபடுத்தி நச்சு நோக்கங்களுடன் திசை திருப்பும் வாதங்களுக்கு எதிராக தனது நியாயத்தை யாவருக்கும் மசியாமல் முன்வைக்கும் நேர்மை சு.ரா. வினுடையது.

'தன்னைப் பொறுத்தும், தனது மக்கள், தனது சரித்திரத்தைப் பொறுத்தும் சுதந்திரம் இல்லாத நிலையில் சுதந்திரம் என்ற பதத்தின் மிகப் பரந்த அர்த்தத்தில் உண்மையான கலைஞனை நினைத்தும் பார்க்க முடியாது. அந்தக் காற்று இல்லாமல் சுவாசமே சாத்தியமில்லை' என்ற இவான் துர்கனேவின் வரிகள் என்றென்றும் பொருத்தமானவை.

மரபுகளை மீறியும் தடைகளையும் பொய்மைகளையும் மறுத்தும் ஆசாட பூதித்தனங்களை விலக்கியும் சு.ரா. நடத்தும் எழுத்து யாத்திரை கௌரவத் திற்குரியது. •

காலம், சுந்தர ராமசாமி சிறப்பிதழ், மே 2001, கனடா

க்ரியா ராமகிருஷ்ணன்: தமிழ்ப் பதிப்புலகின் தனி நட்சத்திரம்

சென்னை ராயப்பேட்டையில் 1980இல் பைலட் திரையரங்கிற்கு அருகில் அமைந்திருந்த 'க்ரியா' பதிப்பகத்திற்குச் சென்றிருந்தபோது, அந்த நிலையத்தின் நேர்த்தியான வடிவமைப்பும், புத்தகங்கள் பார்வைக்கு வைக்கப்பட்டிருந்த அழகும் என்னை வசீகரித்தது. சிறிய இடப் பரப்பில், எடிட்டிங் பணியில் ஈடுபட்டிருந்தோருக்கான கவர்ச்சியான கெபின்கள், கார்ப்பெட் விரிப்புகள், கழிப்பறை வசதிகள், நேசமான வரவேற்புச் சூழல் என்பனவற்றுடன் க்ரியா ராமகிருஷ்ணனின் இதமான பாங்கும் எனக்குப் புதிய அனுபவம்.

க்ரியாவைத் தேடி வரும் வாசகன் யார் என்பதும் அவருக்குத் தெரிந்திருக்கிறது. அன்று தமிழ்ப் பதிப்புலகமும் புத்தகக் கடைகளும் இருந்த நிலையில் க்ரியாவின் பதிப்புலகப் பிரவேசம் ஒரு கெரில்லாத் தாக்குதல் மாதிரிதான். 'தமிழ் வாசகர்களுக்கு உருவத்திலும் உள்ளடக்கத்திலும் உயர் ரக நூல்களை நேர்த்தியாகத் தயாரித்து வழங்குவதுதான் தனது பதிப்பகத்தின் நோக்கம்' என்று பி.பி.சி. ஆங்கில சேவையின் மார்க் டெலிக்கு வழங்கிய பேட்டியில், க்ரியா ராமகிருஷ்ணன் தெரிவித்த கருத்தினை, தனது No Full Stops in India என்ற நூலில் மார்க் டெலி பதிவு செய்கிறார். இந்தக் கூற்றின் உண்மையான அர்த்தத்தில்தான் ராம் அதனை தெரிவித்திருக்கிறார்.

ராமகிருஷ்ணன் சென்னை, லயோலா கல்லூரியில் சமூகவியலில் முதுமாணிப் பட்டம் பெற்று, புதுடில்லியில் ஆர்.கே. ஸ்வாமி என்ற இந்தியாவின் பிரசித்திபெற்ற விளம்பர நிறுவனத்தில் நல்ல சம்பளத்தில் பணியாற்றிவிட்டு, சென்னைக்கு வந்து தமிழில் தரமான நூல்களை அழகுறப் பதிப்பித்து வெளியிடுவதற்காக, 'க்ரியா' பதிப்பகத்தைத் தனது தோழி ஜெயலட்சுமியுடன் ஆரம்பித்தபோது, அவருக்கு வயது முப்பது. இலட்சியக் கனவுடன் தமிழ்ப் பதிப்புலகில் கால்பதிக்கிறார் ராம். 'நல்ல வேலையை விட்டுவிட்டு இந்தத் தொழிலில் இறங்கியிருக்கிறாரே' என்று அசோகமித்திரன் பல சந்தர்ப்பங்களில் என்னிடம் கூறியிருக்கிறார்.

'மொழிசார்ந்த பிரச்சினைகளை உணராதவர்களாகவே தமிழ்ப் பதிப் பாளர்கள் இருக்கிறார்கள். புத்தகத்தைப் பதிப்பிப்பது என்பது புத்தகத்தை அச்சடிப்பதே என்று பரவலாக இருக்கும் (தவறான) கருத்தை உறுதிப் படுத்துவது போலவே பதிப்பாளர்களும் செயல்படுகிறார்கள்' என்று ராமகிருஷ்ணன் கருத்துத் தெரிவிக்கிறார். நவீனத் தமிழ் வாசகனுக்கு அவனது ரசனையைக் கூர்மைப்படுத்தும் பாங்கிலான நூல்களைத் தனது 46 ஆண்டு காலப் பதிப்பு முயற்சியில் வெளியிட்ட சாதனை அவருடையது. தமிழின் தலைசிறந்த எழுத்துகளைத் தமிழ் வாசகப் பரப்பிற்குள் அவர் கொணர்ந் திருக்கிறார். அக்காலத்தில் சீரிய எழுத்தாளர்கள், ஓவியர்கள், நாடகர்கள், கலைஞர்கள், இசைஞர்கள், ஆய்வறிவாளர்கள் என்று அனைவரும் வந்து கூடும் சங்கமக்கூடமாக க்ரியா திகழ்ந்தது என்று கூற வேண்டும்.

க்ரியாவிற்கூடாகத்தான் க.நா.சு, லா.ச.ரா, வெங்கட் சாமிநாதன், கி.அ. சச்சிதானந்தன், ந. முத்துசாமி, எஸ்.வி.ஆர், அசோகமித்திரன், ஞானக் கூத்தன், சா. கந்தசாமி, ஆத்மாநாம், சி. மணி, தியடோர் பாஸ்கரன், பி.ஆர்.எஸ், பேராசிரியர் அண்ணாமலை, முனைவர் டி.கே. ரகுநாதன், எம். நடேஷ், ப. சங்கரலிங்கம், பூமணி, கோபி கிருஷ்ணன், சி. மோகன், திலீப்குமார், ஞாநி, சமஸ், ஆசைத்தம்பி, சார்வாகன், பிரான்ஸ்வா குரோ, சமீக்ஸா கோவிந்தன், இமையம் ஆகிய ஆளுமைகளை நான் சந்தித்திருக் கிறேன். தமிழகத்தின் தலைசிறந்த ஓவியர்களான ஆதிமூலம், ஆர்.வி. பாஸ் கரன், எஸ்.என். வெங்கட்ராமன், நா. கிருஷ்ணமூர்த்தி, அச்சுதன் கூடலூர் ஆகியோரோடு கருஞ்சுழி ஆறுமுகம் போன்ற கூத்துக் கலைஞர்களையும் அறிமுகமாக நேர்ந்ததும் இங்குதான். அவருடைய இல்லம் கலை, இலக்கியம், இசை, ஓவியம், நாடகம் குறித்த பெரும் ஆளுமைகளின் சர்ச்சைக் களமாகவே திகழ்ந்தது. மிகப் பெரும் ஆளுமைகளின் சந்திப்பு வட்டமாக க்ரியா மையம் கொண்டிருந்தது.

புத்தகங்களைப் புதிதுபுதிதாய், அழகழகாய் அச்சிட்டுப்பார்த்து மகிழும் பெரும் ரசனை மிக்கவர் ராம். அவரது நூல்களின் செய்நேர்த்தியைப் பார்த்து நான் வியந்திருக்கிறேன். தமிழில் முதன்முதலாக மொழிபெயர்க்கப்பட்ட லாவோ ட்சு அவர்களின் தாவோ தே ஜிங் (தமிழில்: சி. மணி) என்ற நூலுக்கான அட்டைப்படம் கறுப்பு வெள்ளைப் படம் என்றாலும், அதில் நான்கு இம்ப்ரஷன்ஸ் பதிவாகியுள்ளன. புத்தக அட்டைகளை அழகியல் உணர்வோடு பதிப்பிக்கும் ராமின் கனவுகளுக்கு, அச்சாக்கத்தில் நிபுணத் துவம் கொண்ட சுதர்சன் கிராஃபிக்ஸ் என். சுப்ரமணியன் பெரும் பலமாகத் திகழ்ந்திருக்கிறார். சி.வி. வேலுப்பிள்ளையின் 'நாடற்றவர் கதை' என்ற சிறு நூலைச் சென்னையில் நான் பதிப்பித்தபோது, அந்நூலின் அட்டைக்காகச் சிறகு விரித்துப் பறக்கும் பறவையின் படத்தை நான் பாவித்திருக்கிறேன்.

அழகிய படம் அது. இந்தப் படத்தை எடுத்தவர் என். சுப்ரமணியத்தின் தந்தை கே.எல். நாராயணன். சி.வி.யின் நூலுக்கான அட்டைப் படத்தைச் சுதர்சன் கிராஃபிக்ஸ் அச்சகத்திலேயே அச்சிட்டேன்.

ஓர் எழுத்தாளர் தனது நூலின் எழுத்துப்பிரதியைக் கையில் கொண்டுவந்து தந்ததும், அதை அப்படியே கொண்டுபோய் ஒரு பிரஸில் கொடுத்து, அவர் அதை அடித்துக்கொடுத்ததும், தங்களது வெளியீடாக அதனைப் பெருமை யோடு அறிவிக்கும் பதிப்பகங்களே மிகுதி. எழுத்தாளனின் பிரதியை வரிக்கு வரி வாசித்து, விளக்கம் கேட்டு, பிரதியை மேம்படுத்துவதில் ராமகிருஷ்ணன் காட்டும் பெரும் அக்கறை தமிழ்ப் பதிப்புலகம் கணக்கில் எடுக்க வேண்டிய முக்கிய அம்சமாகும். மலையகத்தின் மூன்று முக்கிய நூல்களை நான் இலங்கையில் பதிப்பித்திருக்கிறேன் என்றாலும், பதிப்பின் முக்கிய நுட் பங்களை நான் அவரிடமிருந்தே கற்றுக்கொண்டேன். இன்று நூலாக்கத்தில், பிரதி மேம்படுத்துவதில் நான் செலுத்தும் கூர்மை அவர் தந்த பாடம்தான். மோசமான பதிப்புகளைக் காணும்போது, இன்றும் நம் தமிழ்ப் பதிப்புலகம் எங்கோ நின்றுகொண்டிருக்கிறது என்று நான் விசாரம் கொள்வதுண்டு. மொழிபெயர்ப்பு நூல்களை வெளியிடும்போது மூலநூலின் ஆசிரியர் யார், மொழிபெயர்ப்பாளர் யார் என்பதில் எந்த மயக்கத்திற்கும் இடந்தராத துல்லியத்துடன் க்ரியா நூல்கள் வெளிவந்தன.

ஹிந்தி, கன்னடம், ஆங்கிலம், பிரெஞ்சு, ஜெர்மனி ஆகிய மூலநூல்களி லிருந்து மிகச் சிறந்த மொழிபெயர்ப்புகளைக் கொண்டுவந்து தமிழின் நவீன வளத்திற்கு உரம் சேர்த்த பெருமகன் ராமகிருஷ்ணன். சில மொழி பெயர்ப்புகள் நடந்தபோது, நான் அவருடன் இருந்திருக்கிறேன். வரிக்கு வரி உட்கார்ந்து, வாய்விட்டு வாசித்து, செம்மைப்படுத்தும் அந்தத் தீவிரந்தான் எவ்வளவு மகத்தானது. சில நூல்கள் பல ஆண்டுகளை எடுத்திருக்கின்றன.

அந்த்வான் து செந்த் - எக்சுபெரி என்ற பிரெஞ்சு எழுத்தாளர், பிரஞ்சில் எழுதிய ஒரு வாக்கியம் மிக நீண்டுபோய், கிட்டத்தட்ட ஒரு முழுப் பக்கத்தையும் எடுத்துக்கொண்டிருந்தது. தமிழ் மொழிபெயர்ப்பின் ஆரம்ப வரைவில், அந்த நீண்ட வாக்கியம் சிறுசிறு வசனங்களாக அமைந்திருந்தன. மூலநூலில் ஒரு வசனத்தில் எழுதப்பட்டிருப்பதை தமிழிலும் ஒரே வசன மாகக் கொண்டுவரலாமே என்று அந்த மொழிபெயர்ப்பு மீண்டும் வடி வமைக்கப்பட்டது. க்ரியா ராமகிருஷ்ணன் நூல் பதிப்பில் காட்டும் அக்கறை அது. இலங்கையில் சில மொழிபெயர்ப்புகள், மொழிபெயர்த்தவர் விளங்கிக்கொண்ட அளவில் தவறுகளோடு வெளியாகி இருப்பதை நான் பல சந்தர்ப்பங்களில் பார்த்திருக்கிறேன். வெளியீட்டாளர்கள் அக்கறை எடுத்து, தவறுகள் நேராமல், பிரதியைச் செம்மைப்படுத்தி வாசகர்களுக்கு வழங்கும் தார்மீகப் பொறுப்பை ஏற்க வேண்டும்.

'எந்த எழுத்தாளனுக்கும் க்ரியாவில் தனது நூல் ஒன்று வர வேண்டும் என்ற ரகசியக் கனவு இருந்தது' என்று மனுஷ்யபுத்திரன் எழுதியதில் உண்மை உண்டு. பிரதிகளை மேம்படுத்துவதில், எடிட் பண்ணுவதில் செலுத்தும் அக்கறையினை எழுத்தாளர்மீது செலுத்தும் ஆதிக்கம் என்ற தோரணையில் சிலர் பேசி வருகிறார்கள். ஆங்கில நூல் வெளியீட்டுத் துறையில் எடிட்டிங் எவ்வளவு முக்கிய இடத்தை வகிக்கிறது என்பதை நாம் விளக்கத் தேவை இல்லை.

தமிழின் முக்கிய எழுத்தாளரான, கனடாவின் வாழ்நாள் சாதனையாளர் விருதினைப் பெற்ற இமையம், தனது நாவலை மேம்படுத்தித் தந்தமைக்கு நன்றி தெரிவித்து க்ரியா ராமகிருஷ்ணனுக்கு கடிதம் எழுதியபோது, அதற்கு, 'நீங்கள் வைரத்தைக் கொண்டுவந்தீர்கள். அதனால், என்னால் பட்டை தீட்ட முடிந்தது. நீங்கள் ஒரு கரிக்கட்டையைக் கொண்டுவந்திருந்தால் என்னால் எதுவும் செய்திருக்க முடியாது' என்று பதில் எழுதியிருக்கிறார்.

ஆங்கிலத்தில் ஐராவதம் மகாதேவன் எழுதிய Early Tamil Epigraphy என்ற ஆய்வுநூலை ஹார்வர்ட் பல்கலைக்கழகப் பதிப்பகத்துடன் இணைத்து க்ரியா அந்நூலைச் செப்பனிட்டுப் பிரசுரித்தது. Colporul: A History of Tamil Dictionaries என மிக முக்கிய நூலினை மேம்படுத்துவதில் ராமகிருஷ்ணன் ஆண்டுக் கணக்கில் உழைத்திருப்பதை நான் அறிவேன். எடுத்த எந்த நூலினையும் அழகழகாக, புதிதுபுதிதாகச் செய்து பார்ப்பதில் அவருக்கிருந்த தாகம் வியப்பை ஏற்படுத்தும்.

ஈழத்து எழுத்துகளைப் பதிப்பிப்பதிலும் ராமகிருஷ்ணன் நிறைந்த அக்கறை காட்டியிருக்கிறார். 'பதினொரு ஈழத்துக் கவிஞர்கள்', மு. தளைய சிங்கத்தின் 'ஏழாண்டு இலக்கிய வளர்ச்சி', 'முற்போக்கு இலக்கியம்', அ. யேசுராசாவின் 'அறியப்படாதவர்கள் நினைவாக...', வ.ஐ.ச. ஜெய பாலனின் 'நமக்கென்றொரு புல்வெளி', 'குறுந்தொகை', அனார் தொகுத்த 'பொடுபொடுத்த மழைத்தூத்தல்: கிழக்கிலங்கை நாட்டார் காதல் பாடல்கள்', பா. அகிலனின் 'சரமகவிகள்' ஆகிய நூல்களை ராமகிருஷ்ணன் ஆர்வத்தோடு பதிப்பித்திருக்கிறார். சோ. சிவபாதசுந்தரம் அவர்கள் சிட்டியுடன் இணைந்து எழுதிய 'தமிழில் சிறுகதை வரலாறும் வளர்ச்சியும்' என்ற நூலும் க்ரியாவின் வெளியீடாக வந்தது. சோ. சிவபாதசுந்தரம் அவர்கள் சென்னை, அடையாறில் ஒரு ஸ்க்ரீன் பிரிண்டிங் அச்சகத்தை நடத்திக்கொண்டிருந்தார். க்ரியாவின் சில நூல்களின் அட்டைப்படங்கள் அங்கே அச்சிடப்பட்டவை.

எனது 'கூலித்தமிழ்' நூலில் 500 பிரதிகள் அச்சிட்டால் போதும் என்று நான் அவரிடம் சொன்னபோது, இந்தப் புத்தகம் நன்கு விலைப்படும் என்று ஆயிரம் பிரதிகள் அச்சிட்டு, அவை வெளியாகிய சில மாதங்களிலேயே

அனைத்தும் விற்றுத் தீர்ந்தன. அதன் மறுபதிப்பைச் செய்ய வேண்டும் என்று நிர்ப்பந்தித்துக்கொண்டிருந்தார். அந்நூலில் சில மாற்றங்கள் செய்ய வேண்டும் என்று கூறி நாட்களைக் கடத்திக்கொண்டிருந்துவிட்டேன். 'கூலித்தமிழ்' தமிழ்நாட்டின் முக்கிய ஆய்வறிஞர்களால் பாராட்டைப் பெற்ற நூலாகத் திகழ்ந்தது. என் நூலின் தலைப்பு எழுத்தினை, எஸ். முத்தையா ஆக்கிய 'த இண்டோ லங்கன்ஸ்' என்ற நூலில் வெளியான, கொழும்பு விளம்பரப் பலகை ஒன்றில் காணப்பட்ட எழுத்து மாதிரியினைக் கொண்டே வடிவமைத் திருந்தார். எஸ். முத்தையா, க்ரியா ராமகிருஷ்ணனுக்கு மிக நெருக்கமாக இருந்தவர்.

க்ரியாவின் 'தற்காலத் தமிழ் அகராதி' நவீனத் தமிழுக்கு ராமகிருஷ்ணன் அளித்த பெருங்கொடை. ஒரு கோடி சொற்களைக் கொண்ட சொல்வங்கி மூலம் **23,800** தலைச்சொற்களையும் **40,200** எடுத்துக்காட்டு வாக்கியங் களையும் கொண்டு, விரிவாக்கித் திருத்திய மூன்றாவது பதிப்பாக வெளி வந்த இந்த அகராதியில் **2,650** ஈழத்துச் சொற்கள் இடம்பெற்றுள்ளன. பேராதனைப் பல்கலைக்கழகத்தின் தமிழ்த் துறையைச் சேர்ந்த கலாநிதி செல்லத்துரை சுதர்சன் இந்த அகராதியின் ஈழத்து வழக்குச் சொற்களின் விளக்கத்திற்குப் பொறுப்பாக இருந்திருக்கிறார்.

தன் பதிப்பு முயற்சிக்கப்பால், கூத்துப்பட்டறையின் உருவாக்கத்தில் ந. முத்துசாமியின் வலதுகரமாகத் திகழ்ந்தார். கூத்துத்தான் தமிழர்களின் நாடக அரங்கு என்ற விழிப்புணர்வை ஏற்படுத்தும் சீரிய முயற்சியில் கூத்துப் பட்டறை செயற்பட்டபோது, அதன் சகல நடவடிக்கைகளுக்கும் ஆதாரச் சக்தியாக ராமகிருஷ்ணன் இருந்திருக்கிறார். புரிசை கண்ணப்ப தம்பி ரானின் கூத்து நிகழ்ச்சிக்கு என்னை ராமகிருஷ்ணன் ஒருமுறை அழைத்துச் சென்றிருக்கிறார்.

'சம்பிரதாய' என்ற செவ்வியல் இசையைப் போஷிக்கும் அமைப்பிலும் அவரின் பங்கு முக்கியமாயிருந்தது. இசையின் சமூகவியல் குறித்தெல்லாம் ராம் என்னோடு பேசியிருக்கிறார். மிருதங்கம் போன்ற செவ்வியல் இசைக் கருவிகள் மாட்டுத்தோலிலிருந்து தயாராவதன் சமூகவியல்பற்றி நாற்பது ஆண்டுகளுக்கு முன் அவர் யோசித்திருக்கிறார். அண்மையில் வெளியான டி.எம். கிருஷ்ணாவின் மிருதங்கம் தயாரிக்கும் கலைஞர்களைப் பற்றிய வர லாற்றினைப் பேசும் 'செபஸ்டியன் அன் சன்ஸ்' என்ற நூலை வாசிக்கையில் ராமின் நினைவுதான் என் மனதில் எழுந்தது.

இசை, நடனம் போன்ற லலித கலைகளுக்காக ஆங்கிலத்தில் 'ஸ்ருதி' என்ற தரம் மிகுந்த மாத இதழ், உயர்ந்த இலட்சியங்களுடன் வெளிவருவதில் ராமகிருஷ்ணன் பேருழைப்பை நல்கியிருக்கிறார்.

'மொழி' அறக்கட்டளையை நிறுவி, மொழிசார்ந்து ஆய்வுகளை மேற்கொள்ளும் பாதையை அமைத்தவரும் அவரே.

ரோஜா முத்தையா செட்டியாரின் பெரும் நூலகக் களஞ்சியத்தை, காரைக்குடியிலிருந்து சென்னைக்குக் கொணர்ந்து, நூலகர் அமரர் ப. சங்கரலிங்கத்தின் பொறுப்பில் நிர்மாணிப்பதில் ராமகிருஷ்ணன் எவ்வளவு நுட்பமாகச் செயற்பட்டார் என்பதை நானறிவேன்.

எந்தப் பணியை எடுத்தாலும் அதனை நேர்த்தியாகச் செய்து முடிக்கும் அவரின் செயற்திறன் நமக்கெல்லாம் முன்னுதாரணமாக அமையக்கூடியது.

'தமிழ் தனது காவல் தெய்வங்களில் ஒன்றை இழந்துவிட்டது' என்று இஸ்ரேலிய இந்தியவியல் அறிஞர் டேவிட் ஷுல்மன் ராமகிருஷ்ணனின் மறைவு குறித்துத் தெரிவித்த அஞ்சலியில் வருந்துகிறார்.

எனக்கும் ராமகிருஷ்ணனுக்கும் இடையிலான 40 ஆண்டு கால உறவு மிக அழுத்தமானது. தமிழகம் செல்லும்போதெல்லாம், முதலில் நான் சென்று காணும் முதல் நண்பராக அவர் இருந்தார். நட்பிற்கு, நேசத்திற்கு மாண்பு சேர்க்கும் பெருமனிதர் அவர். அவருக்கு ஓர் அஞ்சலிக் குறிப்பை எழுத நேர்ந்திருக்கிறது என்று நினைக்கையில் என் கண்கள் பனிக்கின்றன. •

தினகரன், 26.12.2020, இலங்கை

தினக்குரல், 27.12.2020, இலங்கை

தமிழில் புத்தகக் கலாசாரம்

தமிழ்ப் பதிப்புலகில் தரமான நூல் தெரிவிலும், நேர்த்தியான நூல் தயாரிப்பிலும் முன்னோடியாகச் செயற்பட்டவர் க்ரியா ராமகிருஷ்ணன் (1944 - 2020). தமிழ்ப் பதிப்புலகின் நட்சத்திரமாக அவர் நோக்கப்படுகிறார். தமிழகத்தில் புத்தகக் கலாசாரம்பற்றிப் பேசி, இயங்கி வந்தவர்.

க்ரியா பதிப்பகத்தை 1974இல் நிறுவி, பல்துறை சார்ந்த நூல்களைத் துணிவோடு வெளியிட்டவர். ஆங்கிலம், பிரெஞ்சு, ஜெர்மன், கன்னடம், இந்தி, வங்காளம் ஆகிய மூல மொழிகளில் இருந்தே தலைசிறந்த படைப்புகளைத் தமிழில் கொண்டுவந்தவர். ராமகிருஷ்ணனின் பெரும் ஈடுபாட்டில் உருவான 'க்ரியாவின் தற்காலத் தமிழ் அகராதி' நவீன தமிழ் உலகிற்குக் கிடைத்த அருங்கொடை.

'கசடதபற', 'நடை', 'இனி' போன்ற சிற்றிதழ்களோடும், நவீன ஓவியர்களோடும் இணைந்து செயற்பட்டவர். ந. முத்துசாமி, ஜி. நாகராஜன் ஆகியோரின் படைப்புகளை டேவிட் ஷுல்மனுடன் இணைந்து ஆங்கிலத்தில் வெளிக்கொண்டுவந்தார். ரோஜா முத்தையா ஆராய்ச்சி நூலகம், மொழி அறக்கட்டளை, கூத்துப்பட்டறை போன்ற அமைப்புகளின் மூலவராக இயங்கியவர். அவர் எழுதிய சிறுகதைகள் 'பின்கட்டு' என்ற தலைப்பிலும், கட்டுரைகள் 'நெடும் பயணம்' என்ற தலைப்பிலும் அவரது மறைவுக்குப் பின் தொகுத்து வெளியிடப்பட்டன.

அமரர் க்ரியா ராமகிருஷ்ணன் நினைவாக ஏப்ரல் 2021இல் பேராசிரியர் இ. அண்ணாமலை அவர்களின் முன்னெடுப்பில் நடைபெற்ற இணையவழிக் கருத்தரங்கில், தத்தம் துறைகளில் தலைசிறந்த பதினான்கு பேர் அனைத்துலக அளவில் கலந்துகொண்டு, தமது உரைகளைச் சமர்ப்பித்திருந்தனர். புத்தகக் கலாசாரத்துடன் தொடர்பான, 'அகராதி, எடிட்டிங், வடிவமைப்பு, இலக்கிய மொழி, மொழிபெயர்ப்பு' ஆகிய ஐந்து பொருண்மைகளின் கீழ் ஆற்றப்பட்ட இக்கருத்தரங்கு உரைகள் தொகுக்கப்பட்டு, 'தமிழில் புத்தகக் கலாச்சாரம்: க்ரியா ராமகிருஷ்ணன் நினைவுக் கட்டுரைகள்' என்ற தலைப்பில் அவரது முதலாம் ஆண்டு நினைவுநாள் அன்று க்ரியாவில் வெளியிடப்பட்டது.

க்ரியாவிற்கே உரிய பதிப்பு முத்திரையுடன் பளபளப்பான தாளில் ஆங்கிலம், தமிழ் ஆகிய இருமொழிகளிலும் அமைந்த கட்டுரைகளைக் கொண்டு நூல் அற்புதமாக வெளியாகியிருக்கிறது.

ஓவியர் ப. மணிவண்ணனின் சார்க்கோல் மூலம் வரையப்பட்ட ராமகிருஷ்ணனின் உருவப்படத்துடன், சுதர்சன் கிரபிக்ஸ் சுப்ரமணியத்தின் நுட்பமான அச்சாக்கத்தில் பாதுகாக்கப்பட வேண்டிய பொக்கிஷமாக இந்நூல் பொலிகிறது.

இந்த நூலைச் செப்பனிட்டுப் பதிப்பிப்பதில் இ. அண்ணாமலை, சி.டி. இந்திரா, கிறிஸ்டினா முரு, டி. ஸ்ரீராமன் ஆகியோர் தம் பதிப்பு மேன்மையைப் பதித்திருக்கிறார்கள். அகராதி, எடிட்டிங், வடிவமைப்பு, இலக்கிய மொழி, மொழிபெயர்ப்பு ஆகிய ஐந்து பிரிவுகளில் 3 தமிழ்க் கட்டுரைகளும் 11 ஆங்கிலக் கட்டுரைகளும் என்று, ஆக 14 கட்டுரைகளைக் கொண்டு இந்த நூல் அமைந்துள்ளது.

இந்நூலின் 382 பக்கங்களில், அகராதி சார்ந்த கட்டுரைகள் 40 வீதத்தையும், எடிட்டிங், வடிவமைப்பு, மொழி சார்ந்த கட்டுரைகள் 30 வீதத்தையும், மொழிபெயர்ப்பு சார்ந்த கட்டுரைகள் 30 வீதத்தையும் கொண்டுள்ளன.

'தமிழில் புத்தகக் கலாசாரம் என்பது இல்லை, என்பது ராமகிருஷ்ணன் அடிக்கடி வெளிப்படுத்தும் வருத்தங்களில் ஒன்று' என்று ஆசைத்தம்பி இந்த நூலில் மிகச் சரியாகவே கூறிச் செல்கிறார். 'புத்தகம் என்பது நமது அன்றாடப் பிரக்ஞையினுடைய ஒரு வெளிப்பாடாகவும், ஒரு பகுதியாகவும், நமக்குச் சக்தி கொடுக்கக்கூடிய பல விஷயங்களில் ஒன்றாகவும் இருக்க வேண்டும் என்று நான் நினைக்கிறேன். இந்த உணர்வுதான் என் உழைப்புக்கெல்லாம் அடிப்படை' என்று ராமகிருஷ்ணன் ஒரு சந்தர்ப்பத்தில் கூறியிருக்கிறார்.

'வரும் பத்தாண்டுகளில் தமிழ்ப் புத்தக வெளியீடு' பற்றிய கருத்தரங்கு சென்னையில் நவம்பர் 28, 1977இல் நடைபெற்றபோது, 'சிறு பதிப்பாளர்களின் பிரச்சினைகள்' என்ற தலைப்பில் உரையாற்றிய க்ரியா ராமகிருஷ்ணன் பின்வருமாறு குறிப்பிட்டார்:

'எல்லாவற்றிற்கும் அடிப்படைக் காரணம் தமிழ்நாட்டில் இன்னும் 'புத்தகக் கலாசாரம்' தோன்றவில்லை என்பதுதான். பெரும்பாலோர் இதை ஏற்றுக்கொள்ள மாட்டார்கள். வருடத்திற்கு எத்தனை புத்தகங்கள் வெளியிடப்படுகின்றன, எத்தனை பதிப்பாளர்கள் இருக்கிறார்கள் என்று கணக்குக் காட்டுவார்கள். ஆனால், புத்தகம் என்ற சாதனத்தைப் பற்றியும், அறிவு வளர்ச்சியின் தன்மைபற்றியும், இவற்றோடு இணைந்த மற்ற எல்லா விஷயங்களைப் பற்றியும் இன்று நிலவும் மனப்போக்கு புத்தகக் கலாசாரத்தை உருவாக்கவோ, ஆதரிக்கப்போவதோ போதுமானதாக இல்லை. இம்மாதிரி நிலைமையில் சிறு பதிப்பாளர்கள் தோன்றுவார்கள்; மறைந்து

விடுவார்கள். ஆனால், ஒரு சிறு பதிப்பாளர் வெளியீட்டுத் துறையை விட்டகன்றால் இன்னொருவர் வருவார். இது ஒன்றுதான் தமிழ்ப் புத்தகத் துறையின் பெரிய நம்பிக்கை.'

நான்கு தசாப்தங்களுக்கு மேலாக, புத்தகக் கலாசாரத்திற்காகத் தொடர்ந்து குரல் கொடுத்து, தனது க்ரியா நிறுவனத்திற்கூடாக அயர்வின்றி உற்சாகமாக உழைத்து வந்தவர் ராமகிருஷ்ணன்.

க்ரியா ராமகிருஷ்ணன் நினைவாக நடத்தப்பட்ட கருத்தரங்கு மிகப் பொருத்தமாகவே 'புத்தகக் கலாசாரம்' என்ற பொருண்மையில் அமைந்துள்ளது. 'அகராதி' என்ற தலைப்பின் கீழ் தங்க. ஜெயராமன் சமர்ப்பித்துள்ள 'தற்காலத் தமிழ் அகராதி: சமூகம், கலாசாரம் சார்ந்த சில பிரச்சினைகள்' (Dictionary of Contemporary Tamil: Some Socio-Cultural Issues) என்ற கட்டுரை மகுடமாக அமைய வல்லது. க்ரியாவின் தற்காலத் தமிழ் அகராதியினை அடிப்படையாகக் கொண்டு தங்க. ஜெயராமன், தமிழ் அகராதி எதிர்காலத்தில் செல்ல வேண்டிய திசைவழிப் பயணத்தைத் தனது கட்டுரையில் கோடி காட்டுகிறார். தமிழ்க் கிராமியச் சொல்வழக்கின் காவல் தெய்வமாகத் தலைநிமிர்கிறார் தங்க. ஜெயராமன். தமிழர் வாழ்வின் கிராமியச் செழுமைகளை, தொன்மைகளை, சமய நம்பிக்கைகளை, கலாசார நடைமுறைகளை, சமூக வாழ்வியலின் சீர்மைகளை கி. ராஜநாராயணன், தொ. பரமசிவம், ஆ. சிவசுப்ரமணியம், அ.கா. பெருமாள், தங்க. ஜெயராமன் போன்ற அறிஞர்கள் தங்களின் ஆய்வு, அனுபவப் பெரும் பலத்தில் அறிவுலகின் முன் படைத்துள்ளனர். அவ்வகையில், இன்றைய அகராதிகள் ஆங்கில அகராதிக் கருத்தமைவுக்கு இசைவாக, எழுத்துத் தமிழ் ஆட்சியினையே முதன்மைப்படுத்தி, கிராமிய வழக்குகளைப் புறந்தள்ளும் போக்கினைக் கைக் கொள்வதுபற்றிய கரிசனையைத் தனது கட்டுரையில் தங்க. ஜெயராமன் வலிமையாக முன்வைத்திருக்கிறார். கிராமியச் சொல் வழக்குக் களஞ்சியத்தைக் கணக்கில் எடுக்காது போனால், நவீன-தற்கால அகராதியின் epistemology யே கேள்விக்குள்ளாகும் என்று எச்சரிக்கை விடுக்கிறார் தங்க. ஜெயராமன். சுவரொட்டி, அறை, குணவடை, கடைமடை, குறாள், கழனி, காரிக்கன், சடங்கு, நடவாள், குடியானவன், குடிபடை போன்ற கிராமத்தில் வழக்கிலுள்ள அர்த்தச் செறிவுமிக்க சொற்களுக்கு தங்க. ஜெயராமன் தரும் அகராதியியல் விளக்கங்கள் செழுமையானவை.

தங்க. ஜெயராமனின் கருத்தியலுக்கு இசைவாக டேவிட் ஷுல்மன் தந்திருக்கும் 'மொழியின் இரட்டை வழக்கும், பன்மை வழக்கும் அதன் எழுத்துருவாக்கத்திலும் இலக்கியவாக்கத்திலும்' (Diglossia, Polyglossia, Literization, Literarization) என்ற கட்டுரை அமைந்திருக்கிறது. இருபதாம் நூற்றாண்டின் முன்னரைப் பகுதியிலிருந்தே தமிழில் பேச்சு வழக்கினை

இலக்கியப் படைப்புகளில் கொணரும் போக்கு காணப்படுவதாகக் கூறப் படுகிறது. புதுமைப்பித்தன், பிற்காலத்தில் ஜி. நாகராஜன், ந. முத்துசாமி, தி. ஜானகிராமன், இமையம் போன்றோரை இந்த நவீன இலக்கியச் செல் நெறிக்கு உதாரணப்படுத்துவதையும் காண்கிறோம். ஆனால், தமிழ் இலக் கியச் சொல்லாடலில் பேச்சு வழக்கு கையாளப்பட்டதற்கு நீண்ட வரலாறு இருக்கிறது என்கிறார் டேவிட் ஷுல்மன்.

சிங்கன்: பார்க்கிலதிசயந் தோணுது சொல்லப் பயமாயிருக்குதடி சிங்கி.

சிங்கி: ஆர்க்குப்பயமினித் தோணின காரியம். அஞ்சாமற் சொல்லடா சிங்கா

என்று திருக்குற்றாலக் குறவஞ்சியில் 'சிங்கனுக்கும் சிங்கிக்கும் சம்வாதம்' என்ற பகுதியிலிருந்து டேவிட் ஷுல்மன் காட்டும் உதாரணங்கள் 17, 18ஆம் நூற்றாண்டுகளிலேயே பேச்சு வழக்கு இலக்கியவாக்கத்தில் இடம்பெற்றிருப் பதை விளக்குகிறது. சிற்றிலக்கியம் எனப்படும் நொண்டி நாடகம், பள்ளு, விறலிவிடு தூது போன்ற இலக்கியங்களிலும் வெவ்வேறு வகையிலான சமூக, புவியியல்சார் பேச்சு வழக்குகள் கையாளப்பட்டிருப்பதை ஷுல்மன் குறிப்பிடுகிறார்.

பேச்சு மொழியை இலக்கிய ஆக்கத்தில் கையாளும் முறை கன்னடம், தெலுங்கு, மலையாளம் ஆகிய மொழிகளில் ஆயிரம் ஆண்டுகளுக்கு முன் னரேயே காணப்படுவதற்கு, தெலுங்கு பிரபந்த இலக்கியங்களிலிருந்தும் ஷுல்மன் ஆதாரம் காட்டுகிறார்.

தங்க. ஜெயராமன் முன்வைக்கும் அகராதியியல் கருத்தியலுக்கு வலுச் சேர்க்கும் கட்டுரையாக ஷுல்மனின் கட்டுரை அமைந்துள்ளது.

அகராதி மீதான ஒரு பயனாளியின் பார்வை எப்படி உருவாகிறது, அகராதியின் நம்பகத் தன்மை எப்படி வலுப்பெறுகின்றது என்பதுபற்றி பா.ரா. சுப்பிரமணியன் தனது 'அகராதி மீதான பார்வையும் நம்பிக்கையும்' (Perception and Reliability of a Dictionary) என்ற கட்டுரையில் பேசுகிறார். 'க்ரியாவின் தற்காலத் தமிழ் அகராதி'க்கான தளத்தினை நிர்மாணித்து, அவ்வகராதிக்குப் பூரண வடிவம் தந்தவர் பா.ரா. சுப்பிரமணியம் அவர்கள்.

'ஜாஃபா கேக்கும் பில்டர் காப்பியும்: அகராதியியலில் சில சவால்கள்' Jaffa Cakes and Filter Coffee: Some Challenges for Lexicography என்ற க்ரெகரி ஜேம்ஸ் அவர்களின் கட்டுரை அகராதி மொழியின்மீது செலுத்தும் ஆதிக்கம், எவ்வாறு அகராதி மொழியில் உட்புகுந்துள்ள சொற்களைக் களை எடுக்கிறது, மொழியின்மீது விதிமுறைக் கட்டுப்பாடுகளை எவ்வாறு நியமிக்கிறது, ஒரு சொல்லின் சாதாரண, மக்கள் புழங்கும் கருத்தில் அர்த்தம் என்ன, சொல்லின் வரைவிலக்கணம் என்பதன் போதாமை, சட்டபூர்வமான விளக்கங்களில்

சொற்கள் வியாக்கியானம் செய்யப்படும் முறை, அகராதியியலைப் பற்றிய விழிப்புணர்வை ஏற்படுத்தல் போன்ற பல்வேறு அம்சங்கள் குறித்துப் பேசும் சிறந்த கட்டுரையாகும்.

உயிரிழந்து போன சொற்களைப் பதனப்படுத்தி வைக்கும் அரும்பொருட் காட்சியகமாகவே அகராதி பார்க்கப்படுகிறது. நடைமுறையில் மொழி எவ்வாறு பாவிக்கப்படுகிறது என்பதைவிட, மொழியை எவ்வாறு செம்மை யாகப் பயன்படுத்துவது என்று அதிகாரபூர்வமாக விதி செய்யும் ஓர் ஏற் பாடாகவே அகராதி நோக்கப்படுகிறது என்று இக்கட்டுரையின் ஆரம் பத்திலேயே க்ரெகரி குறிக்கிறார்.

'ஆங்கில மரபுச் சொற்றொடரின் அர்த்தத்தை நிர்ணயம் செய்தலும் அதன் தூய்மையைப் பேணுதலுமே அகராதியின் பிரதான நோக்கம்' (Language in Contemporary Tamil Literature) என்ற சாமுவேல் ஜோன்சன் கொண்டிருந்த கருத்து அகராதியியலில் பெரும் செல்வாக்கு செலுத்தியவண்ணமே இருந் தாலும், இதற்கு மாற்றான கருத்துகளும் எழுந்தவண்ணமே உள்ளன. 'ஒரு சொல் எந்தச் சந்தர்ப்பத்தில் கூறப்பட்டது என்று தெரியாத பட்சத்தில், ஒரு வார்த்தைக்கு எந்த அர்த்தமுமில்லை.' என்று பிலிப் ரூபின் கூறுவதை க்ரெகரி ஜெம்ஸ் மேற்கோள் காட்டுகிறார்.

தக்காளி பழ வகையினத்தைச் சேர்ந்ததா, காய்கறி வகையினத்தைச் சேர்ந்ததா என்ற கேள்வி அமெரிக்காவில் பெரும் சட்டப் பிரச்சினையை எழுப்பியது. தக்காளி என்பதற்கு அகராதி தரும் வரைவிலக்கணங்கள் கணக்கில் எடுத்துக்கொள்ளப்பட்டன. தக்காளி இறக்குமதிக்கு வரி விதிப்பது தொடர்பான வழக்கில், அமெரிக்க உயர் நீதிமன்றம், தக்காளி என்பது 'பொது மக்களின் வழக்கின் பேரில்' காய்கறி என்று தீர்மானித்துத் தீர்ப்பளித்தது.

அதே போன்று மீன்குட்டையில் அலங்கார மீன்கள் வளர்ப்பு, வரி விதிப் பிற்கு உட்படுத்தப்பட்டபோது கால்நடை வளர்ப்பில் மீன்கள் விலங்கின வகைக்குள் வர மாட்டாது என்று நீதிமன்றம் தீர்ப்பளித்தது.

இங்கிலாந்தில் பிரசித்தி பெற்ற ஜாஃபா கேக் (Jaffa Cake) வழக்கில் ஜாஃபா கேக்கிற்கு vat வரி விதித்தல்பற்றிய பிரச்சினையில் அது கேக் வகையினமா? பிஸ்கட் வகையினமா? என்ற கேள்வி எழுந்தது.

இந்த வழக்கில் ஆங்கில அகராதிகள் கேக், பிஸ்கட் என்பனவற்றிற்கு தந்த வரைவிலக்கணங்களை க்ரெகரி ஜேம்ஸ் தனது கட்டுரையில் விரிவாக ஆராய்கிறார். ஜாஃபா கேக், கேக்கின் குணாம்சங்களையும் பிஸ்கட்டின் குணாம்சங்களையும் ஒருசேரக் கொண்டிருந்தபோதும் அது கேக்கின் குணாம் சங்களையே பெருமளவு கொண்டுள்ளது என்று நீதிமன்றம் தீர்ப்பளித்தது. அவ்வாறு முடிவுக்கு வருவதற்கு ஒரு முக்கிய வேறுபாடு நீதிமன்றின்

கருத்தில் கொள்ளப்பட்டது. அதாவது ஒரு புதிய கேக் நாள்பட்டுப் பழசாகிப் போனதும் தடிப்பாகிப்போகிறது. ஆனால், பிஸ்கட் நாளாகிப்போனதும் நமுத்துப்போகிறது.

கேக்கையும் பிஸ்கட்டையும் வேறுபடுத்தும்போது இவற்றிற்கிடையே காணப்படும் வேறுபாடுகள்பற்றிய தகவல்களில் எந்தளவு விபரங்களை ஓர் அகராதி எடுத்துக்கொள்ள வேண்டும் என்ற கேள்வி எழுகிறது. நுணுக்கமான விபரிப்பிற்கும் உள்ளடக்க வேண்டிய தகவல்களின் எல்லைப் பரப்பிற்கும் இடையே அகராதி சமரசம் காண வேண்டி ஏற்படுகிறது. ஜாஃபா கேக் என்பதற்கு ஓர் அகராதி தரக்கூடிய சாதாரண விளக்கம் என்ன? என்று வினா எழுப்புகிறார் க்ரகெரி ஜேம்ஸ்.

அகராதியியலைப் பற்றிய விழிப்புணர்வையும் அறிவையும் ஏற்படுத்தும் வகையில் ஆறாம் வகுப்பு முதற்கொண்டே பாடத்திட்டத்தில் 'அகராதியை அறிவோம்' என்னும் பாடத் தலைப்பைச் சேர்க்கும் தமிழ்நாடு அரசின் திட்டத்தினை க்ரெகரி ஜேம்ஸ் முன்மொழிகிறார்.

அகராதியியலைவிடவும் எடிட்டிங், வடிவமைப்பு, மொழிபெயர்ப்பு குறித்த கட்டுரைகள் இந்த நூலிற்குப் பெரும் வளம் சேர்த்துள்ளன. 'தமிழில் முன்னுதாரணமில்லாத ஒரு எடிட்டர்' என்று க்ரியா ராமகிருஷ்ணனைப் பற்றி 'இந்து தமிழ்' நாளிதழில் பணியாற்றும் ஆசைத்தம்பி எழுதியுள்ள கட்டுரை பதிப்புலகில் ராமகிருஷ்ணனிடம் இருந்த எடிட்டிங் திறமையை அருகிருந்து பார்த்த அனுபவத்திலிருந்து கிளைத்திருக்கிறது. 'புத்தக வெளியில் ஓவியத்தின் பங்கு' என்ற தலைப்பில் ஓவியர் மணிவண்ணன் க்ரியா வெளியீடுகளின் வடிவமைப்பில் ராமகிருஷ்ணன் வெளிப்படுத்திய கலை ரசனையினைச் சிறப்பாக எடுத்துக்காட்டியுள்ளார். சாஷா ஏபெலிங், வெ. ஸ்ரீராம், மீனாட்சி ஹரிஹரன் போன்றோரின் ஆக்கங்கள் இந்நூலை அரிய பொக்கிஷமாக மாற்றியுள்ளன. சென்னைப் பல்கலைக்கழகத்தின் ஆங்கிலப் பேராசிரியையாகத் திகழ்ந்த சி.டி. இந்திரா இந்நூலுக்கான அறிமுகத்தை அற்புதமாக எழுதியிருக்கிறார். யேல் பல்கலைக்கழகம், சிகாகோ பல்கலைக்கழகங்களின் ஓய்வுநிலை ஆய்வுப் பேராசிரியரான இ. அண்ணாமலை இந்த ஆய்வரங்கினை ஒழுங்குபடுத்தி, இந்நூலின் ஆக்கத்தில் முக்கிய பங்கு வகித்ததுடன், அரிய முத்தாய்ப்பாக ஒரு பின்னுரையினை நல்கியுள்ளார். தமிழில் புத்தகக் கலாசாரம் பற்றிய துறையில் ஒரு பொக்கிஷத்தைத் தந்திருக்கிறார் பேராசிரியர் அண்ணாமலை அவர்கள்.

தங்க. ஜெயராமன் தனது கட்டுரையில் சுட்டியிருக்கும் செல்நெறிக்கு ஆதாரமாக, பவல் ஹான்ஸ் என்ற செக் குடியரசின் தமிழ் ஆய்வு அறிஞரின் 'தற்காலத் தமிழ் இலக்கியத்தில் மொழிப் பயன்பாடு' கட்டுரை அமைந்திருக்கிறது. 'நவீனத் தமிழ் இலக்கியத்தின் ஆரம்ப காலத்தில் ஆதிக்க

சாதியினரைச் சார்ந்தவர்களின் ஆதிக்கத்தில் இவ்விலக்கியம் இருந்ததற்கு மாறாக, இன்று சமூகத்தின் பலதரப்பட்ட தளங்களிலிருந்தும் பல வட்டார வழக்குகளின் பிரயோகத்துடனும் புதிய எழுத்தாளர்கள் கால்பதித்துள்ளனர்' என்று பவல் ஹான்ஸ் அவதானிக்கிறார்.

இந்த வட்டார இலக்கியத்தின் வளர்ச்சி இன்று உச்சகட்ட வளர்ச்சியினை எட்டியுள்ளது என்றும், தமிழ் மொழியின் சகல தளங்களிலும் ஊடுருவி, அதன் செழுமையினைத் திரட்டித் தருவதிலும், தாம் வாழும் பிரதேசத்தின் மீதான பெரும் பாசத்தை வெளிப்படுத்துவதிலும், தங்கள் பிராந்தியங்களின் நாட்டார் வழக்காறுகளை ஆராய்வதிலும், அக்கலாசார முதுசத்தைப் பேணுவதிலும் தலித் எழுத்தாளர்கள் காட்டும் இந்த அக்கறை, அவர்கள் பிரயோகிக்கும் பன்முகப்பட்ட மொழிநடை, கையாளும் பொருட் பரப்பு, புனையும் பாணியம் (genre), லாவகமாக எழுதும் வட்டார வழக்குகள், பயன்படுத்தும் சொற்களஞ்சியம் என்பனவற்றில் வெளிப்படுகிறது என்கிறார் பவல் ஹான்ஸ்.

கி. ராஜநாராயணன் கரிசல் மண்ணின் வட்டார வழக்கு அகராதியை 1988இல் வெளியிட்டபோது, அது விலைபோகாமலிருந்த நிலை மாறி, இன்று டசன் கணக்கில் வட்டார வழக்கு அகராதிகள் வந்துவிட்டன என்றும், இன்றைய தமிழ்ப் புனைகதையுலகில் மக்களின் பேச்சு மொழியில் எழுதுவதும், அவ்வப் பிராந்திய மொழியைக் கையாள்வதும் நியமமான போக்காக மாறியுள்ளது என்கிறார் அவர்.

நியூயோர்க் மாநிலத்தின் சியனா கல்லூரியில் இணைப் பேராசிரியராகப் பணியாற்றும் பெருந்தேவி சீனிவாசன் இத்தொகுப்பில் எழுதியுள்ள 'நவீனத் தமிழ்க் கவிதையில் ஆங்கிலம்: தற்காலத்தை எழுதுதல்' (English in Modern Tamil Poetry: Writing the Contemporary) என்ற ஆய்வுக் கட்டுரையும் மேலே கூறிய அறிஞர்களின் ஆய்வுக்கண்ணியின் அடுத்த மணியாகத் தொடர்கிறது.

'மணிக்கொடி' கால எழுத்தாளர்களில் பெரும்பான்மையோர் கற்பனாவாதிகளாகவும், அவர்களின் தனிநபர்வாதம், அழகியல் முனைப்பு, சிருஷ்டி வேட்கை என்பன இட - வெளிச் சூழல்களுக்கு உகந்ததாகவும், உணர்வு நலன் கொண்டதாயும், சுயேச்சையான மொழி நடை கொண்டதாயும் அமைந்தது என்றும், அவர்களுக்குத் தூய தமிழ் என்பது அருவருக்கத் தக்கதாயிருந்தது என்றும் கூறும் பேராசிரியர் க. கைலாசபதியின் கூற்றினை மேற்கோள் காட்டும் பெருந்தேவி, அறிஞர் பெர்னார்ட் பேட் (Bernard Bate) முன்வைக்கும் திராவிட பொது - அரசியல் மேடைப் பேச்சு (Public Space of Dravidian Political Oratory) கோட்பாட்டினை கைலாசபதியுடன் இணைத்து, அதற்கு மாற்றுக் கோட்பாடாக, நவீனத் தமிழ் இலக்கிய எழுத்தினை முன்வைத்து, இரட்டை மொழி வழக்கு சார்ந்து இருமைக் கோட்பாட்டாக்கத்தை உருவாக்குகிறார்.

நவீனத் தமிழ் இலக்கிய மொழிபற்றிய கருத்தோட்டத்தில் பேச்சு வழக்கினை ஒருபோதும் கைலாசபதி மறுத்தவர் அல்லர். ஈழத்தில் சாதி ஒடுக்குமுறை சார்ந்த புனைவிலக்கியத்தில் சனாதன - பண்டித மொழி மரபிற்கெதிராகத் தொடர்ந்து போராடிவந்தவர் பேராசிரியர் கைலாசபதி ஆவார்.

ஆனால், இந்த இருமுனைவாதப் போக்கு இன்றைய சிக்கலான தமிழ்ச் சூழலில் பொருத்தமற்றது என்று பெருந்தேவி கூறுகிறார். பேச்சு மொழியைக் கவிதையில் பிரயோகித்த போக்கிற்கு பாரதியார், ந. பிச்சமூர்த்தி, புதுமைப் பித்தன் ஆகியோரிலிருந்து பிரமிள், ஞானக்கூத்தன், பழமலய், இசை, மனுஷ்யபுத்திரன், பச்சோந்தி வரையிலான கவிதைப் பரப்பினைச் சிறந்த, சுவாரஸ்யமான ஆய்வுக்குட்படுத்தியிருக்கிறார். நவீனத் தமிழ்க் கவிதையில் ஆங்கிலச் சொற்களின் பிரயோகம் உடனடித் தன்மை, நிகழ்காலத் தன்மை, நொடிக்குள் செயற்படுதல் ஆகிய விசேடித்த விளைவுகளை ஏற்படுத்திச் சம காலத்தை உருவாக்குவதை, சமகாலத்தை எதிர்நோக்குவதைச் சிறந்த உதா ரணங்களுடன் நுட்பமாக ஆராய்ந்திருக்கிறார் பெருந்தேவி.

'எடிட்டிங்' என்ற தலைப்பில் மினி கிருஷ்ணன் எழுதியிருக்கும் 'இலக்கிய மொழிபெயர்ப்பைச் சீரமைத்தல்: இந்தியச் சாளரத்தின் வழி ஒரு பார்வை' (Editing Literary Translations: A View through an Indian Window) என்ற கட்டுரை, முப்பது ஆண்டுகளாகப் பல இந்திய மொழிகளிலிருந்து ஆங்கிலத்தில் மேற் கொள்ளப்பட்ட மொழிபெயர்ப்புகளைப் பதிப்பிப்பதில் கொண்டிருந்த அவரது ஆழமான அனுபவத்தினைப் பகிர்கிறது.

எழுத்தாளர், மொழிபெயர்ப்பாளர், எடிட்டர் ஆகிய மூவரில், எடிட்டரின் பிரசன்னம் என்பது எப்போதுமே வெளித் தெரியவராத ஒரு மாயாவியின் தோற்றமாகவே இருந்திருக்கிறது. ஒரு மொழிபெயர்ப்புப் பிரதியைச் செம்மைப்படுத்துவதுபற்றிய கலந்துரையாடலில், எடிட்டருக்கு எந்த இடமும் இல்லை என்று மினி கிருஷ்ணன், க்ரியா ராமகிருஷ்ணனிடம் பேசிக்கொண் டிருந்தபோது, 'குறைப்படாதீர்கள்! எவ்வளவு வெளிக்குத் தெரியாமல் இருக் கிறோமோ அவ்வளவுக்கு நல்லது' என்று சொல்லியிருக்கிறார் ராமகிருஷ்ணன்.

நமது இந்திய இலக்கியங்கள் உலக வாசகப் பரப்பிற்குக் கொண்டுசெல்லப் படவில்லை என்றும், பல்வேறு சமகால இந்திய மொழி இலக்கியங்கள் மொழிபெயர்க்கப்பட வேண்டிய தேவை மிகமிக முக்கியமானது என்று தனது கட்டுரையில் வலியுறுத்தும் மினி கிருஷ்ணன், மொழிபெயர்ப்பில் மாயப் பிரசன்னம் தரும் எடிட்டரின் பணியும் முக்கியமும் எத்தகையன என்பதையும் அழுத்திக் கூறுகிறார்.

'நாங்கள் பல நூற்றாண்டுகளை எங்களுக்குள் வாழ்ந்துகொண்டிருக்கிறோம். இந்திய மொழி சார்ந்த எழுத்தாளன் கடந்துபோன ஒரு நூற்றாண்டுக் கதையைச் சமகால மொழியிலும் உத்திகளாலும் உருவாக்க வல்லவன்' என்ற

யு. அனந்தமூர்த்தியின் கூற்றினை மேற்கோள் காட்டும் மினி கிருஷ்ணன், மொழிபெயர்ப்பாளன் மொழிபெயர்ப்பில் பெரும் சவால்களை எதிர் கொள்கிறான் என்கிறார். இத்தாலி, பிரெஞ்சு மொழிகளில் மொழிபெயர்ப்பு செய்பவர்களின் பிரதிகளில் வெளியீட்டாளர்கள் எந்த அளவிற்கு எடிட்டிங் செய்கிறார்கள்? என்று அந்தந்த மொழிகளில் மொழிபெயர்ப்பு மேற் கொள்ளும் எழுத்தாளர்களிடம் கேட்டபோது, தங்களது மொழிபெயர்ப்பில் 2இலிருந்து 5 வீதமான பகுதிவரை எடிட் பண்ண அனுமதிப்போமே தவிர, அதற்கு மேல் அனுமதிக்க மாட்டோம் என்று கூறியிருக்கிறார்கள். ஆனால், ஆங்கில எடிட்டராக இருக்கும் சூட்டு மேனன் தனது ஆங்கில மொழி பெயர்ப்புகளை, பத்துத் தடவைகளாவது 'இங்லிஷ்' பண்ண வேண்டி இருக் கிறது என்கிறார்.

'புத்தக ஆங்கிலத்தில்' வளர்ந்த இரண்டு தலைமுறை இந்தியர்கள் கற்பிதப் படுத்தப்பட்ட நியம ஆங்கிலத்தில் (Imagined Standard English) நெறிப் படுத்தப்பட்டுள்ளனர். இத்தகைய ஆங்கில மனப்போக்கினால், இந்திய எழுத்தாளர்களது சிருஷ்டிகளின் தனித்துவம் 30 வீதம் மொழிபெயர்ப்பில் கரைந்துபோய்விடுகிறது என்கிறார் மினி கிருஷ்ணன். எழுத்து நடையில் தத்தமக்கென விசேட தனித்துவம் கொண்ட புதுமைப்பித்தன், ப. சிங்காரம், சு.ரா., அசோகமித்திரன், தோப்பில் முஹம்மது மீரான், அம்பை, இமையம் போன்ற எழுத்தாளர்களின் படைப்புகளின் தனித்துவம் ஆங்கிலத்தில் கரைந்து தான் போயிருக்கிறது என்கிறார் அவர்.

மொழிபெயர்ப்பாக்கத்தில் எடிட்டிங் என்பதன் முக்கியத்தை அழுத்த மாகப் பதிவுசெய்கிறார் மினி கிருஷ்ணன்.

'க்ரியா ராமகிருஷ்ணன்: தமிழில் முன்னுதாரணமில்லாத ஒரு எடிட்டர்' என்ற தலைப்பில் தே. ஆசைத்தம்பி தந்திருக்கும் கட்டுரை, தமிழில் இன்று எடிட்டிங்பற்றி நிலவும் தவறான கருத்துகளின் மத்தியில், நேர்த்தியாக எடிட்டிங்கின் முக்கியத்தை ராமகிருஷ்ணனை முன்வைத்துப் பேசுகிறது. ராமகிருஷ்ணனின் எடிட்டிங்பற்றிய கட்டுக்கதைகளை உடைத்து, அவரின் பதிப்புப் பணியினை நேரில் இருந்து பார்த்து, அனுபவித்த உணர்வின் பலத் தில் நின்று பேசும் சிறந்த கட்டுரை இது.

இன்றைய தமிழின் முக்கிய எழுத்தாளரான இமையத்தின் பதின்மூன்று நாவல்களை, க்ரியா ராமகிருஷ்ணன் எடிட் செய்து பதிப்பித்திருக்கிறார். 'க்ரியா ராமகிருஷ்ணனும் என் கதைகளும்' என்ற தலைப்பில் இமையம் எழுதியிருக்கும் கட்டுரை, ஒரு நூலாக்கத்தில் எடிட்டர் என்பவரின் பங்கு எத்தகையது என்பதற்கு ஒரு பாடநூல் இலக்கணமாக ராமகிருஷ்ணன் திகழ்ந்திருக்கிறார் என்பதைப் பேசுகிறது. 'பள்ளியில், கல்லூரியில் மொழி அறிஞர்கள் கற்றுத்தராதவற்றை எல்லாம் எனக்குக் கற்றுத்தந்தவர் ராம கிருஷ்ணன்' என்கிறார் இமையம் என்ற பள்ளி ஆசிரியர்.

'புத்தக அழகியல்பற்றிச் சில பார்வைகள்' (Some Perspectives on the Aesthetics of the Book) என்ற கட்டுரையை எழுதியிருக்கும் வின்சென்ஸோ லெத்த, ஒரு இத்தாலிக்காரர். இத்தாலியப் பதிப்பகத்தில் வடிவமைப்பாளராகப் பணியாற்றுபவர். கணினிக் கலை, மேடை நாடக ஒளியமைப்பு, ஒலி-ஒளி ஆக்கங்கள், ஆவணப்படங்களின் புகைப்பட நுட்பம் ஆகியவற்றில் தொழில் முறைத் திறன்மிக்க வின்சென்ஸோ லெத்த, இத்தொகுப்பின் கட்டுரை யாளர்களில் ராமகிருஷ்ணனுடன் நேரடிப் பரிச்சயம் அற்றவராவார். எனினும் புத்தக அழகியல் இந்த இருவரையும் நெருக்கமான புள்ளியில் இணைத்திருக்கிறது. புத்தக அழகியல்பற்றிய அறிவார்ந்த சிறந்த கட்டுரை இது. காலவெளியில் நிலைத்து நிற்கப்போகும் ஒரு புத்தகம் எவ்வாறு தயாரிக்கப்பட வேண்டும் என்ற அக்கறை, அந்த நூலின் உள்ளடக்க அம்சத் திலும் பார்க்கக்கூடிய முக்கியத்துவம் கொண்டது என்கிறார் வின்சென்ஸோ.

பெங்குயின், கடல் ஆமை என்ற இரண்டு ஜீவிகளை ஒப்புமை காட்டும் அவர், பெங்குயின் ஒரே ஒரு குஞ்சை உருவாக்கி, பிறந்ததிலிருந்து அது தன்னைத் தானே பார்த்துக்கொள்ளும்வரை கண்ணுங்கருத்துமாய்ப் பார்த்துக் கொள்ளும். கடல் ஆமை பல முட்டைகளைப் பாதுகாப்பான இடத்தில் இட்டுவிட்டுப் போய்விடுகிறது. அவை பொரித்து வெளியில் வந்ததும் தன் பாட்டில் அவை தம்மைப் பாதுகாத்துக்கொள்கின்றன. கடல் ஆமை அவற் றைப் பாதுகாப்பதில்லை.

அச்சின் வருகைக்கு முன்னரான புத்தகத் தயாரிப்பானது, பெங்குயின் குஞ்சு பொரிப்பதைப் போன்றது. அப்போது புத்தகங்கள் கையில் எழுதப் பட்டன. அந்நூலின் ஒரு பிரதியோ அல்லது மிகச் சில பிரதிகளோதான் தயாரிக்கப்பட்டன. கிறிஸ்தவ மடாலயங்களிலும் கன்னிமடங்களிலும் தனி ஆணைகளின் கீழ், மிக மட்டுப்படுத்தப்பட்ட அளவில் அவை தயாராகின. இந்நூல்கள் வாசகர்களின் அதி உயர் குழுமத்திற்காக உருவாக்கப்பட்டவை.

அச்சியந்திரத்தின் வருகையுடன், நகராக்கமும் இணைந்து, வாசிப்புப் பரவ லாக்கத்துடன் வாசகர் கூட்டம் உருவானது. இக்கட்டத்தில்தான் புத்தகம், விற்பனை செய்யக்கூடிய ஒரு பண்டமானது.

அச்சு வசதிகளுடன் பெருந்தொகைப் பிரதிகளை அச்சிட்டு நூல்களை வெளியிடக்கூடிய புத்தகச் சந்தை தோற்றம் பெறுகிறது. இந்தப் புரட்சிகர மாற்றங்களுடன் புத்தகத்தின் அழகியலும் மாற்றமுறத் தொடங்கியது. முதலில் ஒரு திசைகாட்டியாகத் திகழ்ந்த புத்தகமானது, தற்போது தொடர் பாடலுக்கான தொழிற்பாட்டைக் கொண்டு, விற்பனையை மையமாக்கி யுள்ளது. வாசகரை வசப்படுத்துவது அதன் முக்கிய இலக்காகியது.

புத்தகத்தின் அழகியல் என்பது ஒருவரின் விருப்பத் தேர்வு அல்ல. புத்தக உருவாக்கத்தில் அழகியல் என்பது தவிர்க்கப்படக்கூடிய ஒன்றல்ல; அதனைச் சேர்க்காமல் விடுவதற்கில்லை என்கிறார் வின்சென்ஸோ லெத்த.

லொனார்டோ டாவின்சி, டெக்கமேரோன் ஆகிய நூல்களின் வடி வமைப்பை படவிளக்கத்தோடு விளக்கும் வின்சென்ஸோ லெத்த, 'அழகு மட்டுந்தான் உலகத்தைக் காக்க வல்லது' என்ற மேற்கோளோடு தனது கட்டுரையை அழகாக முடித்திருக்கிறார்.

'ஒரு புத்தகத்தின் புற அமைப்பு அதன் உள்ளடக்கத்தின் ஆன்மாவைப் பிரதிபலிப்பதாக அமைய வேண்டும்' என்ற ராமகிருஷ்ணனின் கூற்றை மேற்கோள் காட்டும் ஓவியர் மணிவண்ணன், ராமகிருஷ்ணனுடன் வேலை செய்த அந்த ஒட்டுமொத்த அனுபவம்தான் இன்றுவரை தான் செய்து கொண்டிருக்கும் முகப்பு ஓவியங்களுக்கு ஒரு அஸ்திவாரம் அமைத்துக் கொடுத்தது என்கிறார். ஒரு ஓவியக் கலைஞனாகத் தன் முழுப் பங்களிப் பையும் ஒரு புத்தகத்தின் முகப்பின் வடிவமைப்பிற்குக் கொடுத்திருந் தாலும், கதைக்குத் தக்க நுணுக்கங்கள், நுட்பமான செய்நேர்த்தி, வெளிப் படுத்தும் முறை ஆகியவை எல்லாம் தான் ராமகிருஷ்ணனிடமிருந்து உள் வாங்கிக்கொண்டவை என்ற தன் அனுபவத்தைப் பகிர்கிறார் மணிவண்ணன். க்ரியாவின் புத்தக அழகியலுக்கு ஓவியர் மணிவண்ணன் தரும் சான்றிதழ் பெறுமதிமிக்கது.

சிகாகோ பல்கலைக்கழகத்தில் தென்னாசிய மொழிகள், நாகரிகங்கள், ஒப்பியல் இலக்கியத் துறையின் இணைப் பேராசிரியராகப் பணியாற்றும் சாஷா ஏபெலிங் அவர்களின், 'தமிழ் மொழிபெயர்ப்பில் உலக இலக்கியங்கள்: வரலாற்றுப் பார்வைக்குச் சில குறிப்புகள்' (The Literatures of the World in Tamil Translation: Some Notes towards a History) என்ற கட்டுரை க்ரியா ராம கிருஷ்ணனின் இதயத்திற்கு நெருக்கமான ஒரு துறை குறித்துப் பேசுவது இத்தொகுப்பிற்குச் சிறப்புச் சேர்க்கிறது. பத்தொன்பதாம் நூற்றாண்டிலிருந்து மேற்கொள்ளப்பட்ட பிறமொழி இலக்கிய மொழிபெயர்ப்புகளும், பொது வாக உலக இலக்கியத்தில் காட்டப்பட்ட ஈடுபாட்டின் அதிகரிப்பும் நவீனத் தமிழ் இலக்கிய வரலாற்றுக்கு முக்கிய செழுமையைக் கொடுத்திருக்கிறது என்கிறார் சாஷா. தமிழ் மொழிபெயர்ப்பில் உலக இலக்கியம்பற்றிய முழுமையான ஆய்வு இதுவரை மேற்கொள்ளப்படாத நிலையில் தனது இந்த ஆய்வுக் கட்டுரை ஓர் ஆரம்பக் கட்ட வரைவுதான் என்கிறார் அவர்.

தமிழ் இலக்கியச் செயற்பாடுகள் **1850**களில் அதிகரிக்கத் தொடங்கிய போது, தமிழ் மொழிபெயர்ப்புகளும் புதிய தமிழ்ப் படைப்புகளும் ஏக காலத்தில் வாசகர்களுக்குக் கிடைத்திருக்கின்றன. உலக இலக்கியத்தை வாசித்து அவற்றுடன் பரிச்சயம் கொண்ட எழுத்தாளர்கள் அவற்றை நேரடியாக மொழிபெயர்ப்பதை விடுத்து, தாமே சுயமான படைப்புகளைத் தமிழில் தர முயன்றனர். தமிழில் ஆரம்ப கால மொழிபெயர்ப்புகளை ஆராயும் போது அதனைப் பத்தொன்பதாம் நூற்றாண்டின் ஆரம்ப காலத்தின்

பரந்த இலக்கியக்களத்தின் பின்னணியில் அணுக வேண்டும் என்கிறார் சாஷா. நாவல், வசன நடை இலக்கியம் என்பனவற்றின் எழுச்சியுடன் இலக்கியத்தைச் சமூகச் சீர்திருத்தத்திற்காகப் பயன்படுத்தும் கருத்தியலுடன் புதிதாக அரும்பும் நவீனத்துவத்தை அதன் எல்லா வடிவங்களிலும் வெளிப்படுத்த வல்ல, அக்கறை செலுத்தக்கூடிய புதிய சுதேச மொழிகளை உருவாக்கும் இயக்கப் போக்குடன் இணைத்துப் பார்க்க வேண்டும் என்கிறார்.

அவ்வாறு நோக்குகையில் பாரதியாரின் கவிதைகளோடு நவீனத் தமிழ் இலக்கியம் தோன்றுகிறது என்று வழமையாகக் கூறப்பட்டு வருவதற்கு அரை நூற்றாண்டுக்கு முன்னரேயே நவீனத் தமிழ் இலக்கியத்தின் கூறுகள் தோன்றிவிட்டன என்கிறார் சாஷா.

ஷேக்ஸ்பியரின் ஆங்கில நாடகங்கள் 1870 - 1920 காலப் பகுதியில் தமிழில் எந்தெந்த நோக்கில் மொழிபெயர்க்கப்பட்டன என்பதுபற்றிய சுவாரஸ்யமான ஆய்வை சாஷா இக்கட்டுரையில் தந்திருக்கிறார். இக்காலப் பகுதியில் ஷேக்ஸ்பியரின் நாடகங்களில் குறைந்தது 91 தமிழ் மொழிபெயர்ப்புகள் கிடைக்கின்றன என்ற நாடக அரங்கியல் ஆய்வாளர் பூணம் திரிவேதி தரும் தகவலை மேற்கோள் காட்டுகிறார் சாஷா.

காஃப்காவின் சிறுகதையை 'எலி சொல்லுகிறது' என்ற தலைப்பில் புதுமைப் பித்தன் மொழிபெயர்த்ததை, ஜெர்மனிய மொழி மூலத்திலும் ஆங்கில மொழிபெயர்ப்பிலும் ஒப்பிட்டு நோக்குவதிலும், மேக்சிம் கோர்க்கியின், 'தாய்' நாவலின் முதல் வாக்கியத்தினை ரஷ்ய மூலத்துடன் சிதம்பர ரகு நாதனின் மொழிபெயர்ப்பை ஒப்பிடுவதிலும் சாஷா ஏபெலிங் வெளிப் படுத்தும் பன்மொழிப் புலமை வியப்பூட்டுவது.

தமிழின் நவீன இலக்கியத்தில் மொழிபெயர்ப்புகள் சார்ந்து மேற்கொள்ள வேண்டிய புலமை ஆய்வின் தேவையை சாஷா ஏபெலிங்கின் இக்கட்டுரை வலியுறுத்துகிறது.

பிரெஞ்சிலிருந்து தமிழுக்கு நேரடியாகப் பதினொரு நூல்களை க்ரியாவின் மூலமாக வெளிக்கொணர்ந்த வெ. ஸ்ரீராமின், 'பிரெஞ்சிலிருந்து தமிழில் மொழிபெயர்ப்பு: புத்தகத் தேர்வும் நேரடி மொழிபெயர்ப்பும்' (French - Tamil Translation: Choice of Work and Direct Translation) என்ற கட்டுரை வெவ்வேறு பிரெஞ்சு நூல்கள் தமிழ் மொழிபெயர்ப்பின்போது எத்தகைய பிரச்சினைகளைத் தருகின்றன என்பதை நுட்பமாக விபரிக்கிறது.

பிரெஞ்சு - தமிழ் மொழிபெயர்ப்புகளின் கனதியான இலக்கியத் தொகுப் பினை நாம் உருவாக்க வேண்டும் என்ற ராமகிருஷ்ணனின் கனவு அவரின் மறைவினால் முற்றுப்பெறாமல் போய்விட்டது என்ற துயரக் குறிப்புடன் ஸ்ரீராம் தனது கட்டுரையை நிறைவுசெய்கிறார்.

'ஆஸ்திரேலிய இளையர் புதின மொழிபெயர்ப்பு: பிரச்சினைகளும் சவால்களும்' (Translating Australian Young Adult Fiction: Issues and Challenges) என்ற மீனாட்சி ஹரிஹரனின் கட்டுரையே இத்தொகுப்பில் 42 பக்கங்களைக் கொண்ட நீண்ட கட்டுரையாகும்.

'தமிழ்நாட்டில் புத்தகப் பண்பாடு வேர்கொள்ளவில்லை என்பது, ஏழு கோடித் தமிழர்கள் இருக்கும் தமிழ்நாட்டில் ஒரு புத்தகம் சராசரியாக இன்னமும் ஆயிரம் பிரதிகள்தான் அச்சடிக்கப்படுகின்றன என்பதிலிருந்து புலப்படும்' என்ற க்ரியா ராமகிருஷ்ணனின் குறிப்பினை மேற்கோள் காட்டும் மீனாட்சி, தனது தமிழ் மொழியாக்கத்தில் ராமகிருஷ்ணன் காட்டிய சிரத்தையை நினைவுகூர்கிறார்.

ஆஸ்திரேலிய எழுத்தாளர் ஹேசல் எட்வர்ட்ஸ் எழுதிய Fake Id 2002 என்ற techno-gothic வடிவத்திலிருக்கும் ஒரு கொலைக் கதையினை 'போலி அடையாளம்' என்ற தமிழ் நூலாக மொழிபெயர்த்ததில் கணினி கலைச் சொற்களையும் ஆஸ்திரேலிய வழக்குமொழிச் சொற்களையும் சமகாலத் தமிழில் கொண்டுவர ராமகிருஷ்ணன் எவ்வாறு உதவினார் என்று தொகையான உதாரணங்கள் காட்டி தனது நீண்ட கட்டுரைக்கு நியாயம் செய்திருக்கிறார் மீனாட்சி ஹரிஹரன்.

க்ரியா ராமகிருஷ்ணன் நினைவாக இணையவழிக் கருத்தரங்கை முன்னின்று ஏற்பாடு செய்த பேராசிரியர் இ. அண்ணாமலை அவர்கள் ராமகிருஷ்ணன், அவரின் சமகாலத்தவர்களாலும் பின்வரும் சந்ததியினராலும் ஏன் நினைவுகூரப்பட வேண்டும் என்று தனது பின்னுரையில் குறிக்கிறார். புத்தகக் கலாசாரத்தை தமிழ்ச் சூழலில் வளர்த்தெடுப்பதிலும், பரிசோதனை முயற்சிகளிலும், புத்தக நேர்த்தியில் பூரணத்துவத்தை எட்டுவதிலும், புத்தக வெளியீட்டை வாணிபமாக அல்லாமல் சமூக லட்சியமாக முன்னெடுத்ததிலும், நூல் வெளியீட்டிற்கு மிக உயர்ந்த நியமங்களை வரையறுத்ததிலும், எழுத்து மொழியிலும் பேச்சு மொழியிலும் நிலவும் தொடர்புத் தடைகளை ஊடுருவி, தற்காலத் தமிழ் மொழிக்குச் சிருஷ்டிகரத்தை வழங்கும் புதிய தடங்களைச் செப்பனிட்டதிலும் ராமகிருஷ்ணன் என்றும் நினைவுகூரப்பட வேண்டியவர் என்பதைப் பேராசிரியர் அண்ணாமலை இக்குறிப்பில் நிறுவுகிறார்.

இந்நூல் தமிழில் புத்தகக் கலாசாரம்பற்றி நமக்குக் கிடைத்திருக்கும் அரிய பொக்கிஷம் என்பதில் எந்த ஐயமும் இல்லை. •

தாய்வீடு, பிப்ரவரி, **2022**, கனடா

அ. சிவானந்தன்: சமரசமற்ற அறிவுஜீவி

இங்கிலாந்தின் நிறவெறிக்கு எதிரான தீர்க்கமான போராட்ட வரலாற்றில் ஒரு சகாப்த நாயகனாகத் திகழும் அ. சிவானந்தன், சமரசமற்ற ஒரு அறிவுஜீவியின் காம்பீரியம் கொண்டவர். கறுப்பின மக்களின் போராட்டத்தோடு தன்னை இணைத்துக்கொண்ட சிவானந்தன், காத்திரமான தன் அரசியல் எழுத்தாலும் கனல் உமிழும் தன் ஆங்கில மேடைப் பேச்சுக்களாலும் கறுப்பின இளைஞர்களின் தனி ஆதர்ஷமாகத் திகழ்ந்தவர்.

யாழ்ப்பாணத்தின் சண்டிலிப்பாய் என்ற குக்கிராமம் ஒன்றிலே வேர்கொண்டு, கொழும்புச் சேரியின் சந்தடிகளில் பரிச்சயங்கொண்டு, கொழும்புப் பல்கலைக்கழகம் சென்று அரசியலும் பொருளியலும் பயின்ற சிவானந்தன், பிரிட்டிஷ் காலனித்துவச் சூழலின் வார்ப்பு. அடிநிலை மக்களின் பிரச்சினைகளை உணர்வுபூர்வமாகப் புரிந்துகொண்ட பக்குவம் – லண்டன் பொருளியல் சிந்தனா பீடத்திலிருந்து புதிய, முற்போக்குச் சிந்தனைகளுடன் வெளிவந்த பல்கலைக்கழக விரிவுரையாளர்களின் போதனையில் சமூக முரண்பாடுகள் பற்றிய அறிவுபூர்வமான புரிதல் – பல்கலைக்கழகத்திலிருந்து வெளியேறி, மலையகப் பாடசாலைகளில் ஆசிரியராகப் பணிபுரிந்த காலத்தில் மலையகத் தொழிலாளர் சமூகத்தின் அவலங்களையும், சிங்களக் கிராமிய விவசாயிகளின் கஷ்டங்களையும் பிரத்தியட்சமாகப் பார்த்த அனுபவம் யாவும் சிவானந்தனின் ஆழ்மனதில் வேரோடிப்போனவை.

58 இனக்கலவரம்

1958ஆம் ஆண்டு இலங்கையில் நடைபெற்ற இனக்கலவரம் சிவானந்தனின் நெஞ்சில் ஆழ்ந்த ரணத்தை ஏற்படுத்தியது. 'தமிழர்களாக இருந்த ஒரே காரணத்திற்காக தமிழர்கள் கொல்லப்பட்டதை நான் பார்த்தேன். உயிரோடு கொளுத்தப்படுவதைப் பார்த்தேன். அஹிம்சையைப் போதிக்கும் சிங்கள – பௌத்த அரசாங்கமோ கைகட்டிக்கொண்டு நின்றது. உயர் மட்டங்களில் 'படித்தவர்கள்' என்றிருந்தவர்கள் சும்மா இருந்தார்கள். பத்திரிகைகளும் வானொலியும் சும்மா இருந்தன. அந்த நிச்சாமத்தில் சிங்கள – தமிழ் நேசம் முறிந்துபோய்விட்டது. எனது மக்கள் சிதைக்கப்பட்டு,

என் நாசியில் அது நிண வாடை என அடித்தது. அதனை என்னால் தாங்கிக் கொள்ள முடியவில்லை. அந்த நாட்டிலிருந்து வெளியேறிவிட நினைத்தேன்' என்கிறார் சிவானந்தன்.

ஒரு இனவெறி ஜுவாலையிலிருந்து வெளியேறியவர், லண்டனில் இன்னு மொரு நிறவெறிப் போராட்டத்தை எதிர்கொண்டபோது, தீர்க்கமான போராட்டக்களத்தில் குதித்தார்.

1958 ஆகஸ்ட் மாதத்தில் லண்டனில் நொட்டிங் ஹில் என்ற இடத்தில் மேற்கிந்திய கறுப்பினத்தவர்களுக்கு எதிராக வெள்ளை இனவெறியர்கள் இரண்டு வாரங்களாக மேற்கொண்ட இனவெறித் தாக்குதல் சிவானந்தனின் நெஞ்சில் போர்க் கனலை மூட்டியது. இது, அக்னியில் பிறந்த ஞானஸ்நானம் என்கிறார் சிவானந்தன்.

'தனிப்பட்ட முறையில் உங்களின் போராட்டம் எங்கே நிகழ்கிறது? நீங்கள் புலம்பெயர்ந்த நிலையில் இருப்பதாக நினைக்கிறீர்களா? நீங்கள் உங்களின் சொந்த இடமாக எதைக் கருதுகிறீர்கள்?' என்ற ஒரு கேள்விக்கு சிவானந்தன் பதில் கூறுகிறார்:

'ஒரு அர்த்தத்தில் எனது நாட்டிலிருந்து நான் வெளியேறியவன்தான். ஆனால், இன்று – இருபதாம் நூற்றாண்டின் இறுதிப் பகுதியில், எனது சகல எல்லைக்கோடுகளுமே நொறுங்கிக்கொண்டிருக்கும்போது, ஏதோ ஓரிடத்தில் நமது வேர்களைத் தேடிக்கொண்டிருப்பதல்ல, ஒரு குறிக்கப்பட்ட தேசத் தில் எமது இட நிர்ணயம், கலாசாரத்தில் எனது இடம், சமுதாயத்தில் எமது இடத்தைப் பற்றிய தெளிவான புரிதலுக்கு, எமக்குள்ளேயுள்ள ஆற்றல் களைத் தேடி நெறிப்படுத்துவதே முக்கியமானது. நான் எங்கே நிற்கிறேனோ அங்கே போராட்டம் நிகழ்ந்துகொண்டிருக்கிறது. அந்தப் போராட்டம் இங்கே – இப்போது பிரத்தியட்சமாக உள்ளது. எங்கே போராட்டம் நிகழ் கிறதோ, அங்கே என் இதயம் நிலைகொள்கிறது' என்கிறார்.

நீதியின் குரல்

'நீங்கள் சிவானந்தனின் கருத்தோடு ஒத்துப்போகலாம்; அல்லது ஏற்றுக் கொள்ளாமல் போகலாம். ஆனால், அவரது எழுத்தின் ஆத்மார்த்த குரலை நீங்கள் புறக்கணிக்க முடியாது. வாழ்வில் தாங்கள் எப்போதாவதுகூட அதிகாரத்தைச் செலுத்தும் நிலையில் இருக்கப் போவதில்லை என்று தீர்மான கரமாகிப் போனவர்களின் மீதான பரிவின் மென் சூட்டை இவரது எழுத்திலே தரிசிக்கலாம். மௌனிக்கப்பட முடியாத நீதியின் குரலை ஸ்படிகத் தெளி வோடு எடுத்துக்கூறும் எழுத்து இவருடையது. பஞ்சைப் பராரிகளின், அடித் தள மக்களின், விளிம்புநிலை மக்களின் நாதம்தான் இவரின் குரல்' என்று சிவானந்தனின் எழுத்தை வியக்கிறார் ஓர் ஆங்கில விமர்சகர்.

'இந்த நாடு உண்மையிலேயே அக்கறைகொள்ள வேண்டிய மிகச் சில அரசியல் எழுத்தாளர்களில் சிவானந்தன் ஒருவர்' என்று The Independent என்ற ஆங்கில ஏடு விதந்துரைக்கிறது.

'இடதுசாரி அறிவுஜீவிகளிடம் மிகமிக அரிதாகக் காணப்படுகின்ற தீர்க்க தரிசனம், சுயத்துவம், நுண்நயத்துடன் கடந்த முப்பதாண்டுகளாக அயராது எழுதிவருபவர் சிவானந்தன்' என்று ஒருபடி மேலே போய் The Observer என்ற ஆங்கில ஏடு பாராட்டுகிறது.

'இனப் போராட்டம் (race struggle) என்பது வர்க்கப் போராட்டத்தின் கீழ் நிகழ்த்தப்பட வேண்டும், வர்க்கப் போராட்டம் வென்றெடுக்கப் பட்டதும், இனவாதம் அப்படியே இல்லாது ஒழிந்துவிடும் என்ற மார்க்ஸிய மரபுக் கோட்பாட்டின் மீது நமக்குக் கருத்து வேறுபாடுண்டு. இக்கோட்பாடு கறுப்பின உழைக்கும் வர்க்கத்தின் அன்றாட வாழ்வியல் அனுபவத்தைக் கருத்தில் கொள்ளவில்லை. இனவாதம் என்பது அதற்கேயுரிய இயங்கியலைக் கொண்டது. 'கறுப்பின மக்களும் வெள்ளையின மக்களும் ஐக்கியப்பட வேண்டும்' என்ற இலக்கை நோக்கி நாம் போராடலாம். ஆனால், நடை முறை யதார்த்தம் இதற்குப் பொருந்தி வராது. வெள்ளையின, கறுப்பின உழைக்கும் வர்க்கத்தினர் தத்தமது சுயமான வழிமுறைகளுக்கூடாகவே பொதுவான ஒரு இடத்திற்கு வந்துசேர முடியும். இனவாதம் என்பது பாசி சத்தின் ஓர் அம்சம் என்ற கருத்தினை நாம் மறுதலிக்கிறோம். மாறாக, இனவாதம்தான் பாசிசத்தின் ஊற்று என்று நாம் வலியுறுத்துகிறோம்' என்ற சிவானந்தனின் கூற்றில் இனவாதம்பற்றிய அவரது தீர்க்கமான கருத்து தெளி வாக வெளிப்படுகிறது.

சிவானந்தனின் அரசியல் எழுத்து கொழுந்துவிட்டெரியும் தீ ஜுவாலை போன்றது. அந்தத் தகிக்கும் நெருப்பில் தூசுகள் தங்குவதில்லை. 'எந்த மக்களுக்காக நாம் போராடுகிறோமோ, அந்த மக்களுக்காகவே நாங்கள் எழுதுகிறோம்' என்று கூறும் சிவானந்தனின் எழுத்து, தெளிந்த நீர்போல் தெளிவானது; கறாரானது. மயக்கங்களுக்கும் ஐயங்களுக்கும் 'அதுவா? இதுவா' என்ற தடுமாற்றங்களுக்கும் அதில் இடமிருப்பதில்லை. ஆங்கிலக் கவிகள் கீட்ஸ், வேட்ஸ்வர்த், பிளேக், ஷெல்லி, எலியட் ஆகியோரின் கவிதை களால் இழைக்கப்பட்டிருக்கும் சிவானந்தனின் கட்டுரைகளில் மார்க்ஸும், கிராம்ஸியும், பெனோனும், அமில்கார் கப்ராலும் உலா வருவார்கள். கவித் துவம் ததும்பும் சிவானந்தனின் ஆங்கில எழுத்துகள் அசலானவை.

போராட்ட எழுச்சி

*1981*இல் அவர் எழுதிய From Resistance to Rebellion: Asian and Afro-Caribbean Struggles in Britain என்ற கட்டுரை இன ஒடுக்குமுறைக்கான அடிமட்டப்

போராட்ட எழுச்சியை விபரிக்கும் நேர்த்தியான எழுத்தாகும். **1919**இன் பஞ்சாப்பின் அம்ரிட்ஸார் படுகொலைக்குப் பொறுப்பான மைக்கல் ஓடயர் என்ற இராணுவ அதிகாரியை **1940**இல் சுட்டுக்கொன்று பழிதீர்த்த உதம்சிங் என்ற இளைஞனை லண்டனில் தூக்கிலிட்ட கதையோடு ஆரம்பமாகும் கட்டுரை, லண்டன் கறுப்பின மக்களின் போராட்டப் பாதையை வார்த் தெடுத்த கட்டுரையாகும்.

'நீங்கள் அங்கே இருந்ததால்தான் நாங்கள் இங்கே இருக்கிறோம்' (We are here because you were there) என்ற வரிகள் இங்கிலாந்தில் பிரித்தானிய ஏகாதிபத்தியத்திற்கு எதிராக முன்வைக்கப்பட்ட அரசியல் சுலோகமாகும்.

ஏகாதிபத்தியம் முதலாளித்துவத்தின் உச்சகட்டம் எனில், உலகமயமாக்கம் (Globalization) ஏகாதிபத்தியத்தின் உச்சகட்டமாகும் என்கிறார் சிவானந்தன். கடந்த மூன்று தசாப்தங்களில் தொழில்நுட்பங்களில் ஏற்பட்டிருக்கும் பெரும் புரட்சியானது உற்பத்தி சக்திகளில் குணாம்ச ரீதியில் பெரும் பாய்ச்சலை நிகழ்த்தியுள்ளது. முன்பிருந்தது போலன்றி, தற்போது உழைப்பில் பெரிதும் தங்கியிருக்க வேண்டிய நிலைமையில் மூலதனம் இல்லை. உற்பத்தியின் இணைப்புச் சங்கிலிகள் சர்வதேச மட்டத்தில் இயங்குகின்றன. உற்பத்தி ஆலை களை எங்கும் மாற்றிக்கொண்டுவிட முடியும். ஊழியப் படையை எங்கு, எப்போது வேண்டுமானாலும் மாற்றிக்கொண்டுவிடலாம். மலிவான ஊழி யத்தை இறக்குமதி செய்வதற்குப் பதிலாக, ஊழியம் மலிவாகவும் அபரிமித மாகவும் கிடைக்கக்கூடிய மூன்றாம் உலக நாடுகளின் ஊழியச் சந்தையை நோக்கியே உற்பத்தியை நகர்த்திக்கொண்டுவிட முடிகிறது. சந்தை சர்வ வியாபகம் கொண்டுள்ளது. சந்தையானது அனைத்து மனித நடவடிக்கை களையும் வாங்குதல் – விற்றல் என்ற இருமைக்குள் அடைத்துவைத்துவிட் டது. பொருளாதாரச் சுரண்டலையும் கலாசார மேலாதிக்கத்தையும் அரசியல் கருத்தொருமையையும் அது ஏக காலத்தில் வரையறை செய்தது. அனைத் திற்கும், ஒவ்வொருவருக்கும் ஒரு விலை உண்டு. தனிநபர் என்பவர் சமூ கத்தைவிட அதிமுக்கியமானவர், வியாபாரிகள்தான் மக்களுக்கு உண்மையில் என்ன தேவை என்பதை அறிந்தவர்கள், அவர்களே பாடசாலைகள், வீடுகள் அமைத்தல், ஏனைய பொதுப் பயன்பாட்டு சேவைகள் அனைத் தையும் நடத்தும் வல்லமை கொண்டவர்கள், வேலையின்மை என்பது வலுமிக்க பொருளாதாரத்தின் கழிவு உற்பத்தி, கீழ்த்தர ஆதாயம் என்பது முதலாளித்துவத்தின் கீழ் மனிதனின் ஆத்மாவாக மாறிவிட்டது என்று சிவானந்தன் உலகமயவாக்கத்தின் நிஷ்டூரங்களை அடுக்கிச்செல்கிறார்.

'மார்க்ஸியம் என்பது கருத்தியல் மட்டுமல்ல, அது பகுப்பாய்வு முறைமை யுமாகும்; தொடர்ந்து செழுமைப்படுத்திக்கொண்டிருக்க வேண்டிய உயிர்ப்பு மிக்க இயங்கியலாகும். மாற்றத்தைக் கருத்தில்கொண்டு யதார்த்த நடை முறையை விளங்கிக்கொள்ளும் ஒரு வழிமுறை' என்று சிவானந்தன் கருதினார்.

அவர் ஆசிரியராக இருந்த Race and Class கறுப்பின, மூன்றாம் உலக விடுதலைக்கான சஞ்சிகையாக – புரட்சிகரமான அரசியல் ஆய்வேடாக வெளியானது. தலைசிறந்த அறிஞர்கள், மார்க்ஸிய ஆய்வாளர்கள், அரசியல், போராட்டம், கலாசாரம், நிறவாதம் குறித்த முக்கிய படைப்புகளை வழங்கி யுள்ளனர். John Berger, Basil Davidson, Cedric Robinson, Edward Said, Orlando Letelier, Noam Chomsky, E.P. Thompson, Jeremy Seabrook, Angela Davis போன்ற ஆளுமைகள் இந்தச் சஞ்சிகைக்கு ஆக்கங்கள் வழங்கிச் சிறப்பித்துள்ளனர்.

நாவலாசிரியர்

ஒரு கலகக்காரனாக – அரசியல் கிளர்ச்சியாளனாக – நாளும்பொழுதும் அரசியலையே சுவாசித்துக்கொண்டிருந்த சிவானந்தன் ஒரு கதைசொல்லி யாக – நாவலாசிரியராகப் பரிணமித்தது சுவையான திருப்பம். **1997**இல் சிவானந்தன் எழுதிய When Memory Dies என்ற ஆங்கில நாவல் அவரின் நெஞ்சில் புதைந்து கிடந்த கவிஞனை – ஒரு சுவையான கதைசொல்லியை வெளிக்கொணர்ந்திருக்கிறது.

இலங்கையைக் களமாகக்கொண்ட இந்த நாவல் மூன்று தலைமுறை களின் கதையை யாழ்ப்பாணம், மலையகம், தென்இலங்கை என்று பல களங்களில், சிங்கள – தமிழ் மாந்தர்களின் ஊடாட்டத்துடன் மிக விரிந்த பகைப்புலனில் விரிந்திருக்கிறது. இலங்கையின் முக்கிய அரசியல் பிரமுகர்கள் இந்நாவலில் அழுத்தமாகப் பதிவு பெறுகிறார்கள்.

'இந்நூலின் அபூர்வமான கவித்துவ வீச்சு இதனை என்றுமே மறக்க முடியாத ஒன்றாக்குகிறது' என்று கலை விமர்சகர் ஜோன் பேர்ஜர் கூறுகிறார்.

'ஒருகாலத்தில் தபால் நிலையமாக இருந்த – பழைய காலனித்துவக் காலக் கட்டடத்தின் பெருஞ்சுவருக்கு எதிரே, கொட்டித் தள்ளும் ஒரு பெரும் மழைக்காலப் பொழுதில் ஒடுங்கிக்கொண்டு நிற்கும் சிறுவனின்' நினைவு மீட்டலோடு இந்த நாவல் ஆரம்பமாகிறது.

'அந்த மழைக்காலப் பொழுதிலும் – அதனைத் தொடர்ந்து வந்த எத்த னையோ மழைக்காலப் பொழுதுகளிலும் என்னைச் சூழ்ந்த நினைவுகள் – என் வாழ்வின் கணிசமான பகுதியை அந்நிய தேசமொன்றில் கழிக்க நிர்ப் பந்தித்த நிகழ்வுகள் – இவைதான் என்னையும் என் தேசத்தையும் இணைத்து, எனது தேசத்தின் கதையைச் சொல்ல என்னைத் தூண்டியது' என்று அந்தப் பாத்திரம் பேசுகிறது.

'ஆனால், எளிதாகச் சொல்லிவிட்டுப் போவதற்கு அப்படி ஒரு கதை என்று ஒன்று இல்லை. எல்லாம் சேர்ந்த ஒரே ஒரு கதை என்று எதுவுமில்லை. தோள்பட்டைப் பதக்கங்களும் தங்க ஜரிகைகளும் பளிச்சிட, அழகிய

வண்ணப் பறவைகளின் இறகுகள் இழைத்த அலங்காரத் தொப்பி சகிதம் டொன் லொரன்ஸோ டி அல்மெய்டா என்ற இராணுவத் தளபதி இலங்கையில் கரை இறங்கிய **1505**ஆம் ஆண்டு எம்மை எமது சரித்திரத்திலிருந்தே துண்டித்துவிட்டதிலிருந்து நமக்குச் சொல்வதற்கென்று ஒரு கதை என்றில்லை. ஆரம்பம், முடிவு என்று சொல்லக்கூடிய கதை இல்லை' என்று அந்தப் பாத்திரம் தொடர்கிறது.

இலங்கையின் அரசியல் படுதாவில், கடந்த நூற்றாண்டின் இடதுசாரி அரசியல், சிங்கள இனவாதம், பாராளுமன்ற அரசியலுக்குப் பலியான இடதுசாரிகள், தொழிற்சங்கப் போராட்டங்கள், மலையகத்தில் நிகழ்ந்த விவசாயப் போராட்டங்களின் வெற்றி, சுதந்திரத்திற்குப் பின் மலையகத் தமிழருக்கு இழைக்கப்பட்ட அநியாயங்கள், இன வன்முறை, தமிழர்களுக்கு எதிரான பாரபட்சங்கள் என்று அனைத்து நிகழ்வையும் மிக இயல்பாகக் கதைமாந்தருக்கூடாகச் சித்திரித்துச்செல்வதில் சிவானந்தன் வெற்றி பெற்றிருக்கிறார்.

மூன்று பகுதிகளாக, **410** பக்கங்களில் விரியும் இந்நாவலின் முதல் பகுதி எதிர்காலம் குறித்த நம்பிக்கையுடன் நகர்கிறது. இரண்டாம் பகுதி அந்த நம்பிக்கை சிதைந்து, இனவாத வன்முறை தலைவிரித்தாடுவதைப் பதிவு செய்கிறது. மூன்றாவது பகுதி இரு சமூகங்களின் மத்தியிலும் எழும் மோதல்கள், புதிய மார்க்கத்தைத் தேடும் எத்தனங்கள் என்று முடிகிறது.

ராஜினி திராணகம தனது 'முறிந்த பனை' என்ற நூலில், 'நிகழ்காலம் பிற்போக்குச் சக்திகளின் கைகளில் உள்ளது. அட்டூழியங்கள் முற்றுகையிட்டு நிற்கும் இந்தத் தேசத்தின் எதிர்காலம்தான் என்ன?' என்று நிராசையோடு கூடிய ஒரு கேள்வியை எழுப்பியிருக்கிறார். சிவானந்தனும் ஆழ்ந்த கரிசனையோடு இச்சூழலை அணுகுகிறார்.

துன்பியல் நாடகம்

'When Memory Dies காத்திரமிக்க – எம்காலத்துத் துன்பியல் நாவல். இந்த நாவலில் வரும் Positive கதாபாத்திரங்கள் தரும் சோசலிஸத் தீர்வுகள் இக்கருத்துக்களை உதிர்க்கும் கதைமாந்தருக்கேகூட பெரும் ஆசுவாசம் தருவதாகத் தெரியவில்லை. வாசகர்களுக்கு, அவை எத்தகைய திருப்தியைக் கொடுத்திருக்கும் என்று சொல்ல வேண்டியதில்லை. எனினும் சிவானந்தன் பல்வேறு சக்திகள் செயற்படும் சிக்கலான பகைப்புலனுக்கு நியாயம் செய்திருக்கிறார் என்றே கூற வேண்டும். அதீத உணர்வெழுச்சிக்குட்படாது, அனுதாபத்துடனும் கூரிய உள்நோக்குப் பார்வையுடனும் நாவலை நகர்த்தியிருக்கிறார். இன்று நிகழும் பயங்கரங்களைத் தீர்க்கமாக விவரித்துச்செல்லும் அதே நேரம், இன்றும் நாங்கள் மகிழ்ச்சியோடு நினைவுகூரும் இந்த நாட்டின் பழைய 'இயல்பு' நிலையை அவர் பரிவோடு நோக்குகிறார். இத்தகைய

ஒரு நாவல் கையளிப்பு அனைத்து சமூகத்தினரையும் சார்ந்த வாசகர்களை அதிர்ச்சியுறச் செய்தோ வெட்கமுறச் செய்தோ அல்லது வேறு ஏதோ ஒரு வழியில், நல்லிணக்கத்தோடுகூடிய எதிர்காலத்தை உருவாக்கும் பணிக்குத் தூண்டக்கூடும்' என்று பேராதனைப் பல்கலைக்கழக ஆங்கிலத் துறையைச் சார்ந்த விமர்சகர் எஸ்.டபிள்யு. பெரேரா அவரது Attempting the Sri Lankan novel of resistance and reconciliation: A. Sivanandan's 'When Memory Dies' எனும் கட்டுரையில் கூறுகிறார்.

இலங்கையைக் களமாகக்கொண்டு ஆங்கிலத்தில் நாவல்கள் எழுதிய ஜே. விஜயதுங்க, யஸ்மின் குணரட்ன, கார்ல் முல்லர், ஜேன் அரசநாயகம், ராஜா புரொக்ரர் ஆகியோரின் வரிசையில் சிவானந்தனின் நாவல் அது பேசும் விரிந்த காலப் பரப்பிலும், அளவிலும், இலக்கிலும் முதலிடத்தைக் கோரி நிற்கிறது.

சிவானந்தனின் நாவலின் வரலாற்று நம்பகத் தன்மையினைக் கேள்விக் குள்ளாக்கும் ரெஜி சிறிவர்த்தன 1982ஆம் ஆண்டின் ஜனாதிபதித் தேர்தல், வெலிக்கடை சிறைக் கலவரம், 1983இல் யாழ்ப்பாணத்தில் பௌத்த பிக்குமார் கொல்லப்பட்ட வதந்தி ஆகிய மூன்று அம்சங்களில் வரலாற்று உண்மைகளிலிருந்து சிவானந்தன் விலகிச் சென்று, தவறான தகவல்களைத் தருவதாக விபரிக்கிறார். வரலாற்று உண்மையிலிருந்து அவர் விலகிச் செல்லும்போது, 'அவ்வாறு செய்வதற்கு அவருக்கு உரிமை உண்டா?' என்று கேள்வி எழுப்புவதைவிட, அவ்வாறு விலகிச் செல்வதற்கு என்ன நோக்கம் இருக்கிறது? என்றோ அல்லது 'அந்த விலகிச் செல்லல் வரலாற்றுச் சித்தி ரத்தை எவ்வளவு தூரம் பலப்படுத்துகிறது? அல்லது பலவீனப்படுத்துகிறது?' என்று பார்ப்பதே சரியாக இருக்கும் என்கிறார் ரெஜி சிறிவர்த்தன.

அரசியல் பிரச்சினைகளுக்குத் தீர்வு காண இயலவில்லை என்ற நிலையில், அந்த நாவல் நின்றுபோய்விடுகிறதா? என்று ரெஜி சிறிவர்த்தன கேள்வி எழுப்புகிறார். சிவானந்தனின் நாவல், ஆங்கில விமர்சகர்களின் ஆழ்ந்த விசாரணைக்கு உட்படுத்தப்பட்ட படைப்பு என்பதில் ஐயமில்லை.

ஒரு புரட்சிகர மார்க்ஸியவாதியாகி, கறுப்பின மக்களின் விடுதலைப் போராளியாக, கனல் கக்கும் ஆங்கில மேடைப் பேச்சாளராக, அரசியல் எழுத் தாளராக, ஆங்கிலக் கவிதைப் பிரியராக, நாவலாசிரியராக, சிறுகதை எழுத் தாளனாகப் பன்முக ஆற்றல் கொண்ட சிவானந்தனின் வாழ்வின் அறுபது ஆண்டுகள் லண்டனிலேயே கழிந்திருக்கின்றன. ஈழத் தமிழர்களின் லண்டன் புலம்பெயர் வாழ்வில் இங்கிலாந்தின் கவிதை உலகில் கோலோச்சிய தம்பி முத்துவும், அரசியல் போராட்டத்தில் தனிமுத்திரை பதித்த சிவானந்தனும் ஒளிவீசும் தனித் தாரகைகளாகத் திகழ்கின்றனர் என்பதில் ஐயமில்லை.

சில நினைவுகள்

1977இல் கொழும்பிலிருந்து யாழ்ப்பாணம் செல்லும் யாழ்தேவியில் பயணிக்கும் வேளையில், கலாநிதி. என். சண்முகரட்னம் ரயிலில் தனது நண்பர் என்று அ. சிவானந்தனை எனக்கு அறிமுகப்படுத்தினார். 'Alien Gods எழுதிய சிவானந்தனா?' என்று நான் பதிலுக்குக் கேட்க, சிவானந்தனின் முகத்தில் வியப்பும் மகிழ்ச்சியும் விகசித்ததை நான் பார்த்தேன். சிவானந்தன் என்ற பெயரை இந்தக் கட்டுரையின் அளவில்தான் தெரியுமே தவிர, அவர் இலங்கையைச் சேர்ந்தவர் என்று நான் நினைத்திருக்கவில்லை. சிவானந்தன் அப்போது இலங்கையில் அவ்வளவு தூரம் அறியப்படாதவராகவே இருந்தார் என்று நினைக்கிறேன். Alien Gods என்ற கட்டுரை சிவானந்தன் எழுதிய ஆக்கங்களில் சிறந்த ஒன்று.

'காலனியத்திற்குள்ளான ஒரு மனிதனின் மொழியானது இன்னுமொரு வேற்றாளின் மொழியாகும். உண்மையில் அந்த மொழி அவனது ஒடுக்க முறையாளனின் மொழி; இயல்பிலேயே அது அவனுக்கும் அவன் சார்ந்த மக்களுக்கும் அவனது கடவுள்களுக்குமேகூட ஊறு விளைவிக்கக்கூடியது. அதிலும் மோசமானது, அது அந்நிய கடவுளர்களை உருவாக்குகிறது. Paul Valery என்ற கவிஞனின் பிரசித்தமான வார்த்தைகளில் கூறுவதானால் கடவுள் திசைமாறிப் போய் உடலுக்குள் ஊடுருவிவிட்டார்' (the god gone astray in the flesh) என்பதாகும். 'கறுப்பு உடலங்களில் வெள்ளைக் கடவுளர்கள்' என் கிறார் சிவானந்தன்.

அந்த ரயில் பயண அறிமுகத்தின் பின், யாழ்ப்பாணப் பல்கலைக்கழகத்தில் அ. சிவானந்தன் 'இங்கிலாந்தில் நிறவாதம்' என்ற பொருளில் பேராசிரியர் க. கைலாசபதியின் தலைமையில் நடைபெற்ற கருத்தமர்வில் உரையாற்றி யதைக் கேட்கும் வாய்ப்பு எனக்கிருந்தது. Catching history on the wing என்ற தொடரை சிவானந்தன் அந்தச் சொற்பொழிவில் பயன்படுத்தியது என் நினைவில் இன்றும் நிற்கிறது. அந்தத் தொடர் அவருக்கு மிகவும் விருப்ப மானது என்று பின்னர்தான் நானறிந்தேன்.

யாழ்ப்பாணப் பல்கலைக்கழகத்தின் நூலகத்திற்குச் சென்ற சிவானந்தன், அங்கு வைக்கப்பட்டிருந்த ஆங்கில சஞ்சிகைகள் அனைத்துமே பிற்போக்குத் தனமானவை என்றும், புரட்சிகர ஆங்கில சஞ்சிகை என்று எதுவுமே இல்லை என்றும் குறிப்பிட்டார். Race and Class என்ற சஞ்சிகையினை அதற்குப் பின்னர்தான் நாங்கள் அறிய நேர்ந்தது.

ஒரு இருபதாண்டு கால இடைவெளிக்குப் பின், நான் என் துணைவி மீனாவுடன் அவரை லண்டனில் சந்தித்தபோது, தனது நாவலில் வரும் நாயகியின் பெயரும் மீனாதான் என்று கூறி மகிழ்ந்தார். சிவானந்தன் நேசம்

மிகுந்தவர். கறுப்பின செவிலியராகத் திகழ்ந்த மேரி சீக்கோல் பற்றி நிறையத் தகவல்களை, சிவானந்தனின் மனைவி ஜெனிபர், மீனாவுக்கு வழங்கியிருந்தார்.

Azanian People's Organisation என்ற அமைப்பு, தங்களின் 10ஆவது தேசிய காங்கிரஸ் மாநாட்டிற்குத் தன்னைச் சிறப்பு விருந்தினராக அழைத்தது, தனக்கு அளிக்கப்பட்ட உயரிய கௌரவம் என்று சிவானந்தன் என்னிடம் மகிழ்ச்சியோடு தெரிவித்திருந்தார்.

அவரது When Memory Dies என்ற நாவலைத் தமிழில் மொழிபெயர்க்கு மாறு என்னிடம் கேட்டார். அப்போது நான் லண்டன் பாடசாலை ஒன்றில் பொருளியல் ஆசிரியராகப் பணியாற்றிக்கொண்டிருந்த நேரம். பாடசாலையின் வேலைப்பளு காரணமாக, சிவாவின் வேண்டுகோளை என்னால் உடனே ஏற்றுக்கொள்ள முடியாது போயிற்று. தனது நாவல் தமிழில் வெளி வர வேண்டும் என்று அவர் மிக்க ஆவல் கொண்டிருந்தார்.

அறுபது ஆண்டு காலம் லண்டனில் அவர் வாழ்ந்திருந்தபோதும், அவரது நினைவின் ஆழத்தில் இலங்கை ஆக்கிரமித்திருந்ததை அவர் எழுதிய நாவல் பிரதிபலிக்கிறது. லண்டன் வாழ்க்கை, லண்டன் வீதிகள், கறுப்பின மக்களின் வதிவிடங்கள், சுரங்க ரயில் நிலையங்கள், மதுக்கடைகள், விபச்சாரிகள் என்று லண்டன் வாழ்க்கையைப் பற்றி எவ்வளவோ எழுதவிருக்கிறது என்றெல்லாம் அவர் பேசினார். சுரங்க ரயில் பிரயாணங்களின்போதுதான் சில சிறுகதைகளை எழுதியிருப்பதாகவும்கூட அவர் கூறியிருக்கிறார்.

சிவானந்தன் சுகவீனமுற்ற நிலையில் அவருடன் தொலைபேசியில் உரையாடியிருக்கிறேன். எனது வேலைப்பளுவும் பிறவும் சேர்ந்து, அவரது இறுதிக் காலங்களில் அவரைச் சென்று பார்க்க முடியாமல்போனது துரதிர்ஷ்ட மாகும். ஒரு நேசம் மிகுந்த மனிதரை இழந்தது துயர்மிக்கது. ●

சிற்றேடு இதழ், அக்டோபர் - டிசம்பர் 2018, பெங்களூர்

ஆடல் எங்கேயோ அங்கே...

1

கலிபோர்னியப் பல்கலைக்கழகத்தின் சமூகவியல் பேராசிரியை ஏவரி எஃப். கோர்டன் (Avery F. Gordon), அரசியல் போராளியும் எழுத்தாளருமான அ. சிவானந்தன் அவர்களுடன் நடத்திய ஒரு நேர்காணலின்போது, ‘நீங்கள் அடிக்கடி கவிஞர்களை மேற்கோள் காட்டுகிறீர்கள்; புனைகதைகளையும் எழுதிவருகிறீர்கள். கவிதை உங்களுக்கு அவ்வளவு முக்கியமாகப் படுகிறதா?’ என்று கேட்டிருந்தார்.

அக்கேள்விக்கு, சிவானந்தன் பின்வருமாறு பதில் கூறியிருந்தார்:

‘கவிஞர்கள் தங்களது அனுபவங்களைப் பளிச்சென்றும் மணிச்சுருக்க மாகவும் வார்த்தைகளில் வெளிப்படுத்துகிறார்கள். அவை எம்மை விழிப் புறச் செய்கின்றன. அனுபவங்கள்பற்றிய எனது சிந்தனை முழுவதும் டி.எஸ். எலியட்டிலிருந்துதான் வருகிறது. எமது அனுபவத்தின் அர்த்தத்தை நாம் காணாது விடுவதுபற்றி எலியட் மிகவும் வலிறுத்தியிருக்கிறார்: ‘அறிவைத் தேடிப்போகையில் நாம் எவ்வளவு தூரம் ஞானத்தை இழந்திருக் கிறோம், தகவல்களைத் தேடிப்போனதில் நாம் எவ்வளவு தூரம் அறிவை இழந்திருக்கிறோம்’ என்று எலியட் சொன்னதன் உண்மை அப்போதிருந்ததை விட இப்போதுதான் கூடப் பொருத்தமாய் இருக்கிறது. அத்துடன், கவிதை மட்டுமல்ல பல எழுத்தாளர், நாவலாசிரியர்களது சிந்தனைகளும் என்னை ஆழமாய் வழிப்படுத்தியுள்ளன.’

‘தன்னை மற்றவர்களிலும், மற்றவர்களில் தன்னையும் இனங்காணும் ஒருவன், ஒருபோதும் தனியனாவதில்லை’ என்ற உபநிஷத மேற்கோளையும் சிவானந்தன் மேற்கோள் காட்டத் தவறுவதில்லை.

ஆங்கிலத்தில் Where the Dance Is என்ற தலைப்பில் சிவானந்தன் எழுதிய சிறுகதைகள், 2000ஆம் ஆண்டு லண்டனில் வெளியானது. பதினான்கு சிறு கதைகளைக் கொண்ட இத்தொகுப்பில், இச்சிறுகதைகள் எந்தச் சஞ்சிகை களில், எந்தெந்த ஆண்டுகளில் வெளியாகின என்ற தகவல் எதுவுமில்லை. இதுபற்றி, சிவானந்தன் இயக்குநராக இருந்த Institute of Race Relations

அமைப்புடன் தொடர்புகொண்டு விசாரித்தபோது, இலங்கையில் Daily News என்ற பத்திரிகையில் **1960**களில் இரண்டு சிறுகதைகள் வெளியாகியிருந்தன என்று தெரிவித்திருந்தனர். ஏனைய கதைகள் வெவ்வேறு காலப் பகுதிகளில் அவர் தனது குறிப்புப் புத்தகத்தில் சிறிய வடிவில் எழுதி வைக்கப்பட்டிருந்தன என்றும், பின்னர் அவை இந்தத் தொகுப்பிற்காக விரித்து எழுதப்பட்டன என்றும் குறிப்பிட்டிருந்தனர். வீட்டிலிருந்து பாதாள ரயிலில் வேலைக்கு வரும்போது, அவ்வப்போது தனது குறிப்புப் புத்தகத்தில் கதைகளுக்கான சிறு வரைவுகளையும் கருத்துகளையும் குறித்து வைத்திருந்தார் என்றும், அந்த எழுத்துச் சித்திரங்களே இத்தொகுப்பில் சிறுகதைகளாக மலர்ந்திருக் கின்றன என்றும் அவர்கள் தெரிவித்தனர்.

இச்சிறுகதைத் தொகுப்பின் Where the Dance Is என்ற தலைப்பில், உள்ளே எந்தச் சிறுகதையும் இல்லை. இத்தொகுப்பின் பதினான்கு சிறுகதைகளுக்கும் பொதுவான தலைப்பாகவே இது அமைந்துள்ளது. சிவானந்தன் இந்தத் தலைப்பு வரியினை டி.எஸ். எலியட்டின் கவிதையிலிருந்தே எடுத்தாண் டிருக்கிறார்.

At the still point of the turning world. Neither flesh nor fleshless;

Neither from nor towards; at the still point, there the dance is...

...at the still point, there the dance is... என்ற வரியினைத் தனது நூலில் குறிக்கிறார், சிவானந்தன்.

ஆங்கிலக் கவிதைகளில் தோய்ந்த சிவானந்தன், தனது எழுத்துகளில் எல்லாம் இந்தக் கவிதைகளை விதைத்துச் செல்லத் தவறுவதில்லை.

வாழ்வின் அனைத்து முரண்பாடுகளையும் இயைபுபடுத்தி, ஒற்றைப் படிமத்தில் காணும் கவியின் நோக்கு என்று விமர்சகர்கள் கூறுவர். இந்த அசங்காப் புள்ளியில் ஸ்தூல உடலோ, அரூப ஆத்மாவோ செயற்படுவ தில்லை. இங்கிருந்து எதுவும் அசைவதில்லை. இதனை நோக்கியும் எதுவும் அசைவதில்லை. உலகு தொடர்ந்து மாற்றமுற்றுச் சென்றுகொண்டிருந்தாலும், இந்த அசையா, அமைதிப் புள்ளியில் நிர்ச்சலனமும் சாந்தமும் குடிகொண் டிருக்கின்றன.

விசையுறு பந்தினைப் போலச் சுழலும் பிரபஞ்ச நடனத்தின் மையத்தில் நிர்ச்சலனத்தைக் காணுகிறான் கவி.

Where the Dance Is என்ற தலைப்பு, 'ஆடல் எங்கேயோ அங்கே...' என்று இங்கு தமிழில் தலைப்பாகிறது.

2

1958இல் இலங்கையில் வெடித்த இனக்கலவரத்தின் பின் லண்டன் வந்த சிவானந்தன், தனது அறுபது ஆண்டு கால வாழ்க்கையை லண்டனிலேயே கழித்தார். சிவானந்தன் தனது 95ஆவது வயதில், 2018ஆம் ஆண்டில் லண்டனில் மறைந்தார்.

இவரது பதினான்கு சிறுகதைகளில் ஒன்பது கதைகள் லண்டனையும், நான்கு கதைகள் இலங்கையையும், ஒரு கதை இந்தியாவையும் கதைக்களமாகக் கொண்டுள்ளன.

இக்கதைகளில் சிங்களக் கதாபாத்திரங்களும், ஆங்கிலேயக் கதாபாத்திரங்களும் நிறையவே வந்துபோகின்றன. தமிழர்களின் வாழ்வுச் சித்திரங்களும் இடம்பெற்றுள்ளன. இந்தியர்கள் மிக அருந்தலாக வருகின்றனர்.

நான்கு கதைகள், இருபது பக்கங்களில் விரிகின்றன. ஏனைய கதைகள் ஒவ்வொன்றும் பத்துப் பக்கங்களுக்குள் அடங்கும் கதைகள்தான்.

When memory dies என்ற நாவலின் மூலம் தனது படைப்பாற்றலை வெளிப்படுத்திய சிவானந்தன், Where the Dance Is என்ற சிறுகதைத் தொகுப்பின் மூலம், தான் ஒரு சிறந்த கதைசொல்லி என்பதை மீண்டும் உறுதிசெய்கிறார். சிவானந்தனின் சிறுகதைகளில் கதாநாயகர்கள், கதாநாயகிகள், வில்லன்கள், வழிகாட்டுபவர்கள், உபதேசிகள் என்று யாருமில்லை. மிகச் சாதாரண வாழ்வுக் கோலங்களில் மனித உறவுகள் எத்தகைய முடிச்சுகளில் பிணைகின்றன என்பதையும், அந்த முடிச்சுகளின் இழைகள் இயல்பாக அவிழ்வதையும் இவருடைய சிறுகதைகள் கோடிகாட்டுகின்றன.

The Performer என்ற முதல் கதை, இருபத்தைந்து பக்கங்களில் விரிகிறது. கொழும்பு தெற்கின் அடிமட்ட சிங்கள மக்கள் வாழும் குடியிருப்பில் கதை உருப்பெறுகிறது. கதை மாந்தர் அனைவரும் சிங்களக் கதாபாத்திரங்களே. கொழும்பின் சேரிப் புறங்களிலும், மலைநாட்டின் தோட்டத் தொழிலாளர்கள் மத்தியிலும் வாழ்ந்த அனுபவம், அவரது கதைகளுக்கு மெருகு சேர்க்கிறது.

கொழும்பில் செயின்ட் இக்னேசியஸ் கல்லூரி. அக்கல்லூரியின் முகவர் பாதர் லா பொன்டேய்ன். பிரெஞ்சுக்காரர். ஒழுக்கசீலர். இலங்கை உணவு வகையறாக்களில் அவருக்குப் பெரும் பிரீதி. அக்கல்லூரிக்கும் பாதருக்கும் சுவையாகச் சமைத்துப் போடும் பிரதம சமையற்காரர்தான் ஜோசப் பெரேரா. அவரது மகன் வோல்டர். பரீட்சை எழுதாமலும், கட்டணம் செலுத்தாமலும் தனது மகனுக்குக் கல்லூரியில் இடம் எடுத்துவிட்டேன் என்று பெருமையாகச் சொல்வார் ஜோசப். கத்தோலிக்க சமயத்திற்குத் தன்னைப் பூரணமாக ஒப்புக் கொடுத்துவிட்டவர் ஜோசப் என்பது உண்மைதான். ஆனால், தனது மகனை

இறை சேவை செய்யும் மதகுருவாகத் தத்தம் செய்வதாக உறுதியளித்துத்தான், கல்லூரியில் வோல்டருக்கு இடம் கிடைத்ததாக ஜோசப்பின் மனைவி மேரி கூறுவார். ஜோசப்பின் வீட்டிற்கு இரண்டு வீடுகள் தள்ளி ஹேரத்-சந்திரா குடும்பத்தினர் கூடை பின்னி, விற்று ஜீவனம் நடத்தினர். சுமன் அவர்களின் மூத்த மகன். ஒரு மகள். பெயர் குமாரி. அந்தக் குடும்பத்துடன் தொடர்பு வைத்திருப்பது தங்களுக்கு அவ்வளவு மரியாதை இல்லை என்றும், அவர்களிடமிருந்து தள்ளியிருக்க வேண்டும் என்றும் ஜோசப் வீட்டில் அறிவுறுத்தியிருந்தாலும், வோல்டர், சுமன், குமாரி மூவரும் சின்ன வயதிலிருந்தே நேசமாய் உறவாடி வருபவர்கள். வோல்டரும் குமாரியும் ஒன்பது வயதிலிருந்தே தாங்கள் திருமணம் செய்துகொண்டு விட்டதாகவே கருதி, விரும்பி வருகிறார்கள்.

கத்தோலிக்க சமயத் துறவியாக வோல்டர் இணையப் போகிறான் என்று அறிந்ததும் குமாரி பெரிதும் அதிருப்திக்குள்ளாகிறாள்.

வோல்டரை மீண்டும் நம்புவதற்கு முகாந்திரம் எதுவுமே இல்லை என்று குமாரி, வோல்டரிடம் திட்டவட்டமாகக் கூறிவிடுகிறாள்.

நான்கு ஆண்டுகள் கடக்கின்றன.

கத்தோலிக்கத் துறவியர் மடத்திலிருந்து வோல்டர் நீக்கப்பட்டுவிடுகிறான். அதற்கு ஓராண்டிற்கு முன்னர்தான் சந்தேகத்திற்கிடமான முறையில் வோல்டரின் தந்தை ஜோசப் மரணமடைகிறார். கத்தோலிக்கத் தேவாலய வளவிற்குள் ஜோசப்பின் உடல் அடக்கம் செய்யப்படுவதற்கு அனுமதி மறுக்கப்படுகிறது. ஜோசப் விசுவாசம்மிக்க கத்தோலிக்கன் அல்ல என்றும், விசுவாசமான கணவனும்கூட அல்ல என்றும் கதைகள் கிளம்பியிருந்தன. சூதாடுபவர் என்றும், வேறு பெண்களுடன் தொடுப்பில் இருந்தவர் என்றும் சந்தேகம் கொண்ட அந்தப் பெண்ணின் கணவனின் கையால்தான் இறப்பு நேர்ந்தது என்றும் கதை. தனது சூதாட்டத்திற்காகவும், தான் தொடுப்பில் இருந்த பெண்ணிற்கும், அவளது இரண்டு குழந்தைகளுக்குமாகக் கல்லூரிப் பணத்தைக் கையாடியதாகவும் புகார்கள். கல்லூரியின் முகவராக பாதர் லா பொன்டேய்ன் ஓய்வு பெற்றதை அடுத்து, புதிதாக நியமனம் பெற்ற சுதேசியத் தந்தை, பாதர் பெர்னாண்டோவின் நிர்வாகத்தில்தான் இவை எல்லாம் வெளிச்சத்திற்கு வந்ததாகத் தெரிகிறது. பாதர் பெர்னாண்டோ, ஜோசப்பிற்கு எதிராக மேற்கொண்ட நடவடிக்கைகளில் மனமுடைந்த ஜோசப், தானே தனது உயிரை மாய்த்துக்கொண்டு விடுகிறார்.

ஜோசப், கல்லூரிச் சமையற்கட்டிலிருந்து வீடு திரும்பும்போது, உணவில் மிச்சம்மீதிகளைச் சேரியில் உள்ள பிள்ளைகளுக்கு வழங்கிச் செல்லும் பழக்கம் உடையவர் என்பதைத் தவிர, அவரைத் திருடர் என்று சொல்வதற்கில்லை. ‘எல்லாம் அந்தப் புதிய பாதர் பெர்னாண்டோவின் வேலைதான்’ என்று

ஜோசப்பின் மனைவி மேரி, ஜோசப்மீது வைக்கப்பட்ட அனைத்துப் புகார் களையும் முற்றாக மறுதலித்தாள். 'அவர் தன்னை பாதர் என்று வேறு சொல்லிக்கொண்டிருக்கிறார்' என்று மேரி கொதித்தாள்.

பாடசாலைக் காலத்திலிருந்தே நடனத்தில் ஆர்வம் கொண்டிருந்த குமாரி, இப்போது பதினாறு வயதுப் பாவையாய், நந்தசேன டான்ஸ் அகாடமியில் நடனம் பயின்று, தற்போது கேரளாவில் கதகளி நடனம் கற்றுவருகிறாள். நந்தசேன நடனப் பள்ளியில் நந்தசேனவின் மகன் நிமாலுடன் காதல் கொள்கிறாள் குமாரி.

வோல்டர் பயிற்றப்பட்ட ஆசிரியராகி, பின் லண்டன் பல்கலைக் கழகத்தின் வெளிவாரி மாணவனாகத் தோன்றி, பரீட்சையில் உயர்சித்தி பெறுகிறான். சம்பள அதிகரிப்புடன் அக்கல்லூரியில் விரிவுரையாளராக உயர்கிறான். குமாரியைத் திருமணம் செய்ய ஏற்பாடுகள் செய்யுமாறு குமாரியின் அண்ணன் சுமனுக்குத் தகவல் கொடுக்கிறான். அப்போதுதான், கர்ப்பிணியான நிலையில் குமாரி, திடுதிப்பென நிமாலைத் திருமணம் செய்துகொண்ட செய்தி அறிந்து, வோல்டர் மனமுடைந்துபோகிறான். அந்தத் தாக்கத்திலிருந்து அவனால் ஒருபோதும் மீள முடிந்ததில்லை. அதனை வெளியே காட்டிக்கொள்ளாமல் டென்னிஸ், டான்ஸ், விருந்து, பெரும் வீடு என்று தனிமைச் சுகானுபவத்தில் திளைத்திருந்தான். இந்நிலையில் கோல்பேஸ் ஹோட்டலில் ஒரு புத்தாண்டு தினத்திற்கு முந்தைய நாளில், வோல்டர், குமாரியையும் நிமாலையும் சந்திக்கிறான். அறிமுகமாகிறார்கள். இரண்டு ஆண்டுகளாக வோல்டரும் நிமாலும் கிளப்பில் டென்னிஸ் ஆட்டக் காரர்களாக நல்ல நண்பர்களாகிறார்கள். நடன ஒத்திகையின்போது, தடு மாறி விழுந்ததில் குமாரிக்குக் கருச்சிதைவு ஏற்பட்டுவிடுகிறது.

ஐந்து ஆண்டுகளுக்குப் பின், நிமால் நுரையீரல் புற்றுநோய்க்குள்ளாகு கிறான். தனது இறப்பிற்குப் பின், குமாரி வோல்டரைத் திருமணம் செய்து கொள்ள வேண்டும் என்றும் வேண்டுகிறான்.

இக்கதை கத்தோலிக்கப் பள்ளியில் வோல்டரிடம் பயிலும் மாணவனின் பார்வையிலிருந்தே சொல்லப்படுகிறது. அவன், பின்னர் லண்டன் சென்று கல்வித் துறையில் எம்.ஏ. பட்டம் பெற்று, ஆசிரியர் பயிற்சிக் கல்லூரியில் உப அதிபராக நியமனம் பெற்று, தனது பழைய ஆசிரியர் வோல்டருடன் நெருக்கமான நட்புடன் பழகி வருகிறான்.

வோல்டர், குமாரியின் திருமணம் 1965 புத்தாண்டுத் தினத்தில் நடை பெறுகிறது. வோல்டரின் திருமணத் தோழனாக, உப அதிபராகத் திகழும் அந்த மாணவனே வருகிறான். நீர்கொழும்பின் ஒரு வாடிவிடுதியில் எளிமை யாகத் திருமணம் நடைபெறுகிறது. திருமணம் முடிந்த மறுநாள் காலை, கலைந்த சிகையுடன், இரவு ஆடையுடன், சிவந்துபோன கண்களுடன், குமாரி அழுதவாறு, மாப்பிள்ளைத் தோழனாக வந்த உப அதிப – மாணவனிடம் கேட்கிறாள்: 'உனக்கு இது முன்பே தெரியுமா?'

'என்ன தெரியுமா? என்ன நடந்தது?'

'நீ தெரியாத மாதிரி நடிக்க வேண்டியதில்லை. நான் இதிலிருந்து மெது மெதுவாக இப்போதுதான் மீண்டுகொண்டிருக்கிறேன். என்ன, எனக்கு இது பெரிய அதிர்ச்சியாக இருந்தது. எனக்கு இப்படி என்று ஒருபோதும் தெரியாது. ஒரு நிமிஷம்கூட இப்படி இருக்கும் என்று நான் துளியும் சந்தேகப்பட்டதில்லை.'

அவள் தனக்குத் தானே பேசிக்கொள்வதுபோலப் பேசிக்கொண்டிருந்தாள்.

'உனக்குத் தெரியுமா? அவன் நேற்று இரவு என்னுடன் படுக்கைக்கு வரவில்லை. அவன் சுமனுடன் இருந்தபோது என்னிடம் பிடிபட்டுக்கொண் டான்.'

'நீ குழம்பிப்போகாதே. ஆனால், அவனுக்கு இப்போது, தான் யார் என்று தெரியும்' என்று அவள் தேற்றினாள்.

நீண்ட இச்சிறுகதை ஒரு twistவுடன் முடிகிறது.

இச்சிறுகதையில் உலவும் அனைத்துக் கதாபாத்திரங்களும் இரத்தமும் சதையுமாகச் சித்திரிக்கப்பட்டிருக்கிறார்கள். வோல்டரின் தந்தை ஜோசப்பின் கதை ஒரு துன்பியல் கதை. எளிமையான அவரது வாழ்வில்தான் எத்தனை முரண்பாடுகள்! முடிச்சுகள்! அவிழ்க்க முடியாத புதிர்கள்! ஒரு மத நிறுவனத் தின் அதிகார மேலாண்மையின் வலிய கரங்கள் அப்பாவி ஜீவனைப் பலிகொண்டுவிட்ட துயரம் வாசகரை அப்பிக்கொள்ளவே செய்யும். ஜோசப் தன்னையே மாய்த்துக்கொண்டதாகத் திருச்சபை அறிவிக்கிறது. ஆனால், ஜோசப் மிகவும் தனிமைப்பட்ட நிலையில், ஊர்ப் பழி ஏற்று, நண்பர்கள் யாருமின்றி இறந்துபோனார் என்கிறாள் மேரி.

'இல்லை, மகனே! அவர், தானே இறந்துபோனார். அவருக்குப் போதும் போதும் என்றாகிவிட்டது. அவர் இனியும் வாழ விரும்பவில்லை. எனக் காகவும்கூட. தேவாலயமும் அவரது நண்பர்களும். அவர்கள்தான் அவருடைய வாழ்வு!' என்கிறாள் மேரி.

சாவு? தற்கொலை?

இச்சிறுகதையில் வலிமையோடு வாழும் பாத்திரம் ஜோசப்.

பாதர் பெர்னாண்டோ – நுட்பமான கணக்காளனாயிருந்து, இறை அழைப்பை ஏற்று, துறவு ஊழியத்திற்கு வந்துசேர்ந்தவர். உயர் ஆத்ம பணி ஏற்று, அவர் விஜயம் செய்த முதல் இடம் கல்லூரியின் சமையல்கட்டு. நிதி நெருக்கடியிலிருந்து கல்லூரியை மீட்டெடுத்து, திருச்சபையின் மேலிடத்தில் நல்ல பெயர் வாங்கும் எண்ணம். கல்லூரி விடுதியில் தங்கிப் பயிலும் மாண வர்களுக்கும் இளங்குருமார்களுக்கும் இனி ரேஷன் சாப்பாடு என்ற முதல் அறிக்கை. முதல் பலி சமையல்கட்டின் சாம்ராட்டாகத் திகழ்ந்த ஜோசப்.

ஏசுவும் சர்ச்சுமே வாழ்வென்று வாழ்ந்த ஜோசப், விசுவாசி அல்ல என்று தீர்ப்பு வழங்கப்பட்டு, திருச்சபையின் சவக்காலையில் அவனுக்கு அடக்கம் மறுக்கப்பட்ட அகோரம். அநியாயங்களும் அக்கிரமங்களும் எதேச்சதிகார ஆட்சிகளின் கீழ்தான் நடக்க வேண்டும் என்றில்லை. அன்பையும் காருண் யத்தையும் போதிக்கும் அருள் மார்க்கத்தின் கீழும் அது செயற்பட வல்லது. தனது இறுதிப் பயணம், தான் வாழ்நாளெல்லாம் விசுவசித்த ஒரு மத அனுஷ்டானத்திலிருந்து விலக்கி வைக்கப்பட்டது என்று அறிந் திருந்தால், ஜோசப்பின் ஆத்மா எப்படி அந்தரப்பட்டிருக்கும்.

ஜோசப் வாழ்ந்த காலத்தில் மட்டுமல்ல, அவன் மறைந்த பின்னும் அவனது உடலத்தின் மீதும் பழிதீர்க்கப்பட்ட வன்மம் எத்தகையது?

நாளாந்த வாழ்வில், அன்றாட வாழ்க்கைக் கோலங்களில், யாருக்கும் அநியாயம் நினைத்திராத ஓர் ஏழை மகனின் எளிமையான வாழ்வில் இவ் வளவு அபாக்கியங்கள் வந்துசேர்வது எப்படி?

இச்சிறுகதையின் முக்கிய கதாபாத்திரமாக வருபவன் ஜோசப்பின் மகன் வோல்டர்.

வோல்டரிடம் கல்வி பயிலும் மாணவனுக்கூடாகவே வோல்டர் இக் கதையில் அறிமுகப்படுத்தப்படுகிறான்.

தனது விசேட ஆளுமை மூலம், தன்னை நோக்கி அனைவரது கவனத் தையும் ஈர்க்க வல்ல கவர்ச்சிகரமான மனிதனாக வோல்டர் அறிமுகமாகிறான்.

வோல்டர் சிரித்தான், அவனோடுகூடவே முழு உலகமும் சிரித்தது. அந்தச் சிரிப்பு உள்ளார்ந்த சிரிப்பு, உரத்த சிரிப்பு. அச்சிரிப்பு உலகெங்கும் எதி ரொலித்தது. அந்தச் சிரிப்பு உலகைப் போர்த்திக்கொண்டது; அணைத்துக் கொள்ளவில்லை. ஆம், வோல்டர் ஏதோ ஒருவகையில் அதிலிருந்து எல்லாம் விடுபட்டவனாக இருந்தான். என்னவாக இருந்தாலும், அது அவனுடைய சிரிப்பு. உலகம் அதற்குத் தயாராக இல்லாதபோதே, அவன் அதற்குத் தயாராகிவிட்டான்.

அவன் நல்லவன், கேளிக்கைகளில் மகிழ்பவன், மிகமிகக் கூர்மையானவன், ஊடுருவும் நோக்கும், தனக்கேயான பார்வைக் கோணமும் கொண்டவன். ஒரு விடயத்திலிருந்து இன்னொரு விடயத்திற்குத் தாவும் லாவகம், முடிவில் அதைத் தொடுத்துச் சேர்க்கும் கூர்மை. கொஞ்சம் குயுக்தி. சிறிது ஆபாச ஜோக். ஒரு துணுக்குக் கதை. இவ்வளவுக்கும் மேல் தன்னம்பிக்கையோடு கூடிய அந்தப் பெருஞ் சிரிப்பு.

அவன் ஒரு அறைக்குள், கிளப்பிற்குள் நுழைகையில், ஒரு பூங்காவிற் குள்ளிடுகையில், காரிலிருந்து எட்டிப்பார்க்கையில், அவனைச் சுற்றி நிற்கும் உலகம், ‘ஆ! இங்கே வோல்டர்’ என்று அவனைச் சுற்றிச் சுழல ஆரம்பித்துவிடும்.

அரசியலா? ஆய்வுபூர்வ விமர்சனமா? உலகைப் பிரித்து மேய்ந்துவிடுவான். எங்கே தவறு என்று சொல்லி, அதை எப்படிச் சரிசெய்யலாம் என்றும் கூறுவான். பொருளாதாரம், சட்டம், அரசியல், விவசாயம், பெருந்தோட்டம், கைத்தொழில், தென்னஞ் செய்கை, கொப்பரா தயாரிப்பு, ரோமன், டச்சுச் சட்டம், நேட்டோ, சீட்டோ, இந்தியா, சீனா எல்லாவற்றிற்கும் அவன் பதில் வைத்திருப்பான்.

இது ஒரு நாடக மேடையில் வோல்டரின் பாத்திரம்.

சுமன் ஒரு சந்தர்ப்பத்தில் வோல்டரிடம் சொல்கிறான்: நீ முன்பு வெட்கப் படுபவனாகவும், எதிலும் ஒதுங்கி நிற்பவனாயும் இருந்தாய். இப்போது அதற் கெல்லாம் மாறானவனாக இருக்கிறாய்.

'உரத்துப் பேசுபவனாயும், திமிரானவன் மாதிரியும் தெரிகிறேன் என் கிறாயா? இல்லை, உண்மையில் நான் அப்படி இல்லை. என்னுடைய உண் மையான உணர்ச்சிகளை நான் மூடிமறைத்துவிடப் பார்க்கிறேன். ஆனால், உன்னிடம் இல்லை. செமினரியில் இருக்கும்போது நான் கற்றுக்கொண்ட விஷயம் இது. நான் எல்லா நேரத்திலும் நடித்துக்கொண்டிருக்கிறேன் என்று நினைக்கிறேன். ஆனால், என்னுடைய நடிப்பு எது என்றுதான் தெரிய வில்லை' என்கிறான் வோல்டர்.

இந்தக் கதையில், தன் கூற்றாகக் கதை சொல்லிவரும் வோல்டரின் மாணவன் ஒரு சந்தர்ப்பத்தில் பேசுகிறான்:

'எனது பல்கலைக்கழக நுழைவுத் தேர்வின்போது, வோல்டர்தான் எனது ஆசிரியர். அப்போது, அவர் கவர்ச்சிகரமானவராகவே இருந்தாலும், ஒரு ஆசிரியருக்குண்டான கடமையை அடியொட்டி, பிரக்ஞைபூர்வமான ஒரு கட்டுப்பாட்டைக் கைக்கொண்டிருந்தார். சக ஆசிரியர்களுடன் மிக இணக்க மாகவே நடந்துகொண்டிருந்தார். ஆனால், பள்ளிக்கூடச் சுவர்களுக்கு வெளியில், அவருடைய கட்டுப்பாடுகளற்ற செயற்பாடுகள்பற்றி நிறையவே எங்களுக்குக் கதைகள் வந்துசேர்ந்தவண்ணம் இருந்தன. ஒருவேளை அவர் இரட்டை ஆளுமைத் தன்மைகள் கொண்டவராக இருந்திருக்கக்கூடும் அல்லது பாடசாலை அவருடைய நாடகத்திற்குப் பொருத்தமில்லாத மிகச் சின்ன அரங்கமாகத் தோன்றியிருக்கக்கூடும். அவரது வெளிப்படையான நடவடிக்கைகளுக்குப் பலதரப்பட்ட பார்வையாளர் கூட்டம் அவருக்கு உகந்ததாக இருந்திருக்கக்கூடும். அந்த மாதிரி கூட்டம் அவரது கிளப்பில் உள்ள மதுக்கூடத்தில் கிடைத்திருக்கக்கூடும்.'

இந்தக் கதைசொல்லி மாணவன், இங்கிலாந்திலிருந்து தனது எம்.ஏ. பட்டத்தை முடித்துக்கொண்டு திரும்பி வந்து, தான் உப அதிபராக இருந்த ஆசிரியர் பயிற்சிக் கல்லூரியில் சிரேஷ்ட விரிவுரையாளராக அமரு மாறு வேண்டியதை, வோல்டர் நிராகரித்திருக்கிறார். அவரது திறமைக்கு,

அதிக சம்பளத்துடன்கூடிய பதவியைத் தள்ளிவிட்டதற்கு, தனக்கு இளைய வர்களுடன் பணியாற்றுவதே பிடித்திருக்கிறது என்றும், வயதுவந்தவர் களுடன் பணியாற்றுவது தனக்குச் சற்று அசௌகரியமாய் இருப்பதாகவும் வோல்டர் கூறியிருக்கிறார்.

ஒருமுறை இந்தக் கதைசொல்லி கிளப்பில் வோல்டரைச் சந்தித்தபோது அங்கு சுற்றிலும் எந்த இளைஞர்களையும் காணவில்லையே என்று கூறிய போது, வோல்டர் சிரித்துவிட்டு, 'அதனால்தான் நான் இப்படி நாடக மாடுகிறேன்' என்று கூறியிருக்கிறான். அவர் மற்றவர்களுக்காக நாடகமாடி யிருந்தாலுங்கூட, அவர் என்னை நோக்கி ஒருபோதும் அந்த நாடக வேலையைச் செய்ய முயன்றதில்லை என்கிறார் அந்தக் கதைசொல்லி.

இக்கதையில் 'நாடக ஆற்றுகையாளன்' (The Performer) என்று சொல்லப் படுபவன் வோல்டர்தான்.

இச்சிறுகதையின் ஆரம்பப் பகுதி கொழும்பு தெற்குப் புறச்சேரிப் பகுதி யிலே உருப்பெற்றிருந்தாலும், கதையின் பின்பகுதி கோல்பேஸ் ஹோட்டல், நீர்கொழும்பு வாடிவீடு, பங்குச் சந்தை முதலீடு, ஆடம்பர வீட்டு வசதிகள் என்று உயர்மட்ட வாழ்க்கையில் சுழல்கிறது.

பல்வேறு கதாபாத்திரங்களின் உணர்ச்சி மோதல்களுக்கும், பாலியல் உறவுகளுக்கும், அதிகாரத்தின் வலிய கரங்களுக்கும் இடையே நகரும் சிறந்த கதையாக The Performer என்ற கதை அமைகிறது.

3

இத்தொகுப்பில் வரும் 'ஈஸ்வர்' என்ற சிறுகதை மேலைத்தேய வாழ்க்கை முறைமையையும், இந்திய வாழ்க்கை முறைமையையும் உரசிப்பார்க்கும் ஒரு எழுத்து முயற்சியாகும். இருபது பக்கங்களுக்கு மேல் விரியும் இக்கதை ஏஞ்சலாவிற்கும் ரொனிக்கும் இடையிலான காதலுக்கும், அவர்களது ஐந்து ஆண்டு கால மணவாழ்வில் ஏற்படும் விரிசலுக்கும், அதனைச் சரிசெய்வதற் கான முயற்சிகளுக்கும் இடையிலான உணர்வுக் கோலங்களையும், ஆளுமைத் தன்முனைப்புகளையும் ஊடுருவிப் பார்க்கிறது.

ஏஞ்சலா இந்திய நிர்வாகச் சேவையில் நீண்ட காலம் பணிபுரிந்த சேர். செட்ரிக் என்ற ஆங்கிலேயரின் மகள். லண்டனில் பிரபல வங்கி ஒன்றின் கிளை முகாமையாளராக இருப்பவள். செயல்திறன் மிகுந்தவள். ஆனால், அதனைத் தனது சொந்த, தனிப்பட்ட வாழ்க்கை உறவுகளிலும் பிரயோகிப்பவள். அவள் தனது நண்பர்களை எடைபோட்டுப் பார்த்து, யார் பிரயோசனமான ஆள்? எதற்குப் பிரயோசனமானவராயிருப்பார்? என்று கணக்குப்போட்டுப் பார்ப்பவள். யாரை விருந்துக் கேளிக்கைக்கு அழைத்துச்செல்வது? யாரை

ஒரு இசை நாடகத்திற்கு அழைத்துச்செல்லலாம்? யாரை ஒரு இசைக் கச்சேரிக்கு அழைக்கலாம்? என்றெல்லாம் துல்லியமாகக் கணக்குப்போட்டு வைத்திருப்பாள். ஏஞ்சலாவின் இந்தப் போக்கு, அவளது தந்தைக்கு உடன்பாடான ஒன்றல்ல. ஏஞ்சலா தனது உணர்வுகளை ஒரு ஐந்தொகைக் கணக்கில் போட்டுப் பார்ப்பதுபோல் செயல்படுவது குறித்து அவளின் தந்தை அவளோடு பெரும் வாதத்தில் ஈடுபட்டிருந்திருக்கிறார். ஏஞ்சலா ஒரு பட்டயக் கணக்காளரை – ரொனியை மணமுடிக்கப் போவதாக எடுத்திருக்கும் முடிவு சரியானது என்று அவளின் தந்தை கருதவில்லை.

தனது மனைவியின் மறைவிற்குப் பின், சேர் செட்ரிக் தனிமையில் குடித்தும், நண்பர்களோடு விருந்து உபசாரங்கள் என்றும் இந்தக் கூத்துகள் ஒன்றும் அவளுக்குப் பிடிக்கவில்லை. இம்மாதிரி ஒவ்வொரு நிகழ்ச்சிக்குப் பின்னரும், வீட்டில் ஒரு அந்தரங்கத் தன்மையும் (privacy), இட அமைவும் (space), ஒழுங்கும் வேண்டும் என்பதை அவள் உணர்ந்தாள்.

ஏஞ்சலாவைத் திருமணம் செய்து, தங்களின் தனி வீட்டு – குடும்ப வாழ்வை ஆரம்பித்தால் எல்லாம் சரியாகிவிடும் என்று ரொனி நினைத்தார். தனது தந்தையைப் பரிபாலிக்கும் பிரச்சினையிலிருந்து ஏஞ்சலா விடுபட்டு விட்டால், அவள் தனது சுயமான வாழ்விற்குத் திரும்பிவிடுவாள் என்று ரொனி கருதினார்.

ஆனால், ஏஞ்சலாவின் உள்ளார்ந்த உணர்வுகள் வேறானவை. காதல் உறவுகளில் ஏஞ்சலா முயங்கியிருக்கும் வேளையிலும், அவள் ரொனியிடம் முழுமையாகத் தன்னை இழந்துவிடுவதில்லை. அவர்கள் இணையும் அருமையான வேளைகளில்கூட, அவள் அதிலிருந்து தனித்தே நின்றாள்; என்ன நடக்கிறது என்பதை ஒரு வெளியாள்போல அவள் அவதானிக்கிறாள். அத்தகு உளப்பாங்கு அவளிடமிருந்து ரொனியை வெளியில் நிறுத்தியது. அவளுடைய அறிவுக்குத் தெரியாமல் அவளைப் பரவசத்தோடு அனுபவிப்பது போல், அவளிடமிருந்து ஒரு எதிர்வினையும் வராமல், தான் அவளை அனுபவித்து மகிழ்வதாய் ரொனி உணர்ந்தார். எவ்வளவு தூரம் ரொனி தன்னை ஏஞ்சலாவிடம் முழுமையாக அர்ப்பணித்தாரோ, அவ்வளவிற்கு ரொனியிடம் சீற்றம் கொள்பவளாக, எரிச்சலூட்டுபவளாக ஏஞ்சலா மாறுகிறாள்.

உணர்ச்சிகரமான மனிதரான ரொனி, முழுமையாக, இயல்பாகத் தான் யாருடனும் காதலில் வீழ்வேன் என்று ஒருபோதும் நம்பியது கிடையாது. ஏஞ்சலாவிடத்தில் அவரது உணர்வுகளுக்குப் பூரணமான தஞ்சம் கிடைத்தது. ஏஞ்சலா அவரிடமிருந்து தன்னை விலக்கிக்கொள்ளும்வரை, அவள் தன்னை ரொனியிடம் பூரணமாகவே ஒப்படைத்திருந்தாள். இப்போது நிலை

வேறு. தனது சுயத்தை ஒருவரிடம் இழப்பது என்பது என்ன என்பதை ரொனி உணர்ந்திருந்தார். மீண்டும் அதனை இழக்க ரொனி தயாராகயில்லை. There was no going back for Ronnie. ரொனி குடிக்க ஆரம்பித்தார். அதில் தன்னை இழக்கலானார். ஏஞ்சலா – ரொனி திருமண உறவில் விரிசல் ஆரம்பித்து விட்டது.

இந்த நிலையில்தான் முதியவர் செட்ரிக், மகளின் திருமண வாழ்க்கையில் ஆலோசனை கூற முன்வருகிறார். இருவரும் எங்காவது தொலைதூர தேசத் திற்கு விடுமுறையில் போய்வருவதும், தங்களைப் பற்றி ஆழமாக மீள் பார்வை செய்வதும் நல்லது என்று செட்ரிக் கருதுகிறார். திருமணமான தம்பதியினர் காலத்திற்குக் காலம் ஒருவரிலிருந்து ஒருவர் விலகியிருப்பதுதான் மணவாழ்க்கையைப் புதுப்பிக்க உதவும் என்று நினைப்பவர் ஏஞ்சலா. பழ சாகிப்போன ஒரு திருமணத்தை, புது இடங்களுக்குக் கொண்டுபோய்ப் புதுப்பிக்க முடியாது என்றும் அவள் கருதுபவள். ஒரு திருமண உறவு முறிந்துபோனால் முறிந்துபோனதுதான். வெவ்வேறு இடங்களுக்குக் கொண்டு போய் அதனைச் சரிப்படுத்த முடியாது என்று ஏஞ்சலா நினைத்தாள். தனது ஐந்து ஆண்டு காலத் திருமண வாழ்க்கையில் ஒருமுறையல்ல, எத்தனையோ முறை ஏஞ்சலாவுடன் ரொனி விடுமுறைக்குப் போய் வந்திருக்கிறான். ஏஞ்சலாவோ இம்முறை ரொனியோடு விடுமுறைக்குப் போய் முயற்சித்துப் பார்க்கிறேன், ஆனால், இதுவே முதலும் கடைசியுமாக இருக்கும் என்று தன் தந்தையிடம் திட்டவட்டமாகத் தெரிவித்துவிட்டாள்.

சேர். செட்ரிக் இந்த அடிப்படையில்தான் இருவருக்கும் தனது செலவில் இந்தியப் பயணத்தை ஒழுங்கு செய்கிறார். ஆனால், இருவரும் பயண முகவர்களின் முன்கூட்டிய ஏற்பாடுகளை விட்டுவிட்டு, தாங்களாகவே இந்தியாவில் தங்கள்பாட்டில் விரும்பிய மாதிரி பயணம் செய்து பார்க்கும் அனுபவமே சிறப்பானதென்று வலியுறுத்துகிறார்கள்.

அப்படித்தான் ஏஞ்சலாவும் ரொனியும் புதுடில்லி விமான நிலையத்தை வந்தடைகிறார்கள். காலதாமதமாகி வந்த விமானம், தங்கள் பயணப் பொதிகள் வந்து கிடைக்காமை என்று ஆரம்பமான இந்தியச் சுற்றுலா, மக்கள் முண்டியடிக்கும் ரயில் பயணங்களின் அலுப்பு, ஓயாத சத்தம், ஜனக் கூட்டம், கங்கைக்கரையில் மிதக்கும் அழுக்கும் மலசலக் கழிவும் என்றாகி, கல்கத்தா செல்லும் பயணத்தில் ரொனி தனது பணப் பையையும், தான் வைத்திருந்த பயணிகள் காசோலையையும் திருட்டுக் கொடுத்துவிடுகிறான். இந்நிலையில் ஈஸ்வர் என்ற சுற்றுலா முகவர் ஒருவர் இருவருக்கும் உதவியாக வருகிறார். அவர்களுக்குத் தங்குவதற்கு ஹொஸ்டலில் ஒரு அறையும் எடுத்துக் கொடுக்கிறார்.

திடீரென்று வீதியில் ஒரு காட்சி அவள் கவனத்தை ஈர்த்தது. கழிவு நீர்ச் சாக்கடைக்கு அருகில் இருந்த பிளாட்பாரத்தில் ஒரு மனிதன் இரவில் படுப்பதற்கு, தனது படுக்கையைத் தயார்செய்துகொண்டிருந்தான். படுக் கையா? பல கார்ட்போர்டு அட்டைகளை அவன் தரையில் விரித்துக்கொண் டிருந்தான். அவனது மூன்று பிள்ளைகள் ஏற்கனவே நித்திரையில் ஆழ்ந் திருந்தனர். பத்திரிகைத் தாள்களால் பிள்ளைகளைத் தாய் போர்த்திவிட் டிருந்தாள். பின் வெளிக்குப் போய், ஒரு செம்புத் தண்ணீருடன் கால் அலம்பிவிட்டு, மறுபுறத்தில் படுத்துக் கிடக்கும் தனது தாய்க்கருகில் இவளும் காலை நீட்டிப் படுத்துக்கொண்டாள். ஒரு சொறி நாய் அவர் களின் காலடியில் சுருண்டு படுத்துக்கொள்கிறது. அந்தப் 'பெரிய வீட்டில்' பிளாட்பாரத்தின் பின்னால் நின்றிருந்த மல்லிகைச் செடியிலிருந்து அவர்கள் மீது மலர்கள் சொரிகின்றன.

ஏஞ்சலா படுக்கையின் பின்னால் சரிந்துகொண்டு, ரொனிக்காகக் காத் திருந்தாள்' என்று இக்கதை முடிகிறது.

கதையின் தலைப்பு 'ஈஸ்வர்'.

ஈஸ்வர் இக்கதையின் வெகு ஆரம்பத்திலும், கதையின் இறுதிப் பகுதி யிலுமே வருகிறார். எல்லா முரண்களோடும், புதிர்களோடும் இந்தியாவில் வாழ்க்கை தனக்கான அமைவிடத்தையும், அந்தரங்கத்தையும் தக்கவைத்துக் கொண்டு அமைதியாக ஓடிக்கொண்டிருப்பதை ஈஸ்வர் உணர்த்துகிறார். ஆம், ஏஞ்சலா இப்போது ரொனியின் வருகைக்காகக் காத்திருக்கிறாள்.

4

சகோதரிகள் (Sisters) என்பது இத்தொகுப்பின் இன்னுமொரு நீண்ட கதை. எண்பதுகளில் நிகழும் கதை. மோகன் இலங்கையில் நடைபெற்ற யுத்தத்தின் பின் அரசியல் அகதியாக லண்டனில் தஞ்சம் புகுந்தவன். மிரியம் அவனது மனைவி. அமெரிக்காவின் நியுயோர்க்கில் வாழும் இப்ராஹிம், மோகனின் அரசியல் நண்பன். இப்ராஹிம் எளிமையான, அன்பான நண்பர். இப்ராஹிம் இன்னும் ஜனாதிபதி ஸியாவின் இராணுவக் கண்காணிப்பு வலைக்குள் வராததால், இப்ராஹிமின் மனைவி கரீன், அடிக்கடி தனது மகள் ப்ளோராவுடன் பாகிஸ்தானில் ஆண்டுக் கணக்கில் காலம் கழிப்பதில் பிரச் சினை எதுவுமிருக்கவில்லை. இந்நிலையில், கரீன் தனது மகள் ப்ளோரா வுடன், பாகிஸ்தானிலிருந்து லண்டனில் மோகன் – மிரியத்தின் இல்லத்தில் ஒரு வாரம் தங்கிச் செல்வதாக ஏற்பாடு. கடைசி நேர ஏற்பாடு. குறுகிய கால அவகாசமே இருந்தபோதிலும் கரீனும் மகளும் தங்களுடன் தங்கிச் செல் வதில் மிரியத்திற்கு மகிழ்ச்சியே. ஐலீன் வீட்டில் தங்குவதாக இருந்தபோதும்,

அவள் கடைசி நேரத்தில் தனது சகோதரியைப் பார்க்கவேண்டி இருப்பதால், கரீனை வைத்துப்பார்க்க முடியாது என்று சொல்லிவிட்டாள். பாகிஸ்தானில் பல ஆண்டுகள் வாழ்ந்து பழகிவிட்டவர்கள் ஆதலால், அவர்களை வைத்துச் சமாளித்துக்கொள்ளலாம் என்று மிரியம் நினைத்தாள். அவர்கள் லண்டன் வருவதற்கு இரண்டு நாட்களுக்கு முன்னர்தான், மோகனுக்கு முள்ளந் தண்டின் உள்ளிழையில் மெல்லிய விலகல் ஏற்பட்டு, அவன் படுக்கையில் முழுநேர ஓய்வு எடுக்க வேண்டி வந்துவிட்டது. மோகனைப் பார்ப்பதற்கும் கரீனைக் கவனிப்பதற்கென்றும் மிரியம் அலுவலகத்தில் லீவு போட்டு விட்டாள். விருந்தினரை வரவேற்பதற்கான ஏற்பாடுகளில் மிரியம் மூழ்கிப் போனாள். மோகனின் முதுகு வலி மோசமானதாக இருந்ததால், ஒவ்வொரு நான்கு மணித்தியாலத்திற்கும் மோகனுக்கு மிரியம் ஒத்தடம் கொடுக்க வேண்டியிருந்தது. விமான நிலையத்திற்குச் சென்று, கரீனை அழைத்துக் கொண்டுவர முடியாது போய்விட்டதே என்பது மிரியத்தின் கவலையாக இருந்தது. கராச்சியிலேயே விமானம் புறப்பட இரண்டு மணிநேரம் காலதாமதம் ஆகிவிட்டது என்றும், தற்போதுதான் இறங்கியிருக்கிறோம் என்றும் 'உங்களுக்கு மேலதிக கஷ்டம் தர விரும்பவில்லை, உங்களால் சமாளிக்க முடியுமா?' என்றும் கரீன் போனில் மிக வினயத்துடன் கேட்டாள். 'இதெல்லாம் என்ன பேச்சு? சில நாட்களுக்குத்தானே?' என்று மிரியம் பதில் சொன்னதற்கு, 'உங்களுக்குப் பிரச்சினை இல்லையென்றால் சரி, நாங்கள் அநேகமாக வெளியில்தான் செலவிடுவோம். ப்ளோரா தனது நியூயோர்க் சிநேகிகளைக் காணத் துடித்துக்கொண்டிருக்கிறாள். நானும் யோர்க்சயர் மூருக்குப் போக வேண்டும்' என்றாள் கரீன். பின், கரீன் டாக்சியில் தனது மகளுடன் மிரியத்தின் வீடு வந்துசேர்கிறாள்.

படுக்கையில் ஓய்வு எடுக்க வேண்டிய நிலையில், ஒரு சந்தர்ப்பத்தில் மோகன் எழுந்து நிற்க முயன்றபோது, 'கவனம்' என்று எச்சரித்தாள் மிரியம். 'இல்லை, இல்லை, நீங்கள் அசையக் கூடாது' என்று நயப்புடன் கண்டித்தாள் கரீன். 'நான் சொல்வது உங்களுக்குப் புரிகிறதா? கரீன்! அவர் ஒரு இடத்தில் பேசாமல் இருக்க மாட்டார்' என்று, தனது நண்பியைப் பார்த்துக் கூறினாள் மிரியம்.

'நான் ஏதாவது பண்ண முடியுமா?' என்று கரீன் கேட்கிறாள்.

'நாங்கள் அவரைக் கட்டிப்போடலாம்' என்று பதில் சொன்ன மிரியம், தனது கணவனை நோக்கி, 'மோகன், இப்போது நாங்கள் இரண்டு பேர் இருக்கிறோம். சகோதரிகள் என்பது எவ்வளவு வலிமையானது தெரியுமா?' என்று கூறினாள்.

ஆனால், இரண்டே நாட்களில் சகோதரிகளுக்கிடையில் எங்கோ விரிசல் விழுந்துவிட்டது என்பதை மோகன் உணர்ந்தான். வந்தவர்கள் வெளியில்

போய் ஆட்களைப் பார்ப்பதென்று போனில் பேசிக்கொள்கிறார்களே தவிர, ஒருபோதும் வெளியில் போனபாடாய்த் தெரியவில்லை. அவர்களைக் கூப்பிடுபவர்களும் ஒவ்வொரு சாக்குப்போக்குச் சொல்கிறார்களே தவிர, உண்மையில் அழைத்துச்செல்பவர்களாக இல்லை.

'வீட்டில் சாப்பாட்டுச் சாமான்களை எல்லாம் அவர்கள் முடித்துவிட்டனர். அது பரவாயில்லை, ஆனால், அவர்கள் அதை என்னிடம் முன்னமேயே சொல்ல வேண்டும். உங்களுக்கு இன்று காலைச் சாப்பாட்டிற்கு cornflakes தர முடியவில்லை. பாலெல்லாம் தீர்ந்துவிட்டது. கரீனிடம் கேட்டால், பாகிஸ்தானில் ஒரே ஆட்டுப் பால்தான் என்றும் இங்கே மாட்டுப் பாலைப் பார்த்ததும் அவளுக்கு ஒரே கொண்டாட்டம். நான் என்னதான் சொல்வது?' என்று அழுவாரைப் போலச் சொல்லிக்கொண்டிருந்தாள் மிரியம்.

ஒரு கட்டத்தில், 'நாங்கள் வந்த நேரம் சரியில்லை, ஒரு வாரம் என்பது கூடிய காலம்தான். எங்களை வெளியே போகச் சொல்கிறீர்களா?' என்று கரீன் கேட்டதற்கு, 'இல்லை, இல்லை, நான் அப்படிச் சொல்லவில்லை. நீங்கள் ஒரு அமெரிக்கன் மாதிரி பதில் சொல்கிறீர்கள்' என்று பதில் கொடுத் தான் மோகன்.

இதற்கிடையில் ஸ்பெஹெட்டி செய்யப்போய், 'அவர்களுக்குக் கண் முன்னாலே வெங்காயம் வெட்டும் பலகை இருக்கத் தக்கதாக, ரொட்டி வெட்டும் பலகையில் வெங்காயத்தை வெட்டியிருக்கிறார்கள்' என்று இன்னு மொரு குறைபாடு.

இன்னும் இரண்டு நாட்களில் அவர்கள் இருவரும் வேல்ஸ் போகப் போகிறார்கள் என்று நினைத்தால், கரீனுக்கு அதற்கு முதல்நாள் தலைவலியும் காய்ச்சலும் வந்துவிட்டன. அந்த நிலையில் அவளால் வேல்ஸுக்குப் போக முடியாது. கரீனுக்குக் கற்பனைப் பிணி மாதிரிதான் தெரிகிறது என்று மோகன் கிண்டல் அடிக்கிறான்.

தொடர்ந்தும் ஒன்று மாறி ஒன்று, வந்த விருந்தினர்களால் வீடு ஒரே ரணகளமாகிவிட்டது.

'அவர்கள் எல்லா உரிமைகளும் கொண்டவர்களாயும், நான் எல்லாக் கடமைப்பாடுகளையும் கொண்டவளாகிப் போனேன்' என்று மிரியம் ஆத்திரம் கொள்கிறாள்.

'அன்பே, அதுதான் அமெரிக்க ஏகாதிபத்தியம்' என்று சொல்லிச் சிரிக் கிறான் மோகன்.

'சகோதரிகள்' என்ற இந்தக் கதையை வளர்த்துச்செல்வதில், தான் சிறந்த கதைசொல்லி என்பதையும், தனது நுட்பமான அவதானிப்பின் வீச்சையும், சுவையாகக் கதையை நகர்த்திச்செல்லும் லாவகத்தையும் சிவானந்தன் நிறுவு கிறார்.

5

இத்தொகுப்பின் நாடகிய அழகியல் சார்ந்த நுட்பமான கதை The Play-wright and the Player என்பதாகும்.

கதை, லண்டன் Tate கலைக் கண்காட்சிக்கூடத்தில் ஆரம்பமாகிறது. கற்தளத்தில் முழுச் சுவரையும் ஆக்கிரமித்திருந்த கஜுராஹோ காதலர்களின் புணர்ச்சி நிலைச் சிற்பத்தின் பேரழகில் மெய்மறந்து தாங்களே கற்சிலைகளாய் மாறிப்போய் நிற்கும் இரண்டு ஆங்கிலேயக் காதலர்கள். புராதன இந்தியாவின் கோவில் சுவர்களில் கடவுளர்கள் காதல் புணர்ச்சியில் ஈடுபட்டிருக்கும் அற்புதச் சிற்பங்கள். நனவுலகிற்குத் திரும்பிய காதலர்களில் அந்த ஆண்மகன், ‘மன்னிக்க வேண்டும், நீங்கள் இந்த இடத்திற்குப் போயிருக்கிறீர்களா?’ என்று அங்கு நின்ற ஆனந்த் என்ற இந்தியரிடம் கேட்கிறார். கதைசொல்லியாக ஆனந்த் வருகிறார். ஆங்கிலேயக் காதலர்களில் ஜோர்ஜ் டெனிங் என்பது ஆண். சூசன் பெண். ஜோர்ஜ் ஒரு நாடகாசிரியன். ‘சன் தேர்ந்த நாடக நடிகை. Royal Court அரங்கில் அன்டன் செக்கோவின் ‘மூன்று சகோதரிகள்’ நாடகத்தில் சூசன் நடித்திருக்கிறார். அந்த நாடகத்தில் இரண்டாவது பெண்ணாக வரும் மாஷாவின் பாத்திரத்திற்கு சூசன் பொருத்தமாக இருந்திருப்பார் என்று ஆனந்த் நினைக்கிறார். அந்தப் பாத்திரத்திற்கான உடல்வாகு. அவளது குரலில் இலையுதிர் காலச் சருகின் சலசலப்பு ஒலி. உங்களைக் காணாமல் ஆழ்த்திவிடும் பொய்கையாக அச்சுறுத்தும் பெரிய பச்சை நிறக் கண்கள். அவள் அழகி என்றோ கவர்ச்சியானவள் என்றோ ஆனந்த் கருதவில்லை. ஆனால், அவளின் உடல் வனப்பு அழகிய நறுமணமாய் பரவுவது. கடுமை இல்லாதது. வன்மையற்றது. நழுவிக்கொண்டிருப்பது. போதையூட்டுவது.

கஜுராஹோ சிற்பங்களைப் பார்க்க அப்போதே இந்தியா போக வேண்டும் என்று நின்றவர்கள். இது **1968**இல் நடக்கிறது.

ஓராண்டு கழிகிறது. ஆனந்தும் ஜோர்ஜ், சூசன் தம்பதிகளும் சந்திக்கின்றனர். ஆனந்த் இந்தியப் பயணத்திற்கு உதவியதால், அந்த இந்தியப் பயணம் ஜோர்ஜின் நாடக எழுத்துகளில் பெரும் வித்தியாசத்தை உண்டுபண்ணியதில் ஆனந்திற்கு அவர்கள் கடமைப்பட்டிருப்பதாகக் கூறுகிறார்கள். அவர் புதிய விஷயங்களை எழுதிக்கொண்டிருப்பதாகவும், அவரது நாடகங்களில் சூழ்நிலையை atmosphereஐ கொண்டுவருகிறார் என்றும், கூடவே குறியீட்டுணர்வும் symbolism உட்கொணரப்படுவதாகவும் ஜோர்ஜ் கூறுகிறார்.

அதற்கு ஆறு மாதங்களின் பின்னர் Hampstead Theatre Clubஇல் ஜோர்ஜின் மிகப் பெரும் நாடகமான The Booth என்ற நாடகத்தை ஆனந்த் பார்க்கிறார். நாடகம் முடிந்து ஆனந்த் திரும்புகையில், தங்களுடன் வீட்டிற்கு வந்து, இரவு

உணவு அருந்தி, நாடகத்தைப் பற்றி என்ன நினைக்கிறீர்கள் என்று அறிய விரும்புவதாக சூசன் அழைக்கிறார்.

ஆனந்திற்கு நாடகத்தைப் பற்றிச் சொல்ல ஒன்றுமில்லை. அங்கே நாடகம் என்று ஒன்றுமில்லை. ஒரு வெற்று மேடை. அங்கே ஒரு டெலிபோன் பூத். மூன்று கதாபாத்திரங்கள். சூசன் ஒரு பெண் பாத்திரம். மற்ற இருவரும் ஆண்கள். மூவரும் ஆளுக்கு ஆள் அர்த்தத்தோடு அர்த்தமில்லாத விஷயங் களைப் பேசிக்கொண்டிருக்கிறார்கள். பின் பூத்திற்கு உள்ளேயும் வெளியே யுமாய் ஒவ்வொருவராய் மறைந்துபோகிறார்கள். இதைப் பற்றி நான் என்ன சொல்லக் கிடக்கிறது என்று நினைக்கிறார் ஆனந்த். ஆனாலும், நாடகத் தம்பதியரின் இரவு விருந்துக்கு ஆனந்த் போகிறார்.

நாடகம்பற்றிய உரையாடல் தொடர்கிறது.

தனது நாடகத்தில் தனிமை, வெறுமை, பாழ்பட்டு நிற்கும் சூழலைக் கொண்டுவந்திருக்கிறேன், அதைப் பற்றிச் சொல்லுங்கள் என்று அடி எடுத்துக் கொடுக்கிறார் ஜோர்ஜ். 'அத்தோடு, நாடகத்தின் குறியீட்டுணர்வு? அதனை நீங்கள் ஒருபோதும் புரிந்துகொள்ளாமல் விட்டிருக்கமாட்டீர்கள்' என்று தொடர்ந்துகொண்டிருக்கிறார் ஜோர்ஜ்.

'இந்த வெறுமைக்கூடாக ஒருவரையொருவர் அணுக முயல்கிறார்கள். இதில் முக்கியம் வகிக்கும் அம்சம் அந்த டெலிபோன் பூத் மட்டும்தான். அதில்தான் உயிர் இருக்கிறது, குறைந்தபட்சம் தொடர்பாடலுக்கான ஒரு சாத்தியப்பாடாவது இருக்கிறது' என்று விளக்கம் தந்துகொண்டிருக்கிறார் ஜோர்ஜ்.

'சூசனைப் பற்றிச் சொல்லுங்கள்' என்கிறார் ஆனந்த்.

'சூசன், அவளுக்கு இதில் என்ன வேலை?' என்கிறார் ஜோர்ஜ். 'நீங்கள் எந்த உலகத்தில் இருக்கிறீர்கள்?' என்று சொல்லி ஜோர்ஜ் தனது நாடகத்தை விளக்கிக்கொண்டு போகிறார்.

'சூசன் இல்லாமல் அங்கே நாடகமே இல்லை. நாடகாசிரியனும் இல்லை' என்று ஆனந்த் திட்டவட்டமாகச் சொல்கிறார். 'நான் இனி இங்கு வரப் போவதுமில்லை, உங்கள் அலம்பலைக் கேட்டுக்கொண்டிருக்கப் போவது மில்லை' என்று சொல்லிவிட்டுக் கிளம்புகிறார் ஆனந்த். வீட்டைவிட்டு ஆனந்த் வெளியேறுகையில், சூசனின் உதடுகளில் மெல்லிய புன்னகை மலர்ந்ததைப் பார்த்ததாக ஆனந்த் நினைவுகூர்கிறார்.

அதற்குப் பின் ஆனந்த் அவர்களைப் போய்ப் பார்த்ததில்லை. தொலைக் காட்சியில் ஜோர்ஜின் நாடகங்களில் சூசன் நடிப்பதையும், ஒவ்வொரு

நாடகத்திற்குப் பின்பும் ஜோர்ஜைப் பேட்டி காண்பதையும் ஆனந்த் பார்ப்ப துண்டு. ஜோர்ஜின் நாடகங்கள் அனைத்திலும் ஒரு மாயத் தன்மை கொண் டிருப்பதை ஆனந்த் உணர்கிறார். ஜோர்ஜின் நாடகங்களில் சூசன் மிக அடக்கமாக sexஐக் கசியவிடும் பாங்கினைக் காண்கிறார். மாடக்கன்னியின் புலனின்பத் தோய்வு (sensuality) காமக் கிளர்ச்சியினை ஏற்படுத்துவதாகக் கருதப்பட்டாலும், அது துறவின் பூரண நிறைவினை எட்டிய நிலையில் அடையப்படும் ஒன்றுபோலவே சூசனின் வெளிப்பாடும் அமைகிறது என்று ஆனந்த் உணர்கிறார். சூசனில் காணப்பட்ட இந்தத் தனித்துவ அம்சத்தை நாடகப் பண்பாக்கி வெற்றி கண்டது ஜோர்ஜின் சாமர்த்தியம். ஜோர்ஜின் மீது, தான் கொண்டிருந்த பெரும் காதலினால், சூசன் அனைத்தையும் அவருக் காகச் செய்திருந்தாள்.

அதற்குப் பின் ஒரு பத்தாண்டு காலம் ஜோர்ஜின் நாடகங்கள் முன்னணியில் இருந்தன. திடீரென்று ஜோர்ஜின் நாடகங்களைக் காண முடியவில்லை. ஜோர்ஜுமே காணாமல் போனார். சூசனையும் எந்த நாடகத்திலும் காண முடியவில்லை. பொதுமக்களின் கவனத்திலிருந்து அவள் காணாமலே போய் விட்டாள். ஜோர்ஜ் தனது நாடகத்தின் உச்சகட்டத்தில் சூசனைவிட்டுப் பிரிந்து, வேறொரு வசதியான பெண்மணியைத் திருமணம் செய்துகொண்டு விட்டார்.

அதற்குப் பின் சூசனுக்கு என்ன நடந்தது என்று ஆனந்திற்குத் தெரிய வில்லை. ஒரு தடவை பிரபல்யமில்லாத ஒரு நாடகாசிரியனின் மூன்றாந்தர தொலைக்காட்சி நாடகத்தில் சூசன் தோன்றி நடித்ததை ஆனந்த் பார்க்க நேர்ந்தது. இப்சனின் ஹெடா கெப்ளர் போன்ற பெண் பாத்திரத்தை ஏற்று நடிக்க வேண்டிய சவால் அது. காய்ந்துலர்ந்துபோன சூசனால் அந்தப் பாத்திரத்திற்கு வலிமை சேர்க்க முடியவில்லை.

அந்நாடகத்தைப் பார்த்த மறுநாள், சூசனைப் பார்க்க ஆனந்த் அவள் வசிக்கும் இடத்தைத் தேடிப் போனார். அந்த இடத்திலிருந்து வெளிவந்த, கந்தல் கோட்டு அணிந்திருந்த ஒரு முதியவரிடம் சூசனின் பெயரைச் சொல்லிக் கேட்டபோது, தளர்ந்த குரலில் அவர் பதில் சொன்னார்: இறந்து போனார். 'இறந்துபோனார். நாடக மதிப்புரைகள் அவளைக் கொன்று விட்டன. நடிப்பில் கொடுப்பதற்கு அவளிடம் இனி ஒன்றுமில்லை' என்று அவர்கள் கூறினார்கள்.

எனது தோளில் கைவைத்து அவர் கூறினார்:

உண்மை என்னவென்றால், அவள் தன் நடிப்பாற்றலை வழங்குவதற்கு யாருமே இருக்கவில்லை.

கதை முடிகிறது.

6

சிவானந்தனின் 'ஸ்ரீ' (Sri), 'பரோலில் செல்பவர்' (The Parolee), 'கார்' (The Car), 'வீடு திரும்புதல்' (The Homecoming) ஆகிய கதைகள் தமிழ்க் கதா பாத்திரங்களைக் கொண்டவை. இவற்றில் இரண்டு கதைகள் இலங்கை யையும், ஏனைய இரண்டு கதைகள் லண்டனையும் களமாகக் கொண்டவை.

'நாங்கள்தான் அவனைக் கொன்றோம்; நாங்கள்தான் எங்கள் சித்தப்பா வின் மகன் ஸ்ரீயைக் கொன்றோம். நான், என்னுடைய சகோதரர்கள், எங்க ளுடைய அப்பா எல்லோரும் சேர்ந்துதான். ஸ்ரீ எந்தத் தந்தைக்குப் பிறந் திருந்தாலும், அவரைவிட, ஸ்ரீக்குத் தந்தையாக இருந்தவர் என் அப்பாதான். நாங்கள் கொன்றதுதான், ஆனால், அப்பாதான் அதற்குப் பெரும் பொறுப்பு. என் அப்பா அப்படி ஒரு பெரும் தவறைச் செய்யக்கூடியவர் அல்ல. அவர் மிகப் பல விஷயங்களில் புத்தியானவர். அவர் ஒரு வழிகாட்டி; அனுபவம் மிக்க அறிவுரையாளர்; எங்கள் கிராமத்தில் அனைவருக்கும் தந்தை போன் றவர். இருந்தும் ஸ்ரீயைக் கொன்றது அவர்தான். இப்போது அது எனக்குத் தெரியும்.' என்று பரபரப்போடு 'ஸ்ரீ' கதை ஆரம்பமாகிறது.

சுவாரஸ்யமான கதை இது. துயரமான கதையும்தான்!

ஸ்ரீ ஒரு தோல்வி, மோசமான பெருந்தோல்வி. அப்பாவுக்குப் பின்னால் அல்லது ஸ்ரீயின் காதுக்கு எட்டாமல் கிராமம் முழுவதும் இப்படித்தான் பேசியது. ஸ்ரீ ஓர் அநாதை. அவனைப் போன்றே, அவனது இரண்டு சகோ தரர்களும் அநானாதைகள்தான். கிராமத்தில் அநாதையாகிப் போனவர்கள் அனைவரும் அப்பாவின் பொறுப்பில்தான். ஆனால், ஸ்ரீயும் அவனது இரண்டு சகோதரர்களும் அப்பாவின் விசேட அக்கறைக்குரியவர்கள். தாராள மனதும், அத்தோடு வறுமையும் கொண்ட அப்பாவின் பிரியமான தம்பி இளம் வயதில் மரணமான நிலையில், அப்பா பொறுப்பேற்ற தம்பியின் பிள்ளைகள் இவர்கள்.

ஸ்ரீயின் சகோதர்கள் கொழும்புக்குப் போய்த் தப்பிக்கொண்டார்கள். யாழ்ப்பாணத்தில் ஒரு குக்கிராமத்தில் தங்கிவிட்டான் ஸ்ரீ. அவன் ஒன்றும் பிரயாசை இல்லாதவன் அல்ல. அதிகாலை எழுந்து, ஒரு மணிநேரம் படித்துவிட்டு, பாடசாலைக்குப் போவதற்கு முன் ஆடு, மாடு, கோழி எல்லாவற்றையும் பார்த்துவிட்டு, ஐந்து மைலுக்கு அப்பால் இருக்கும் பாட சாலைக்கு வேகவேகமாக நடந்துசெல்வான். பாடசாலை மணி அடிப்பதற்குப் பத்து நிமிடம் முன்னேயே போய்ச் சேர்ந்துவிடுவான். அதில் ஒரு பிரயோ சனமும் இல்லை. இருபத்தேழு வயதிலும் ஏழாம் வகுப்பிலேயே இருந்தான். ஆனால், நாள்பூராவும் மாடுகளைப் பார்த்து, ஆடுகளையும் கோழிகளையும் நன்கு பராமரிக்கக்கூடியவன். மாமரங்களின் வாதுகளைச் சீராக வெட்டியும்,

வாழை மரங்களுக்கு நீர் பாய்ச்சியும், காய்கறித் தோட்டங்களைப் பராமரித்தும், தனக்காக மட்டுமல்ல, அயலவர்களுக்கும் உதவி செய்பவன் ஸ்ரீ. தனக்குப் பிடித்தமான வேலையில் களித்திருந்தான் ஸ்ரீ.

நீண்ட காலத்திற்கு அப்படி இருக்க முடியவில்லை. கிராமத்தில் செல்வாக்கும் மதிப்பும் மிக்க ஒரு பிரதம தபால் அதிபரின் பெறாமகன், மாட்டைப் பார்த்துக்கொண்டு, விவசாயம் செய்துகொண்டு திரிவதை ஊர் ஒப்புமா?

அப்பா ஸ்ரீக்காக ஒரு உப தபால் நிலையத்தை அந்தக் கிராமத்திலேயே உருவாக்கி, உப தபால் அதிபர் வேலையையும் வாங்கிக்கொடுத்து, சொந்தத் திலேயே திருமணமும் ஏற்பாடு செய்து, எல்லாம் சரியாகத்தான் போய்க் கொண்டிருந்தது, ஸ்ரீயைத் தவிர.

மாடுகளுக்குப் பதிலாக முத்திரைகள், ஆடுகளுக்குப் பதிலாக மணி ஓடர்கள். தாயின் பால்மடிக்காகக் கத்திக்கொண்டிருந்த கன்று, இப்போது தந்தி பாஷையில் பேசிக்கொண்டிருந்தது. ஸ்ரீ குழப்பத்தில், திகைப்பில் வீசி எறியப்பட்டுவிட்டான்.

ஒருநாள், ஒடுக்கப்பட்ட சாதியைச் சேர்ந்த பெண் ஒருத்தி, தனக்குக் கடிதம் ஒன்று எழுதித் தருமாறு கேட்டு, ஸ்ரீயின் முன்னால் நின்றாள். அவளின் பரிதாபக் கண்கள். ஸ்ரீ அவளைக் கந்தோரின் கவுண்டருக்குப் பின்னால் இட்டுச்சென்று, அணைத்து, சகல விதிகளையும் மீறி, சாதி அச்சத்தைக் கடந்து, அவளுக்கு வெற்றிலை கொடுத்து, முலைகளை உறிஞ்சி, தன் காவலில் எடுத்தான். ஸ்ரீ இப்போது சுதந்திர மனிதன்.

ஒருசில மாதங்களில் அந்த உப தபால் நிலையத்தில் காசு இருப்பில் கையிருப்புக் குறைவது கண்டுபிடிக்கப்பட்டு, அப்பா அதனை இட்டு நிரப்பி விட்டார். இந்தக் காசு இருப்புக் குறைவதும், அப்பா அதனை இட்டு நிரப்புவதும் தொடர்ந்துகொண்டிருந்தது. ஸ்ரீயின் மனைவியும் பிள்ளைகளும் பட்டினியில். ஸ்ரீ காசை எடுத்து, என்னதான் செய்துகொண்டிருக்கிறான்? இப்போது அப்பா, இளைப்பாறியிருந்த தனது மற்ற சகோதரரை ஸ்ரீயின் தபால் நிலையத்தைப் பார்க்கச் சொல்லிவிட்டு, ஸ்ரீ பெயரளவிலேயே உப தபால் அதிபராக இருந்தார். இது கிராமம் முழுதும் தெரிந்த கதை ஆகிவிட்டது. ஸ்ரீயின் தொடுப்பில் இருந்த வீணாவிற்கும் கதை எட்டிவிட்டது. ஸ்ரீயிடமிருந்து அவள் காசு பெற மறுத்துவிட்டாள். இப்போது அவள் ஸ்ரீயின் அணைப்பையும் ஏற்க மறுத்துவிட்டாள். ஒரு மாலை, வீணா வருவாள் என்று தென்னந்தோப்பில் ஸ்ரீ காத்திருந்தான். அவள் அன்று வரவில்லை. அன்று இரவு, ஸ்ரீ தூக்குமாட்டிக்கொண்டான்.

Sri என்ற தலைப்பிலமைந்த நான்கு பக்கக் கதை, இப்படி முடிந்துவிட்டது. ஸ்ரீயைக் கொன்றது அப்பாதானா?

7

வீடு திரும்புதல் (The Homecoming) இன்னுமொரு இலங்கைத் தமிழர் கதை. நோட்டிங் ஹில் பகுதியில் ஒரு பழைய விக்டோரியன் காலக் குடியிருப்புப் பகுதியில் ஒரு பெரிய அறையையும் சமையலறையையும் கொண்ட வீட்டைத் தேடிப்பிடித்து, இலங்கையிலிருந்து வந்து தன்னோடு இணையவிருக்கும் மனைவி, மகன் ராம், மகள்மார் லீலா, சாந்தி ஆகியோர் குடும்பமாகத் தன்னுடன் தங்குவதற்கான ஏற்பாடுகளை எல்லாம் ரவி செய்து முடித்துவிடுகிறான். சவுதாம்ப்டனில் கப்பலில் வந்திறங்கும் குடும் பத்தினரை அங்கிருந்து லண்டனில், தான் ஒழுங்கு செய்திருக்கும் வீட்டிற்கு அவர்களைக் கொண்டுவருவதுதான் கதை.

வீட்டிற்குள் நுழைந்த மகன் ராம், 'அப்பா, எங்கே சூரியன்? ஏன் இங்கே ஜன்னல்கள் எதுவுமில்லை? நான் அந்த மாமரத்தில் ஏறலாமா?' என்று கேள்விமேல் கேள்வி கேட்கிறான்.

'அப்பா, எங்கே கழிப்பறை? நான் குளிக்கலாமா?' என்று கேட்கிறாள் லீலா.

ரவி குழந்தைகளைப் பார்க்கிறான். ஏக காலத்தில் எல்லாருக்கும் பதில் சொல்லப் பார்க்கிறான். ஆனால், அவனிடம் அதற்கு எந்தப் பதில்களும் இல்லை என்பதை அவன் சடுதியாக உணர்கிறான். பச்சையும் சூரியனும் மரங்களும் கடற்காற்றும் வீசும் தேசத்திலிருந்து, தங்களைச் சுற்றிலும் நெருக்கமும் பாசமும் அன்பும் செலுத்தும் வீடுகளிலிருந்து, அவர்களை வெறுமையான தேசம் ஒன்றிற்கு, பூக்களும் மரங்களும் பிள்ளைகள் ஓடி விளையாட ஒரு இடமுமே இல்லாத ஒரு நாட்டிற்குக் கொண்டுவந்து விட் டதை உணர்ந்தான். பல வீடுகளுக்குள் ஒரு வீடு அது. ஆனால், அது ஒரு வாழ்விடமில்லை. அவன் விம்மி அழுதான்.

இதுதான் ரவியின் 'வீடு திரும்புதல்' கதை.

8

'காரை கராஜில் கொண்டுபோய்த் திருத்திய பின்பும், பிரேக் போட் டால் முன்பைவிட இப்போது மோசமான சத்தம் கேட்கிறது' என்று தேவா காரைத் திருத்திய மெக்கானிக் மனோவிடம் கேட்கிறான். 'உங்களுக்குத் தெரியும்தானே எனக்கு காரைப் பற்றி ஒன்றும் தெரியாது என்று' மீண்டும் சொல்கிறான் தேவா.

ஒன்றுக்கும் யோசிக்க வேண்டாம் என்றும், இன்னும் சில நாட்கள் காரைத் தன்னிடம் விடும்படியும், இன்னும் இந்தக் காரை நீங்கள் விற்றுவிட

விரும்பினாலும், தான் அதற்கும் ஒழுங்குசெய்து தரலாம் என்றும் மனோ தேவாவிற்கு உறுதிமொழி அளித்தான். தேவாவின் காரை 150 பவுண்டு களுக்கு விற்கலாம் என்றும், ஒரு பிரெஞ்சுக்காரி தனது பேஜோ கார் ஒன்றை விற்றுவிட்டு ஊருக்குப் போகப் போவதாகவும், அதைக் குறைந்த விலைக்கு வாங்கித் தருகிறேன் என்றும் மனோ மேலும் கூறினான். தேவாவுக்கு அதுவும் சரி என்று பட்டது. தேவாவின் காரை 125 பவுண்டுகளுக்கு வாங்க, ஒரு ஆள் இருப்பதாகவும் மனோ கூறினான்.

தேவாவின் காரை விற்கப்போவதால் அதில் பெரிய திருத்த வேலைகள் எதுவும் செய்ய வேண்டியதில்லை என்றும் மனோ ஆலோசனை தெரிவித்தான். மனோ சொன்னபடி, அவனைக் காண தேவா கராஜிற்குப் போனபோது, ‘அவ்வளவு பெரிய திருத்த வேலைகள் இல்லை, கார் தயாராக இருக்கிறது’ என்று மனோ கூறினான்.

‘அப்போ அந்த பேஜோ கார்...’ என்று இழுத்தான் தேவா.

‘ஓ! அதுவா? அதிலே ஒரு பிரச்சினை. உங்களுடைய காரை வாங்க இருந்தவன், இப்போது அந்த பேஜோ காரை வாங்கிவிட்டான்’ என்றான் மனோ.

‘கார்’ கதை முடிகிறது.

9

இத்தொகுப்பில் நிறைவுக் கதையாக John Fortune என்ற கதை அமைந் துள்ளது. இக்கதை சிவானந்தன் அவர்கள் எதிர்கொண்ட உண்மைச் சம்ப வத்தை ஆதாரமாகக் கொண்டது. லண்டனில் வெளியான ஓர் ஆங்கிலப் பத்திரிகை, சிவானந்தன்பற்றிய கட்டுரை ஒன்றை வெளியிட்டபோது, தான் சந்திக்க நேர்ந்த ஒரு முதிய பொதுநலப் பணியாளரைப் பற்றிப் பேசியிருப் பார். அதுவே, சிவானந்தனின் கையில் அழகிய கதையாக உருப்பெற்றுள்ளது.

லண்டனில் கிங்ஸ்குரொஸ் பகுதியில் அமைந்துள்ள வறுமைக்கான நிலையம் என்ற பொதுநலப் பணியகத்தில் ஐந்து ஆண்டுகளாகப் பணிபுரிந்து வருபவர் லின்டீவீ என்ற தென்ஆப்பிரிக்கப் பெண்மணி.

தென்ஆப்பிரிக்காவில் ஜொஹன்ஸ்பெர்க் நகரின் சேரிப்புறத்தில் வறுமை யில் வாழ்ந்த லின்டீவீ, கர்த்தரின் அருளாலும், சொவெட்டோ மேற்றி ராணியாரின் சிபாரிசின் பேரிலும் லண்டனில் கல்வியைத் தொடரும் வாய்ப்பைப் பெறுகிறாள்.

கிங்ஸ்குரொஸ் பகுதியில் வாழும் விளிம்புநிலைக் குடிகளுக்கு உதவ வேண்டும் என்ற விருப்பம் கொண்டவளாக லின்டீவீ திகழ்ந்தாலும், உதவக் கூடிய எல்லைகளை எல்லாம் தாண்டி, அவர்கள் தங்கள்தங்களுக்கான பாதாள உலகங்களைச் சிருஷ்டித்துக்கொண்டுவிட்டார்கள்.

அவள் வேலை செய்யும் அந்தப் பணியகத்திலிருந்து இருளில் ஸ்டேசனுக்குப் போக யாரும் பயப்படுவார்கள். ஆனால், அந்தப் பகுதி அவளுடைய காடு மாதிரிதான். அதில் உள்ள ஆபத்துகள் எவை என்று அவளுக்குத் தெரியும். ஆனால், அதில் அவளுக்கு ஒரு பயமுமில்லை.

ஆனால், அறுபத்தைந்து வயது மதிக்கத்தக்க, உயரமான – கூனல் விழுந்த, நல்லாய்க் கசங்கிப்போன பழைய மழைக் காலக் கோட்டோடும், பாவித்துத் தேய்ந்துபோன தொப்பியோடும் திரியும் அழுக்கேறிய கிழவன் சில மாதங்களாகத் தன்னைப் பின்தொடர்ந்துகொண்டு திரிவதாக லின்டீவீ உணரலானாள்.

ஒருநாள் தனது பணியகத்தின் கதவைத் திறந்தபோது, அதே மனிதன் நின்றுகொண்டிருந்ததும், வழமையான தான் செலுத்தும் கனிவையும் மீறி, ‘உனக்கு என்ன வேண்டும்?’ என்று சத்தம்போட்டுவிட்டாள். திகைத்துப் போன அந்த ஆள், தடுமாறியவாறு, திக்கிக்கொண்டு ‘மன்னியுங்கள்’ என்று சொல்லிவிட்டுப் புறப்பட்டுப் போய்விட்டான். கதவை அடித்துச் சாத்தி விட்டு, தனது மேலாளரின் அறைக்குள் லின்டீவீ நுழைந்ததும் மேலாளர் அஹ்மத், ‘என்ன மிகவும் கோபமாயிருக்கிறீர்கள்?’ என்று கேட்டார்.

‘அவன்தான், அந்த அருவருக்கத் தக்க கிழவன்தான், அவன் என்னைப் பின்தொடர்ந்துகொண்டிருக்கிறான் என்பது மட்டும் உண்மை’ என்று லின்டீவீ கூறினாள்.

‘நீங்கள் யாரையும் சமாளிக்கக்கூடிய பெண். அதில் எனக்கு ஒரு சந்தேகமுமில்லை’ என்று அவளுக்கு உற்சாகம் கொடுத்தார் அஹ்மத்.

ஒரு வாரம் கழித்து, ‘அவன்தான், அந்த ஆளுடைய கீச்சுக்குரல்தான். அவன்தான் இன்று போன் எடுத்துக் கதைத்தான். எப்படி நீங்கள் பத்திரிகை வெளியிடுகிறீர்கள்? மூன்று, நான்கு பேர் இருந்துகொண்டு, எப்படி ஒரு நூலகத்தையும் நடத்திக்கொண்டு, அடிக்கடி கூட்டங்களையும் ஒழுங்கு செய்ய முடிகிறது? என்றெல்லாம் கேட்டான்’ என்று லின்டீவீ பொழிந்து கொட்டினாள்.

‘இனிமேல் அவன் வந்தால், எங்களைச் சந்திக்கச் சொல்லுங்கள்’ என்றார் அஹ்மத்.

நான்கு நாட்கள் கழித்து அஹ்மத்தின் அறைக்குள் புயலெனப் புகுந்தாள் லின்டீவீ.

‘அவன்தான், அந்தப் பைத்தியக்காரன்தான் இங்கே வந்திருக்கிறான்’ என்றாள் லின்டீவீ பதைபதைப்புடன்.

‘அவரை உள்ளே அனுப்புங்கள்’ என்றார் அஹ்மத்.

நரைத்த தலையுடன், கூனிய நிலையில், கோட்டையும் தொப்பியையும் கையில் ஏந்தியவண்ணம் லின்டீவீக்குப் பின், அந்த மனிதன் உள்ளே நுழைந்தான்.

அந்த மனிதனைக் கண்டதும், அஹ்மத் தனது இருக்கையிலிருந்து எழும்பி, கைகளை விரித்து, ‘பாதர் ஜோன் போர்ச்சூன், உங்களைப் பார்ப்பது எவ்வளவு சந்தோஷமாக இருக்கிறது. தயவுசெய்து உட்காருங்கள்’ என்றார்.

‘நிறவாதம்பற்றி, பல ஆண்டுகளுக்கு முன்னர் உலகத் திருச்சபைக் கவுன் சிலில் நாங்கள் சந்தித்துக்கொண்டோம் என்று நினைக்கிறேன். 1969ஆம் ஆண்டாக இருக்குமா? என் பெயர் அஹ்மத்’ என்று தன்னை அறிமுகம் செய்துகொண்டார் அஹ்மத். அந்த முதிய மனிதன் நெகிழ்ந்துபோனார். யாரோ தன்னை நினைவில் வைத்திருக்கிறார்கள்.

‘நான் உங்கள் நூல்களை வாசித்திருக்கிறேன்’ என்று சொன்ன அஹ்மத், லின்டூவீயின் பக்கம் திரும்பி, ‘பாதர் போர்ச்சூன் இந்தியாவில் மலைவாழ் பழங்குடி மக்களிடையே இருபது ஆண்டுகளுக்கு மேலாகப் பணியாற்றி யவர். அவர்களுக்குப் படிப்பித்தவர், உதவியவர், அரசாங்கத்திற்கு எதிராக அவர்களின் போராட்டங்களில் பங்குகொண்டவர். அங்கிருந்து அவர் தூக்கி எறியப்பட்டார் என்பதும் உண்மைதான்’ என்றார் அஹ்மத்.

‘முப்பது ஆண்டுகள்’ என்றார் அவர். அந்தக் குரலில் எந்த வருத்தமும் இல்லை.

‘முப்பது ஆண்டுகள்’ என்று அவர் மீண்டும் சொன்னார். நினைவில் கிளர்ந்த நாட்களின் ஒளியின் இதத்தில் தனது கைகளைத் தேய்த்துக்கொண்டார்.

சுதந்திரத்திற்குப் பின் நிலைமைகள் மாறிவிட்டன. தனது சொந்த நாட்டில் மிஷனரி வேலை செய்யலாம் என்று தாய்நாடு திரும்பினார். ஆனால், அவரைப் போன்றவர்களுக்கு இனி எந்த வேலையும் இல்லை. அந்த வேலை யைச் செய்ய போலீஸ்காரர்கள் இருந்தார்கள். அவர் தனக்குத் தானே சிரித்துக்கொண்டார். அது துயரமான புன்னகை. முகத்தில் ஒரு சுளிப்பு.

‘ஒரு மிஷனரி எந்த மிஷனும், எந்த செயல்திட்டமும் இல்லாமல் இருப்பது என்பது எவ்வளவு கொடூரமானது?’ என்றார் அவர்.

மீண்டும் அதே புன்னகை. ‘ஒருவேளை மிஷன் இல்லாத மிஷனாக இருக்குமோ?’

அதற்கு அடுத்த வாரம், லின்டூவீ அஹ்மத்திடம் ஒரு கடிதத்தைக் கொடுத் தாள். ‘நான் ஆபிரிக்காவிற்கு, எனது நாட்டிற்குப் போகிறேன்’ என்றாள் அவள்.

நெஞ்சை உறையச் செய்யும் கதை இது.

மனதைச் சலனப்படுத்தும் பாங்கில் கதையைப் பின்னும் நேர்த்தியில் சிவானந்தன், தன் சிருஷ்டித் திறனை இத்தொகுப்பில் நிரூபணம் செய்திருக் கிறார். •

தினகரன், 14.11.2021 / 21.11.2021, இலங்கை

லக்ஷ்மி ஹோம்ஸ்ற்றம்: மொழிபெயர்ப்பின் தனியரசி

1

லண்டனில் 1997இல் நடைபெற்ற கவிதை வாசிப்பு நிகழ்ச்சியொன்றில், சிலப்பதிகாரத்திலிருந்து 'திங்களைப் போற்றுதும், திங்களைப் போற்றுதும்' என்ற மங்கல வாழ்த்துப் பாடலைத் தமிழிலும், அதன் மொழிபெயர்ப்பை ஆங்கிலத்திலும் லக்ஷ்மி ஹோம்ஸ்ற்றம் வாசித்தார். அக்கூட்டத்தில் ஓரிரு வரைத் தவிர ஏனையோர் ஆங்கிலேயர். தமிழ்க் கவிதைகளை, நாவல்களை, சிறுகதைகளை, பெண்ணிய எழுத்துகளை உலக அரங்கிற்கு எடுத்துச்செல் வதில் கால் நூற்றாண்டு காலம் அயராது, தொடர்ந்து உழைத்து வந்த இலக் கியத் தலைமகள் லக்ஷ்மி ஆவார்.

அன்று அவருடன் ஆரம்பித்த அறிமுகம் நீண்ட, நேசம் மிகுந்த உறவாய் அவர் மரணமுறும்வரை - இருபது ஆண்டுகள் - நீடித்திருந்தன. மலராய் விரியும் புன்னகை, கூர்மையான பார்வை, நிதானமாய்க் கிரஹிக்கும் பாவம், இனிமை சிந்தும் பேச்சு, நேசம், வசீகரமான தோற்றம்.

லண்டனிலிருந்து, அவர் வாழ்ந்த Norwich என்ற இடத்திற்கு, காரில் மூன்று மணிநேரப் பயணம். எல்லாப் பயணங்களின்போதும் அலுப்புச் சலிப்பு இல்லாமல் காரைச் செலுத்தி வருவது மட்டுமல்ல, ஆர்வத்தோடு உரையாடலில் பங்குகொள்பவர் பவாகரன்.

லண்டனிலிருந்து கொஞ்சம் விலகியதுமே, முழுப் பயணத்திலும் சாலை யின் இருமருங்கிலும் பரந்துவிரிந்த நிலப் பரப்பின் தோற்றம் நெஞ்சை அள்ளும்.

எப்போதும் அமைதியில் துயிலும் கிராமம். விஸ்தாரமான வீடு. அழகிய இந்தியச் சிற்பங்கள், கலை நுட்பம்மிக்க கைவினைப் பொருட்கள். இந்திய வாசம் வீசும் வரவேற்பறை. லக்ஷ்மி அநேகமாக சல்வார் கமிஸோடுதான் இருப்பார். மிக எளிமையான பெண்மணி.

லக்ஷ்மியோடு எங்களை அன்போடு வரவேற்கும் அவரது கணவர் மார்க் ஹோம்ஸ்ற்றம். ஸ்கெண்டிநேவியர். புலமைசார் ஆய்வறிஞர். ஒக்ஸ்போர்டு பல்கலைக்கழகத்தில் மலர்ந்த காதல். மீளாத துயிலில் ஆழ்ந்து போவதற்குமுன் லக்ஷ்மி இறுதியாகக் கேட்ட கேள்வி: மார்க் சுகமாக இருக்கிறாரா?

தமிழ் - ஆங்கில மொழிபெயர்ப்புலகில் தனியரசியாகத் திகழ்ந்த லக்ஷ்மி யின் இளம் பிராய வாழ்க்கை துயரம் தோய்ந்தது. லக்ஷ்மி கிறிஸ்தவ பின் புலத்தைக் கொண்டவர். இளம் வயதிலேயே சமய நம்பிக்கையைத் துறந்து விட்டார். அவரது இறுதிப் பயணம் எந்த சமயச் சடங்குமின்றி நடந்தது. கர்நாடக மாநிலத்தில் பெங்களூருக்கு அருகே சேலம் என்ற கிராமத்தில் பிறந்தவர் லக்ஷ்மி. அவரது தந்தை, போல் டேவிட் தேவானந்தன்; சமய போதகர். லக்ஷ்மியின் தாய் ஹனா (அமராவதி), சென்னை, பெண்கள் கிறிஸ்தவக் கல்லூரியில் பட்டம் பெற்றவர்.

லக்ஷ்மியின் இரண்டாவது வயதில் அந்தத் துயரம் நேர்ந்தது. அவரது தாய் தூக்கிட்டுத் தற்கொலை செய்துகொண்டார். லக்ஷ்மியின் ஆசைத் தம்பி மார்க்கஸ் பிறந்து சில மாதங்களேயாகியிருந்த நேரம், அவர்களின் அன்னை இந்தத் துயர முடிவைத் தேடிக்கொண்டிருந்தார். அவரது அன்னையின் நினைவு லக்ஷ்மியின் வாழ்நாளெல்லாம் அவரைச் சூழ்ந்திருந்தது. மறைந்த தாயின் நினைவாக அவரது புகைப்படத்தை லக்ஷ்மி தன் வாசிப்பறையில் வைத்துப் பேணியிருந்தார்.

தனது தாயின் மறைவை அடுத்து, உடனேயே தன் தந்தை மறுமணம் செய்ததைச் சின்னஞ்சிறு சிறுமியான லக்ஷ்மியால் ஏற்றுக்கொள்ள முடிய வில்லை.

லக்ஷ்மியின் பாசம்மிக்க அத்தையின் அணைப்பிலிருந்து அவர் பிரிய நேர்ந்தது. பாரம்பரியப் பெருமிதமும் கட்டுப்பாடும் மிக்க, தனது பெற் றோரின் வீட்டில் சித்தியின் கொடுமைக்குள் லக்ஷ்மி வாழ நேர்ந்தது. லக்ஷ்மி மூன்று வயதாயிருக்கும்போது, அவருடைய சித்தி, I hate you என்று சத்த மிட்டிருக்கிறார். I don't care என்று அந்த வயதில் லக்ஷ்மி பதில் சொல்லி யிருக்கிறார்.

சென்னை, பெண்கள் கிறிஸ்தவக் கல்லூரியில் தனது ஆங்கில இலக்கியப் படிப்பினை நிறைவுசெய்த லக்ஷ்மி, ஒக்ஸ்போர்டு பல்கலைக்கழகத்தில் செயின்ட் ஹில்டா கல்லூரியில் தனது ஆங்கில இலக்கிய உயர் கல்வியைத் தொடர்ந்தார். இக்காலகட்டத்தில் ஆங்கில இலக்கியத்திலிருந்து ஆங்கிலம் சார் இந்திய இலக்கிய ஆசிரியர்கள்மீது லக்ஷ்மியின் நாட்டம் திரும்பியது. தான், ஆர்.கே. நாராயண் என்ற நாவலாசிரியர்பற்றி ஆராய்ச்சி செய்யப் போகிறேன் என்றபோது, ஒக்ஸ்போர்டு பல்கலைக்கழகத்தில் அவரைப் பற்றி அங்கு யாருக்குமே தெரிந்திருக்கவில்லை என்று லக்ஷ்மி ஒருமுறை என்னிடம் கூறியிருக்கிறார். ஆர்.கே. நாராயண் நாவல்களிலேயே லக்ஷ்மி தனது D.Litt. பட்டத்தை நிறைவுசெய்தார்.

பல்கலைக்கழகத்திலே பூத்த தன் காதலைத் தனது குடும்பத்தினருக்கு அறிமுகம்செய்துவைக்க, மார்க்கையும் கூட்டிக்கொண்டு லக்ஷ்மி பெங்களூர்

சென்றபோது, அங்கு பூகம்பம் வெடித்தது. அவரது தந்தை, மார்க்கை ‘கேடு கெட்ட ஸ்திரீலோலன்’ என்று திட்டினார். தான் என்ன சொன்னாலும் இவள் தனது பேச்சை ஒருபோதும் கேட்கப் போவதில்லை என்று அவரது தந்தை நினைத்தார். லக்ஷ்மியும் எதற்கும் அசைந்துகொடுத்ததாகத் தெரிய வில்லை. அதற்கு லக்ஷ்மி பெரிய விலை கொடுக்க நேர்ந்தது. அவரது தந்தை இறந்தபோது, அவர் அச்சுறுத்தியபடியே அவரது முழுச் சொத்திலும் ஒரு செப்புக் காசுகூட லக்ஷ்மிக்கு அவர் விட்டுச்செல்லவில்லை. அது மட்டுமல்ல, அப்போது 22 வயதாயிருந்த லக்ஷ்மியுடன் ஒட்டுமில்லை, உறவுமில்லை என்று லக்ஷ்மியின் சகோதரியையும், அவரது சித்தியையும் அவரிடமிருந்து முற்றாகத் தள்ளிவைத்துவிட்டார். அந்தக் குடும்ப உறவு அன்றிலிருந்து முற்றாகத் துண்டிக்கப்பட்டது.

அன்றிலிருந்து, அடுத்த இரு தலைமுறைகளின் மகிழ்ச்சிகரமான வாழ்வை வளப்படுத்துவதில் திளைத்த லக்ஷ்மி, அதற்கூடாகத் தனது அன்னையின் பேரிழப்பின் துயரத்தைக் கடந்துசெல்ல முனைந்தார்.

தனது முதல் குழந்தையின் பிறப்புடன், தனது தந்தை மனம் திரும்புவார் என்று லக்ஷ்மி நினைத்திருந்தார். அது நடக்கவில்லை. லக்ஷ்மியின் முதல் மகள் ராதிகா பிறப்பதற்குச் சில மாதங்களுக்கு முன்னர் அவரது தந்தை மரணமுற்றார்.

தனது வாழ்வுபோல நெருக்கடியும் துன்பமும் நிறைந்த வாழ்வாகத் தனது குழந்தைகளின் வாழ்வு அமைந்துபோய்விடக் கூடாது என்று குழந்தை களைப் போஷிப்பதில் அவர் மிகுந்த அக்கறை காட்டினார். தனது ஆசிரிய வாழ்வின் நெருக்கடிகளுக்குள்ளும் குடும்பம் என்ற கூட்டை அவர் அன் பாலும் மகிழ்ச்சியாலும் நிறைத்தார்.

லக்ஷ்மியின் குடும்பத்திலிருந்தும் சொத்துப்பத்துகளிலிருந்தும் அவர் முழுமையாக ஒதுக்கிவைக்கப்பட்டிருந்தாலும், அவர் தனது தந்தையின் மீதோ, சித்தியின் மீதோ பின்னாளில் குறை கண்டதில்லை. அவர்களின் நிலைப்பாட்டில் இருந்து அவர்களைப் புரிந்துகொள்ள முயன்றார்.

இவ்வளவு துயரங்களைச் சுமந்து திரிந்த ஒரு பெண்மணியாக அவர் ஒருபோதும் தோற்றமளித்ததில்லை.

லக்ஷ்மி புற்றுநோயால் பீடிக்கப்பட்டிருந்தபோதும், எப்போதும்போல புன்னகை தவழும் முகத்தோடு அந்த மாதரசி எங்களோடு உரையாடினார். அவரது இலக்கியச் செயற்பாடுகள், மொழிபெயர்ப்புக் கொள்கைகள், தனது ஆங்கிலப் பிரசுராலயத்தினருடனான உறவுகள் என்பது பற்றியெல்லாம் விரிவாகப் பேசினார்.

கடைசிக் காலங்களில் கடும் உடல் உபாதையை அவர் மௌனமாக எதிர்கொண்டிருக்கிறார். தனது மரணத்தின் பின் தனது இறுதிப் பயணத்தை

எவ்வாறு நடத்த வேண்டும் என்று அவர் தெளிவாக எழுதி வைத்திருந்தார். எந்தச் சமய ஆராதனைகளும் கிரியைகளும் செய்ய வேண்டாம் என்று அவர் குறிப்பிட்டிருந்தார். இறுதிப் பயண நிகழ்ச்சியில், முதலாவதாகப் புறநானூற்றில் கணியன் பூங்குன்றனார் எழுதிய 'யாதும் ஊரே யாவரும் கேளிர்' என்ற கவிதையை மு. நித்தியானந்தனும், அதன் ஆங்கில மொழிபெயர்ப்பை அவரது மகள் ராதிகாவும் வாசிக்க வேண்டும் என்று அவர் எழுதி வைத்திருக்கிறார் என்று அறிந்தபோது, என் கண்களில் கண்ணீர் மல்கியது. அதன் பின் எம்.எஸ். சுப்புலக்ஷ்மியின் பாடல் இசைக்கப்பட்டது. அடுத்து, ஆர்.கே. நாராயணது Swami and Friends என்ற நூலிலிருந்து ஒரு பகுதி வாசிக்கப்பட்டது. அதற்கடுத்து, மேற்கத்திய இசை மீட்டப்பட்டது. லக்ஷ்மியின் இறுதிப் பயணத்தை, 'அம்ருதா' ஜூலை 2016 இதழில் மு. புஷ்பராஜன் நெஞ்சம் நெகிழப் பதிவு செய்திருந்தார். லக்ஷ்மி 2016ஆம் ஆண்டில், தனது 80ஆவது வயதில் மரணித்தபோது, தமிழ் - ஆங்கில மொழிபெயர்ப்பு உலகின் ஒரு சகாப்தம் முடிவுக்கு வந்தது.

2

ஆங்கில செவ்வியல் இலக்கியத்திலிருந்து, இந்திய ஆங்கில எழுத்துகளை நோக்கி நகர்ந்து, பின் தமிழ்ச் சிருஷ்டிகளை ஆங்கிலத்திற்குக் கொண்டு சேர்க்கும் பிராந்தியத்தில் லக்ஷ்மி கால்பதித்தபோது, அவர் ஐம்பது வயதைத் தாண்டியிருந்தார். அவர் தமிழ் - ஆங்கில மொழிபெயர்ப்புப் பணிக்காகத் தனது ஆசிரியப் பணியைத் துறந்தபோது, தனது இலட்சியம்பற்றிய பூரண தெளிவு அவரிடமிருந்தது.

'நூலாசிரியையாக, மொழிபெயர்ப்பாளராக, ஆய்வறிவாளராகத் திகழ்ந்த லக்ஷ்மி, தமிழ் எழுத்தாளர்களை எங்களின் கவனத்திற்குக் கொண்டுவந்தவர் என்ற வகையில், தனது மொழிபெயர்ப்புப் பணியால் கண்டங்கள் கடந்தும் கௌரவம் பெற்றவராகிறார். பொதுவில் எழுத்தாளர்கள் என்று மட்டுமல்ல, சக பெண்களுடன் தன்னை இனங்காண்பதில் ஒரு பொதுத்தளத்தைச் சிருஷ்டித்திருந்தார். மிகத் துணிச்சலோடும், அவரது கலாசாரத்தின் உறுதிப் பாட்டோடும் அவர் அதனைச் சாதித்தார். இங்கிலாந்தின் அடிமட்டப் பெண்கள் மத்தியில் அவர் காட்டிய ஐக்கியத்தில், இந்தத் தாபம் வெளிப்பட்டது. South Asian Diaspora Literature, Arts Archive போன்ற அமைப்புகளில் அவர் காட்டிய ஈடுபாடு இத்தகையதுதான்' என்கிறார், அவருடன் நெருங்கிப் பணியாற்றிய அமெண்டா ஹொப்கின்சன் அம்மையார்.

'என் வாழ்வின் தொழில் சார்ந்து நான் எதிர்கொள்ள நேர்ந்த மோசமான அனுபவங்களின்போது, உயரிய நட்புணர்வோடும், தோழமை ஐக்கியத்துடனும் எனக்குத் துணையாக நின்றார். பால் சார்ந்த பாகுபாடுகள்,

பெண்களை இளக்காரமாகப் பார்த்தல் போன்ற விவகாரங்களில், அவர் எதிலும் விட்டுக்கொடுக்காத மன உறுதியைக் காட்டினார்' என்கிறார் அமெண்டா.

லக்ஷ்மி வியப்பூட்டும் அளவிற்குச் சுதந்திர உணர்வு கொண்டவராகத் திகழ்ந்தார். சிருஷ்டிகரமான சிந்தனையாளர். அவர் எப்போதும் கிளர்ச்சிக் காரியாகவே இருந்திருக்கிறார்.

புலமை நாட்டம்மிக்க அவர் விரும்பியிருந்தால், academic துறையில் பிரகாசித்திருக்க முடியும். அவர் அதிலிருந்து தூர விலகி நின்றார். 'ஆண்கள் அச்ச உணர்வோடும், மிகக் கவனத்தோடும் புலமைசார் துறைகளைத் தம் கையகப்படுத்திக் கொண்டுவிட்டனர்' என்று லக்ஷ்மி ஒரு சந்தர்ப்பத்தில் குறிப்பிட்டிருக்கிறார்.

அந்தப் போலிக் கூட்டத்திலிருந்து வெளியேறிய அவர், நலிந்து போன வர்களின் படைப்புகளை, பிரதான நீரோட்டத்தில் கொலுவீற்றிருக்கும் சிருஷ்டிகளுக்கு நிகரான படைப்புகளை, தன் சொந்த மொழியில் தேடித் திரிந்தார், இந்திய மொழிகளிலே தேடினார்.

The Inner Courtyard: Stories by Indian Women என்ற தலைப்பில் Virgo என்ற ஆங்கிலப் பதிப்பகத்தின் மூலம், 1990ஆம் ஆண்டு லக்ஷ்மி உருது, வங்காளம், மலையாளம் ஆகிய இந்திய மொழிகளில் இந்தியப் பெண் எழுத்தாளர்கள் எழுதிய சிறுகதைகளைத் தொகுத்துப் பதிப்பித்து வெளியிட்ட போது, சல்மான் ருஷ்டியையும் விக்ரம் சேத்தையுமே இந்திய இலக்கியமாகப் படித்துக்கொண்டிருந்த சூழலில், இந்தத் தொகுப்பு மந்தமாருதமாய், புதிய சாளரங்களைத் திறந்துவிட்டது.

இந்த வெற்றிகரமான அறுவடைக்குப் பின், Writing from India (Figures in a landscape) *(1994)* என்ற தொகுதியை அடுத்து, அம்பையின் சிறுகதைகளை A Purple Sea *(1992)* என்ற தலைப்பில் ஆங்கிலத்தில் மொழிபெயர்த்து வெளியிட்டார். சிலப்பதிகாரம், மணிமேகலை என்ற செவ்வியல் இலக்கியங்களை ஆங்கில உரைநடையில் Silappadikaram and Manimekalai (Illustrated Classics) என்ற தலைப்பில் 1996ஆம் ஆண்டில் வெளியிட்டார்.

அசோகமித்திரனின் 'அப்பாவின் சிநேகிதர்' என்ற சிறுகதைத் தொகுப்பு My Father's Friend என்ற தலைப்பில் லக்ஷ்மியின் மொழிபெயர்ப்பு 2002இல் வெளியாகியது. நவீனத் தமிழ் இலக்கியத்தின் முக்கிய ஆளுமையாகத் திகழ்ந்த சுந்தர ராமசாமியின் படைப்புகளின் ஆங்கில வெளியீடாக (Waves: An Anthology of Fiction and Poetry - Chennai: East West Press, 2001) என்ற நூல் வெளியான போது, அது உலக அரங்கின் கவனத்தை ஈர்த்தது. பாமாவின் 'கருக்கு' (Karukku – Macmillan India, 2000), இமையத்தின் 'கோவேறு கழுதைகள்' (Beasts of burden - Chennai: East West Press, 2001)

ஆகிய நாவல்களின் ஆங்கில மொழிபெயர்ப்பு, தமிழில் எழுந்த தலித் இலக்கியங்களை வெளி உலகிற்கு எடுத்துச்சென்றன.

புதுமைப்பித்தன், மௌனி, மாதவையா, ந. முத்துசாமி, சல்மா போன்றோரின் சிருஷ்டிகள் உலக வெளியில் பேசப்படுவதற்கு லக்ஷ்மியின் ஆங்கில மொழிபெயர்ப்புகள் பெரிதும் துணைபுரிந்தன. பேராசிரியர் க. கைலாசபதி, அமெரிக்காவின் பல பல்கலைக்கழகங்களில் *1980* காலப் பகுதியில் நவீனத் தமிழ் இலக்கியம்பற்றி உரையாற்றியபோது, அங்கு வாசிப்பதற்காக ஆங்கில மொழியில் தமிழின் நவீன இலக்கியங்கள் குறித்து வெளியான எந்த நூலையும் காண முடியாத நிலையே இருந்தது.

3

நாங்கள் லக்ஷ்மியைச் சென்று சந்தித்த பொழுதுகளில் அவருக்கு ஈழத்து இலக்கியம்பற்றி எதுவுமே தெரிந்திருக்கவில்லை. பத்மநாப ஐயர், ஈழத்துக் கவிதை நூல்களை லக்ஷ்மியிடம் குவித்துவிட்டார்.

'மரணத்தில் வாழ்வோம்', 'பதினொரு ஈழத்துக் கவிஞர்கள்', சொல்லாத சேதிகள்' என்று ஆரம்பித்து, நுஃமான், சண்முகம் சிவலிங்கம், சேரன், வ.ஐ.ச. ஜெயபாலன், வில்வரத்தினம், மு.பொ., மஹாகவி, நீலாவணன், சிவசேகரம், சோலைக்கிளி, சிவரமணி, ஆழியாள், பா. அகிலன், அனார், கி.பி. அரவிந்தன், ஔவை, பஹீமா ஜஹான், அ. யேசுராசா, றஷ்மி என்று நாங்கள் கொண்டுபோய்க் குவித்த புத்தகக் குவியலில் லக்ஷ்மி மூச்சுத் திணறியிருப்பார். இந்த அறிமுகங்கள் எல்லாம் லக்ஷ்மி ஹோம்ஸ்ற்றம், சாஷா எபெலிங் (Sascha Ebeling) ஆகியோர் இணைந்து செய்த Lost Evenings, Lost Lives (Arc Publications, *2016)* என்ற ஈழத்து யுத்தக் காலக் கவிதைகளின் தொகுப்பாக மலர்ந்திருக்கிறது என்றால், அது மிகை அல்ல. இந்தக் கவிதையைத்தான் மொழிபெயர்க்க வேண்டும் என்றோ, இந்தக் கவிஞர்தான் முக்கிய கவிஞர் என்றோ நாங்கள் யாரையும் அடையாளப் படுத்தியது கிடையாது. அக்கவிதைத் தொகுப்புகளை வாசித்து, அவரே தேர்ந்து செய்த மொழிபெயர்ப்புகளே அவை.

The Rapids of a Great River: The Penguin Book of Tamil Poetry (2009) என்ற நூல் லக்ஷ்மியின் மொழிபெயர்ப்பு இலக்கியத்தின் வெற்றிப் பயணத்தை உறுதிசெய்தது.

4

நோர்வேயிலிருந்து வ.ஐ.ச. ஜெயபாலன், தம்பா, கலிஸ்ரா இராஜநாயகம், தமயந்தி, வயவைக்குமரன், மைத்ரேயி, இளவாலை விஜயேந்திரன் ஆகிய

ஏழு கவிஞர்களின் 23 கவிதைகளைத் தொகுத்து வெளியான 'துருவச் சுவடுகள்' என்ற தொகுப்பு குறித்து, ஜெர்மனியில் இருந்து வெளியான 'புதுமை' (1990) இதழில் நான் எழுதிய விமர்சனக் குறிப்பொன்றில் இளவாலை விஜயேந்திரன் எழுதிய 'காணாது போன சிறுவர்கள்' என்ற கவிதை பற்றியும் குறிப்பிட்டிருந்தேன். விஜயேந்திரனின் சிறந்த கவிதைகளில் அது ஒன்று. என் நினைவில் உள்ள கவிதையும்தான்.

மிகப் பல ஆண்டுகளின் பின், லக்ஷ்மி ஹோம்ஸ்ற்றம் அவர்கள் இளவாலை விஜயேந்திரனின் கவிதை ஒன்றின் ஆங்கில மொழிபெயர்ப்பை எனக்கு அனுப்பி எனது அபிப்பிராயத்தைக் கேட்டிருந்தார்.

ஆங்கிலத்தில் இருந்த மொழிபெயர்ப்பில் ஓரிடம் எனக்கு நெருடியது. விஜயேந்திரனின் தமிழ்க் கவிதைப் பிரதியை அனுப்பிவைக்குமாறு கேட்டிருந்தேன். அவரும் அனுப்பியிருந்தார். அந்தக் கவிதைப் பிரதியைப் பார்த்தும் எனக்குத் திருப்தி வரவில்லை. அது இளவாலை விஜயேந்திரனின் கவிதையின் மீள்பதிப்புப் பிரதி. நான் அதன் உண்மையான மூலப்பிரதியைக் கண்டடைந்தேன். நான் நினைத்தது சரிதான்.

விஜயேந்திரனின் மூலப்பிரதியில் உள்ள வரிகள் இவை:

கட்டைப் பனைமரத்தைக்
கப்பலாக்கிக்
கால்த்துடுப்பில் நீர்கடக்கும்
சிறுவர்களை மட்டும்
காணேன்.

லக்ஷ்மிக்குக் கிடைத்த விஜயேந்திரனின் கவிதையின் மீள் அச்சுப் பிரதியில் உள்ள வரிகள் இவை:

கட்டைப் பனைமரத்தைக்
கப்பலாக்கிக்
காலத்துடுப்பில் நீர்கடக்கும்
சிறுவர்களை மட்டும்
காணேன்

மூன்றாவது வரியில்,
'கால்த்துடுப்பு' என்றிருப்பது,
மீள்பதிப்பில்,

'காலத்துடுப்பு' என்று, 'கால்' என்பது 'கால' என்று அச்சுப்பிழையோடு வெளிவந்துவிட்டது.

லக்ஷ்மி இந்தப் பிரதியை மூலமாகக்கொண்டு அப்பகுதியைப் பின்வருமாறு மொழிபெயர்த்திருந்தார்:

> Only the children
>
> Turning fallen Palmyra trunks into boats
>
> And paddling across the water
>
> With the oars of time,
>
> Have vanished.

ரஜீவ விஜேசிங்க தொகுத்து, இந்தியாவின் நேஷனல் புக் டிரஸ்ட் அனுசரணையில் வெளியான Mirrored Images: An Anthology of Sri Lankan Poetry (2013) கவிதைத் தொகுதியில் இந்த ஆங்கில மொழிபெயர்ப்பு இடம் பெற்றுள்ளது.

கட்டைப்பனை மரத்தைக் கப்பலாக்கி, கால்களைத் துடுப்பாக்கி ஓடம் விட்டு விளையாடும் சிறுவர்களைப் பற்றிய சித்திரம் இது.

அச்சுப்பிழை காரணமாக இங்கு காலத் துடுப்பெடுத்து என்று வந்து விட்டது. இதனை லக்ஷ்மிக்குக் கூறியிருந்தேன். என்னவோ அது அப்படியே அச்சாகிவிட்டது.

சாதாரணமாக லக்ஷ்மி மூலநூல் பிரதியை நுணுக்கமாக வாசிப்பவர். ஏதும் ஐயங்கள் எழுந்தால் அறிந்தவர்களிடம் கேட்டு விளக்கம் பெறத் தயங்காதவர். பாமா, சல்மா ஆகியோரின் எழுத்துகளை மொழிபெயர்க்கும் போது, அவர்களுடனேயே இருந்து, பேசி, விளக்கங்கள் பெற்று மிகத் தெளிவுடனேயே அவர் மொழிபெயர்ப்பில் ஈடுபடுபவர்.

காயத்ரி ஸ்பிவாக் ஒரு சந்தர்ப்பத்தில் குறிப்பிட்டதுபோல, மொழி பெயர்ப்பு என்பது உள்ளார்ந்து, நெருக்கமாக ஒரு பிரதியை வாசிக்கும் செயற்பாடாகும். ஒரு மொழிபெயர்ப்பாளர் மிக நுட்பமான வாசகர் என்ற உரித்தினைப் பெறாதவரை அந்தப் பிரதிக்குத் தன்னை அவரால் ஒப்புக் கொடுக்க முடியாது என்பது மட்டுமல்ல, குறித்த பிரதியின் ஆத்மார்த்தமான குரலை அவரால் புரிந்துகொள்ள முடியாமலும் போய்விடும்.

லக்ஷ்மி தனது மொழிபெயர்ப்புலகில் கணிசமான தமிழ்ப் படைப் பாளிகளுடன் நெருக்கமான உறவைப் பேணி வந்திருக்கிறார். அவருடன் தொடர்பில் இருந்தவர்கள் அனைவருமே அவரின் உயர்ந்த பண்பினை மதித்துப் போற்றுபவர்களாகவே உள்ளனர்.

5

பரிபாடலில் வரும் கடுவன் இளவெயினனார் இயற்றிய, திருமாலை வணங்கும் பாடல் இது:

தீயினுள் தெறல் நீ பூவினுள் நாற்றம் நீ

கல்லினுள் மணியும் நீ மறத்தினுள் மைந்த நீ

வேதத்து மறை நீ பூதத்து முதலும் நீ

வெஞ்சுடர் ஒளியும் நீ திங்களுள் அளியும் நீ

அனைத்தும் நீ அனைத்தின் உட்பொருளும் நீ

ஏ.கே. ராமானுஜன் அவர்களின் மொழிபெயர்ப்போடு The Rapids of a Great River என்ற ஆங்கில மொழிபெயர்ப்பு நூல் ஆரம்பமாகிறது.

> In fire, you are the heat.
>
> In flowers, you are the scent
>
> Among stones, you are the diamond.
>
> In words, you are the truth.
>
> Among virtues, you are love.
>
> In a warrior's wrath, you are the strength
>
> In the Vedas, you are the secret.
>
> Of the elements, you are the first.
>
> In the scorching sun, you are the light.
>
> In the moonlight, you are the softness.
>
> Everything, you are everything.
>
> The sense, the substance, of everything.

'ஒரு மொழிபெயர்ப்பில், மொழிபெயர்ப்பாளர் தன்னை வெளிப்படுத்த வேண்டிய தேவைக்கும், இன்னொருவரைப் பிரதிநிதித்துவப்படுத்த வேண்டிய தேவைக்கும் இடையே மூளையின் இரண்டு பாதிகளுக்கு இடையில் கிடந்தது அல்லாடுகிறார்' என்பார் ஏ.கே. ராமானுஜன்.

ஆனால், கவிதை வெல்வதற்கு அவர் வழிவிட வேண்டும் என்பார்.

மூலப்பாடல் அடிகளின் வைப்புமுறையை (topography) மொழிபெயர்ப்பிற்கு ஏற்ப மாற்றிக்கொள்வதில் ராமானுஜன் பூரண சுதந்திரம் எடுத்துக் கொண்டிருக்கிறார்.

கடுவன் இளவெயினனார் என்ற சங்கப் புலவரிலிருந்து குட்டி ரேவதி யின் ‘பூனையைப் போல அலையும் வெளிச்சம்’ என்ற கவிதைவரை இரண் டாயிரம் ஆண்டு காலச் செழுமையும், பல்கிளை விசாலிப்பும், இனிமையும், நயமும் மிக்க பெரும் கவிதை நீரோட்டத்தை ஆங்கிலத்தில் தருவதற்கு சுபஸ்ரீ கிருஷ்ணஸ்வாமி, கே. ஸ்ரீலதா ஆகியோரோடு இணைந்து லக்ஷ்மி ஹோம்ஸ்ற்றம் மேற்கொண்ட இம்முயற்சி தமிழ்க் கவிதை உலகின் மாண் பினை உலக அரங்கில் பிரகாசிக்கச் செய்யும் அரும்பெரும் பணியாகும்.

இத்தொகுப்பில், நவீனக் கவிதைப் பரப்பில் பாரதியிலிருந்து தமிழகம், இலங்கை, புகலிடம் என்று அனைத்தையும் அணைத்து 43 கவிஞர்களை அரங்கிற்குக் கொண்டுவந்திருக்கிறார். கூட்டாக இத்தொகுப்பு முயற்சி மேற்கொள்ளப்பட்டபோதும், கவிதைகளை மொழிபெயர்த்தவர்களின் பெயர்கள் மிகுந்த பொறுப்புணர்வுடன் இத்தொகுப்பில் குறிப்பிடப்பட் டுள்ளன. ஒரு மொழிபெயர்ப்பு என்பது மற்றுமொரு சிருஷ்டி. அது யாந்திரீக மாகச் செய்யப்படுவதில்லை.

6

லக்ஷ்மி தமிழிலும் ஆங்கிலத்திலுமாக மாலதி மைத்ரி, சல்மா, குட்டி ரேவதி, சுகிர்தராணி ஆகிய நான்கு பெண்ணியக் கவிஞர்களைத் தேர்ந்து Wild Girls, Wicked Words (2012) தலைப்பில் வெளியிட்ட நூல், லக்ஷ்மிக்குள் இருக்கும் ஒரு கலகக்காரியை வெளிச்சம் போட்டுக்காட்டியது.

‘கட்டற்ற பெண்களும் கடூர வார்த்தைகளும்’ என்ற அர்த்தம் தொனிக்கும் இந்நூல், இப்புதிய கவிகளைக் கொண்டாடுகிறது என்கிறார் லக்ஷ்மி. இந்தக் கவிதை எழுதிய பெண்களை, சென்னை மவுண்ட் ரோட்டில் நிற்கவைத்து, மண்ணெண்ணெய் ஊற்றிக் கொளுத்த வேண்டும் என்ற ஆணாதிக்கக் குரல் களுக்கு எதிராக, ஆக்ரோஷம் கொண்ட லக்ஷ்மியின் படைப்பு உலகு இது. தமிழில் புதிதாக எழுந்திருக்கும் பெண்ணியக் கவிதைகள் உலக அரங்கில் விவாதத்திற்கு எடுத்துக்கொள்வதற்கு லக்ஷ்மியின் மொழிபெயர்ப்பு கால் கோளிட்டது என்றால் அது மிகையாகாது.

பதிப்பாளர்கள் கேட்டுக்கொண்டதன்படி நூல்களை மொழிபெயர்ப்புச் செய்தாலும், தான் உடன்படாத ஒரு நூலை மொழிபெயர்ப்பிற்கு எடுத்துக் கொண்டதில்லை என்பார் லக்ஷ்மி.

தேர்ந்த, மென்னுணர்வு கொண்ட வாசகர்கள்கூட, ஒரு மொழிபெயர்ப்பில் எவையெல்லாம் உள்ளடங்குகின்றன என்பதைப் புரியாதவர்களாக உள்ளனர் என்று லக்ஷ்மி குறிப்பிடுகிறார்.

‘மொழிகள் தமது சொற்களஞ்சியத்திலும் தொடரியலிலும் (syntax) பெரிதும் மாறுபடுபவன. ஒரு மொழியில் உள்ளது, பிறிதொரு மொழியில் அப்படியே, தானே போய் உட்கார்ந்துகொண்டு விடுவதில்லை. ஒரு கவிதை யையோ, நீண்ட புனைகதையையோ மொழிபெயர்க்கும்போது, அந்த சிருஷ் டியின் முழுமையான வடிவத்தையே நாம் மனத்தில் இருத்த வேண்டும். சொற்களும் வசனங்களும், செங்கல்லும் சாந்தும் போலத்தான். ஆனால், அதன் முழுமையான வடிவத்தைக் கொண்டுவருவதையே இலக்காகக் கொண்டு நாம் இயங்க வேண்டும். மறுபுறம், வெவ்வேறுபட்ட மொழி பெயர்ப்பாளர்கள் ஒரு படைப்பினை வித்தியாசமாக வாசித்து, விளக்கம் கொடுத்து, வெவ்வேறுபட்ட மொழிபெயர்ப்புகளைத் தரக்கூடும் என்ப தையும் நானறிவேன்’ என்கிறார் லக்ஷ்மி.

‘ஒரு மொழியில் சொல்லப்பட்டிருப்பது, இன்னுமொரு மொழியில் எவ்வாறு கொண்டுசெல்லப்பட்டிருக்கிறது என்பது எனக்கு எப்போதுமே கவர்ச்சியைத் தந்திருக்கிறது. எது சரியாய் வந்திருக்கிறது என்பதும், எது சரிவரவில்லை என்பதும் எனக்குத் தெரியவந்தது. அர்த்தங்கள் என்பது அகராதிகளில் மட்டுமே தெரிய வருவதில்லை’ என்கிறார் லக்ஷ்மி.

‘மொழிபெயர்ப்பு என்பது ஒருபோதும் முடிவடைவதில்லை. ஒவ்வொரு முறையும் அதனைச் செப்பனிட்டு, வித்தியாசம் வித்தியாசமாக அதனைச் செய்து பார்க்கலாம். காலவெளியில் ஒரு பிரதி அப்படியே நிலைபெற்று விடுவதில்லை. மொழிபெயர்ப்பாளர்கள் மாறிமாறி வருகிறார்கள். மொழிகள் மாற்றமடைகின்றன’ (The text is not fixed in time. The translator changes, language changes.) என்பார் லக்ஷ்மி.

‘லக்ஷ்மி போன்றோர் இங்கிலாந்தில் வாழ்ந்தாலும், அவர்கள் இந்தியாவில் நிலைகொண்டிருக்கிறார்கள்’ என்கிறார் ஒரு விமர்சகர்.

ஈழத்துக் கவிதைகளை வாசிக்கத் தொடங்கிய பின், தமிழகத்தில் பெண்கள் மத்தியில் பெண்ணியக் கருத்துகள் ஊன்றுவதற்கு முன்னரேயே, ஈழத்தில் பெண் கவிஞர்கள் முன்னரங்கத்திற்கு வந்துவிட்டார்கள் என்று லக்ஷ்மியால் உணர முடிந்தது. இந்தியாவில் பெண்கள் உள்நோக்கிய பார்வையைக் கொண்டிருந்தபோது ஈழத்துப் பெண் எழுத்தாளர்கள் அரசியலில் பற்றுறுதி கொண்டு பொதுவெளியில் பிரவேசித்திருந்ததை லக்ஷ்மி அறிந்துகொண் டிருந்தார்.

7

இலங்கை செல்லும் உத்வேகத்தை இந்தக் கவிதைகள் அவருக்கு வழங்கி யிருந்தன. இங்கிலாந்தின் உள்துறை அமைச்சு, இலங்கை விஜயத்தின் சிக்கல் களை லக்ஷ்மிக்கும், அவரது கணவர் ஹோம்ஸ்ற்றமிற்கும் விலாவாரியாக

விளக்கியிருந்தது. யுத்த நெருக்கடிகள் இலங்கைக்குள் அவர் செல்லக்கூடிய இடங்களை மட்டுப்படுத்தியிருந்தது. கொழும்பிலிருந்து லக்ஷ்மி ஹோம்ஸ்ற்ற மின் பயணத்தை எச்.எச். விக்ரமசிங்க ஒழுங்குபடுத்தியிருந்தார். கொழும்பில், மலையகத்தில் அவரின் விஜயம் கௌரவப்படுத்தப்பட்டிருந்தது. ஹட்டனில் ஹைலண்ட்ஸ் கல்லூரியின் முன்னாள் அதிபர் க. மெய்யநாதன் அவர்களும், நுவரெலியாவில் சட்டத்தரணி தாயுமானவன் அவர்களும் லக்ஷ்மியின் மலையக விஜயத்தை நிறைவுபடுத்தியிருந்தனர். ‘வீரகேசரி’ நிறுவனத்தின் இயக்குநர் குமார் நடேசன் அவர்கள் லக்ஷ்மி - ஹோம்ஸ்ற்றம் தம்பதியின ருக்கு, பெரும் விருந்தளித்து அவர்களை மகிமைப்படுத்தினார். அவர்கள் தனக்களித்த கௌரவத்தினை லக்ஷ்மி மெய்யாகவே போற்றினார் எனல் தகும்.

ஈழத்துக் கவிதைகளை மதித்துப் போற்றி, அவற்றை நுணுக்கமாக வாசித்து, ஈழத்துக் கவிஞர்களில் 32 பேரைத் தெரிந்து உலக அரங்கிற்கு அறிமுகப் படுத்திய பெருமை மூத்த மொழிபெயர்ப்பாளர் லக்ஷ்மிக்கே சென்றடைய வேண்டும். சேரனின் ‘இரண்டாவது சூரிய உதயம்’ (A Second Sunrise - Navayana, January 2012), ‘எரிந்து கொண்டிருக்கும் நேரம்’ (In a time of burning - Arc Publications, 2013) என்ற இரு கவிதைத் தொகுப்புகளைத் தனித்தனித் தொகுதிகளாக லக்ஷ்மி மொழிபெயர்த்திருந்தார் என்பதையும் இங்கு குறிப் பிடுவது பொருந்தும். ஈழத்துக் கவிஞர்கள் பதினொரு பேர்தான் என்று அறிக்கை இடப்பட்டிருந்த நிலையிலிருந்து, முப்பத்திரண்டு கவிஞர்களை லக்ஷ்மி கண்டடைந்தமை அவரது விரிந்த பார்வையைப் புலப்படுத்தியிருக்கிறது.

லக்ஷ்மிக்குத் தமிழ் தெரியாது என்று அறிக்கை வெளியிட்டவர்கள் உண்டு. கனடா தமிழ் இலக்கியத் தோட்டம் லக்ஷ்மிக்கு, சாதனையாளர் விருது வழங்கிக் கௌரவித்தபோது, அதற்கு எதிர்ப்புக் குரல்களும் எழாமலில்லை. அந்த எதிர்ப்புகளை மு. புஷ்பராஜன் எதிர்கொண்டார். பல ஈழத்து இலக்கிய பிரபலங்கள் லாப நஷ்டக் கணக்குப் பார்த்து அமைதி கண்டன. லக்ஷ்மி, இந்தியாவில் பாடசாலைத் தமிழ்ப் பாட விதானத்தில் கம்பராமாயணத்தைக் கற்றவர். பாமாவின், சல்மாவின் படைப்புகளை மொழிபெயர்த்த காலங் களில் அந்தப் படைப்பாளிகளோடு சேர்ந்து, தெளிந்து, அவற்றை மொழி மாற்றம் செய்தவர். சேரனின் கவிதைகளை மொழிபெயர்த்தபோது அது சேரனின் படைப்பு, மொழிபெயர்ப்பு எனது படைப்பு. அது வேறு, இது வேறு என்றவர் லக்ஷ்மி.

தமிழ்ப் படைப்புகளை அயராது, தொடர்ந்து ஆங்கிலத்தில் கொண்டு சென்ற பெருமை அவருடையது. ஆங்கிலப் பதிப்பகங்களுடன் இருந்த அவரது தொடர்பும், ஆங்கிலப் புலமை வட்டங்களில் அவருக்கிருந்த நெருங்கிய உறவும் இந்தச் சாதனையை அவர் நிகழ்த்த உதவின. தமிழகம், இலங்கை, புலப்பெயர்வு என்று அனைத்தையும் அணைத்து, பரந்து விரிந்த நோக்கில்

இலக்கியத்தை அணுகிய அவரது நோக்கு எங்கும் காணத் தக்கது அல்ல. தமிழ் - ஆங்கில மொழிபெயர்ப்பில் லக்ஷ்மி விட்டுச்சென்ற தடங்கள் என்றும் போற்றப்படும்.

லண்டன் பாதாள ரயிலில் (Underground Train) கடந்த 30 ஆண்டுகளாக, உலகின் பல்வறு மொழிகளில் வழங்கப்படும் சிறந்த கவிதைகளின் ஆங்கில மொழிபெயர்ப்பு, Poster வடிவில் அழகாக அச்சிடப்பட்டு, ரயில் பெட்டிகளில் பயணிகளின் பார்வைக்கு ஒட்டிவைக்கப்படுகின்றன. ஒவ்வொரு நாளும் லண்டன் ரயிலில் பயணம் செய்யும் 30 லட்சம் பயணிகள் இந்தக் கவிதைகளை வாசிக்கும் வாய்ப்புப் பெறுகிறார்கள். இந்தக் கவிதைகள் மக்கள் மத்தியில் பிரபல்யம் பெற்றதையடுத்து, இக்கவிதைகள் Underground Poems என்றே தனியே தொகுக்கப்பெற்று பெரும் விற்பனையைத் தொட்டது.

இந்த ரயில் பெட்டியில் சங்ககாலக் கவிதை இடம்பெற்றதென்றால் நமக்குப் பெருமையாய் இருக்காதா என்ன?

குறுந்தொகையில் வரும் பின்வரும் பிரபல்யமான பாடல் அந்த இடத்தைப் பெற்றது.

> யாயும் ஞாயும் யார் ஆகியரோ
>
> எந்தையும் நுந்தையும் எம் முறைக் கேளிர்
>
> யானும் நீயும் எவ் வழி அறிதும்,
>
> செம் புலப் பெயல் நீர் போல,
>
> அன்புடை நெஞ்சம் தாம் கலந்தனவே.

ஏ.கே. ராமானுஜனின் ஆங்கில மொழிபெயர்ப்புடன் அக்கவிதை இடம் பெற்றிருந்தது.

> What could my mother be to yours?
>
> What kin is my father to yours anyway?
>
> And how did you and I meet ever?
>
> But in love, our hearts have mingled
>
> like red earth and pouring rain.

இந்நிகழ்விற்கு முக்கிய பொறுப்பாய் இருந்து, இக்கவிதையைச் சிபாரிசு செய்து உதவியர் லக்ஷ்மி ஹோம்ஸ்ற்றம் ஆவார். •

வீரகேசரி, 17.10.2021 / 24.10.2021/ 31.10.2021, இலங்கை

தினகரன், 17.10.2021 / 24.10.2021/ 31.10.2021, இலங்கை

லக்ஷ்மி ஹோம்ஸ்ற்றமுடனான நேர்காணல்

தமிழின் நவீன எழுத்துகளைத் தனது நேர்த்தியான ஆங்கில மொழி பெயர்ப்புகளின் மூலம் உலக இலக்கிய அரங்கிற்குக் கொண்டுசென்ற சாதனையை லக்ஷ்மி ஹோம்ஸ்ற்றம் கடந்த இரு தசாப்தங்களாக நிகழ்த்தி வருகிறார். புதுமைப்பித்தன், மௌனி, சுந்தர ராமசாமி, அசோகமித்திரன், ந. முத்துசாமி, அம்பை, பாமா, இமையம் ஆகிய தமிழின் தலைசிறந்த இலக்கிய ஆளுமைகளை இந்தியாவிலும் ஏனைய நாடுகளிலும் தமிழர் அல்லாத வாசகர்கள் அறிந்துகொள்வதற்கான சாளரங்களை லக்ஷ்மி ஹோம்ஸ்ற்றம் திறந்துவிட்டுள்ளார்.

ஏப்ரல் மாதத்தின் ஓர் அழகிய, இதமான வெயில் மின்னிக்கொண் டிருந்த காலைப் பொழுதில் லண்டனிலிருந்து மேற்கே விரியும் அழகிய வெளிகளையும், பச்சைப்பசேலென்ற நிலத்தோற்றத்தையும் ரசித்தபடி மூன்று மணிநேரக் கார்ப் பயணத்தின் பின் லக்ஷ்மி ஹோம்ஸ்ற்றமின் நோரிச் (Norwich) இல்லத்தைப் போய்ச்சேர்ந்தோம். பலமுறை சென்ற வீடு தான் அது. இந்த முறை 'காலம்' இதழுக்கான விசேட நேர்காணலுக்காகச் சென்றிருந்தோம். லக்ஷ்மியின் ஐந்து பெரிய அறைகளைக் கொண்ட அந்த வீடு முழுவதும் புத்தகங்களால் நிரம்பி வழிகிறது. லக்ஷ்மியின் கணவர் ஹோம்ஸ்ற்றம் சமூக மானிடவியலில் கலாநிதிப் பட்டம் (Ph.D) பெற்று, கிழக்கு ஆங்கிலியாப் பல்கலைக்கழகத்தில் (University of East Anglia) மானிடவியல் விரிவுரையாளராகப் பணியாற்றியவர். இந்தியாவில் கள ஆய்வு களை மேற்கொண்டு ஆங்கிலத்தில் நூல்களை எழுதியிருக்கிறார். லக்ஷ்மி ஹோம்ஸ்ற்றம் பேட்டிகள், மேடைகள், விளம்பரங்கள் என்பனவற்றிற்கு அப்பாற்பட்ட எளிமை கொண்டவராகத் திகழ்பவர். மிகுந்த சங்கோசத் துடன் இந்தப் பேட்டிக்கு இணங்கினார். என்றாலும் ஓர் ஈடுபாட்டுடன் இந்த உரையாடலைத் தொடர்ந்தார் என்பதைக் குறிப்பிட்டாக வேண்டும்.

உங்களின் கல்விப் பின்னணிபற்றி முதலில் பேசுவது நல்லது என்று நினைக்கிறேன்.

எனது ஆரம்பக் கல்வி பெங்களூரில் அமைந்தது. அப்போது பெங்களூர், சென்னை மாநிலத்தின் கீழ் இருந்த காலனித்துவ காலம். அப்போது பெங்களூர் கன்றோன்மன்ட் பகுதி முழுவதுமே தமிழ் சார்ந்ததாகத்தான் இருந்தது. நான் மிகச் சிறு வயதிலேயே ஆங்கிலத்தில் வாசிக்க ஆரம்பித்துவிட்டேன் என்றாலும் அதற்குச் சமமான தமிழ்ப் பயிற்சியும் எனக்கு பெங்களூரில் கிடைத்ததைச் சொல்ல வேண்டும். மிகச் சிறந்த தமிழ் ஆசிரியர்கள் எங்களுக்குத் தமிழ்ப் பாடத்தைக் கற்பித்தார்கள். கம்பனையும் சிலப்பதிகாரத்தையும் சிறப்பாகக் கற்பித்தனர். எனது இன்டர்மீடியட் பாடத்திட்டத்திற்கு ஆங்கிலத்துடன் தமிழையும் நான் ஒரு பாடமாகக் கொண்டிருந்தேன். எங்களது இந்த இலக்கிய ஆர்வத்திற்கு எங்களது குடும்பப் பின்னணி பெருமளவு காரணமாக அமைந்தது. எனது தந்தை சமஸ்கிருதத்திலும், ஒப்பியல் சமயத் துறையிலும் விரிவுரையாளராகப் பணியாற்றியவர். எனது சகோதரி சமஸ்கிருதத்தை நன்கு கற்று, பாலி மொழியில் மிகுந்த பாண்டித்தியம் கொண்டவராகத் திகழ்கிறார். ஆங்கிலத்தைச் சிறப்புப் பாடமாகப் பயின்ற நான், எனது பட்டப் படிப்பை முடித்த பின் ஒக்ஸ்போர்டு பல்கலைக்கழகத்தில் எனது முதுமாணி (M.A.) பட்டத்திற்கான பயணத்தைத் தொடர்ந்தேன். பாரம்பரிய ஆங்கில ஆராய்ச்சி முறைக்கு மாறாக, ஆங்கிலத்தில் எழுதும் இந்திய எழுத்தாளர்களை எனது ஆராய்ச்சிப் பொருளாக நான் எடுத்தபோது ஒக்ஸ்போர்டு பல்கலைக்கழகம் வியப்படைந்தது என்றே கூற வேண்டும். எனது ஆங்கிலத் துறைப் பேராசிரியர் ஓர் இரவு விருந்து உபசாரத்தின்போது, ஆர்.கே. நாராயண் என்ற எழுத்தாளர் பற்றி லக்ஷ்மி ஆராய்ச்சி செய்யப் போவதாகக் கூறுகிறார். அந்தப் பெயரை யாராவது கேட்டிருக்கிறீர்களா என்று அங்கு இருந்தவர்களிடம் வினாவினார். நல்ல வேளையாக அங்கிருந்த ஒருவர் நான் ஆர்.கே. நாராயணின் Bachelor of Arts என்ற நாவலை வாசித்திருந்ததாக் கூறி, எனது மரியாதையைக் காப்பாற்றினார். அறுபதுகளில் இந்திய வாழ்க்கையை ஆங்கிலத்தில் சித்திரித்த முக்கிய மூலவர்களாக முல்க்ராஜ் ஆனந், ராஜா ராவ், ஆர்.கே. நாராயண் ஆகிய மூவரும் மிக முக்கியமான இடத்தை வகிக்கிறார்கள். இந்த மூவரின் எழுத்துகளால் கவரப்பட்ட நான், ஆர்.கே. நாராயணின் படைப்புகளை ஆய்வுக்கு எடுத்த போது இந்திய இலக்கியத்தோடு பரிச்சயம் கொண்ட ஒரு பேராசிரியர், School of Oriental and African Studies என்ற கல்லூரியின் சார்பாக எனது மேற்பார்வையாளராக அமைந்தார்.

ஆர்.கே. நாராயணின் ஆராய்ச்சி குறித்த உங்களது ஆய்வேடு நூலாக வெளிவந்திருக்கிறதா?

ஆம். அந்த நூல் வெளியாகிப் பல வருடங்களாகிவிட்டன. அந்த நூல் இப்போது எங்கும் கிடைக்கிறதா என்று தெரியவில்லை. இப்போது அந்த நூலை நான் வாசிக்க விரும்புவேனா என்று எனக்குச் சொல்லத் தெரிய வில்லை. நான் அந்த ஆய்வைத் தொடங்கியபோது இந்திய ஆங்கில எழுத்து களைப் பற்றி முன்னோடி ஆய்வுகள் எதுவும் நடைபெற்றதில்லை. உண்மையில் முற்றிலும் ஒரு புதிய தரத்தில் எனது ஆராய்ச்சியைத் தொடங்கினேன் என்று நான் கூறுவேன். இந்த ஆய்வையொட்டி ஆரம்ப காலத் தமிழ் நாவல்களை நான் வாசிக்க ஆரம்பித்தேன். 'கமலாம்பாள் சரித்திரம்', 'பத்மாவதி சரித்திரம்' போன்ற நாவல்கள் என் கவனத்தை ஈர்த்தன. தமிழ் இலக்கியத்துடன் தொடர்ந்து, இந்தியாவில் பெண் எழுத்தாளர்களின் ஆக்கங்களிலும் அப்போது நான் ஆர்வம் கொண்டிருந்தேன். இந்த வாசிப்பில் இருந்துதான் ஆங்கில மொழிபெயர்ப்பில் தீவிரம் கொள்ள ஆரம்பித்தேன். ஏ.கே. ராமானுஜத்தின் தமிழ் இலக்கியத்தின் ஆங்கில மொழிபெயர்ப்புகள் எனக்கு இத்துறையில் உத்வேகம் ஊட்டின.

நான் முதலில் மொழிபெயர்த்த தமிழ்ச் சிறுகதை அம்பையின் 'மஞ்சள் மீன்'. Virago என்ற வெளியீட்டகத்திற்காக இந்தியப் பெண்களின் தேர்ந்த சிறுகதைகளைத் தொகுத்து The Inner Courtyard என்ற சிறுகதைத் தொகுப்பு ஆங்கிலத்தில் வெளியான எனது முதல் நூல். இந்த நூல் இந்தியாவிலும் ஏனைய நாடுகளிலும் மிகுந்த வரவேற்பைப் பெற்றது. 'க்ரியா' ராமகிருஷ்ணன் மூலந்தான் அம்பை எனக்கு அறிமுகமானார். அவரது 'சிறகுகள் முறியும்' என்ற முதலாவது சிறுகதைத் தொகுப்பை அடுத்து, 'வீட்டின் மூலையில் ஒரு சமையலறை' என்ற சிறுகதைத் தொகுப்பை 'க்ரியா' வெளியிட்டிருந்தது. அம்பையின் மொழிபெயர்ப்பை அடுத்து, பாமாவின் 'கருக்கு' என்ற நாவலும் மொழிபெயர்ப்பில் செழுமையான அனுபவங்களைச் சேர்த்துள்ளது. தமிழில் எழுந்த தலித் இலக்கிய நூல்கள் இந்திய வாழ்க்கையின் புதிய பரிமாணத்தை எனக்கு உணர்த்தின. இமையத்தின் 'கோவேறு கழுதைகள்' என்ற நாவலை நான் மிகுந்த ஆர்வத்துடன் மொழிபெயர்த்திருந்தேன். மினி கிருஷ்ணன், பாமாவின் 'கருக்கு' நாவலை மொழிபெயர்க்குமாறு கேட்டபோது அந்த மொழிபெயர்ப்பில் நான் மிகுந்த ஆர்வத்துடன் ஈடுபட்டேன். 'கருக்கு' நாவல் மொழிபெயர்ப்பு எனக்குப் பெரும் சவாலாக அமைந்தது என்று சொல்ல வேண்டும். 'கருக்கு' நாவல் ஆங்கிலத்தில் வெளிவந்தபோது, அது இந்தியாவிலும் மிகுந்த வரவேற்பைப் பெற்றது. அம்பையும் பாமாவும் இன்று தமிழ்நாட்டிற்கு வெளியே அதிகம் பேசப்படும் பெண் எழுத்தாளர் களாகத் திகழ்கிறார்கள் என்றால், அதற்கு இந்த ஆங்கில மொழிபெயர்ப்புகள்

தான் ஆதாரமாக அமைந்தன என்று கூறலாம். 'கருக்கு' நாவல் ஒரு தலித் பெண்ணின் கோபத்தையும் வலியையும் நேரடியாக, அந்த மண்ணின் மணத்தோடு பேசும் நாவலாகும்.

தலித் இலக்கியம்பற்றி என்ன கூற விரும்புகிறீர்கள்?

மராத்திய தலித்துகளிடமிருந்து ஊட்டம் பெற்ற தலித் இலக்கியம், இந்தியத் தேசிய அளவில் எழுந்துள்ள எதிர்ப்பு இலக்கிய வடிவமாகும். கடந்த பத்து ஆண்டுகளுக்கும் மேலாகத் தமிழில் தனித்த ஓர் இலக்கியச் செல்நெறியாக வளர்ச்சியடைந்து வந்துள்ளது. உருவத்திலும் உள்ளடக்கத்திலும் இதுகாலவரை தமிழில் நிலவி வந்த இலக்கிய நியமங்களுக்குப் பெரும் சவால்களை விடுத்துள்ளது. தலித் மக்களின் வாழ்க்கைபற்றிய இந்தப் புதிய விவரணங்கள் தமிழ் வாசகர்களுக்குப் புதியதோர் உலக நோக்கினைத் தந்துள்ளன. மறுபுறம், இலக்கண அமைதி, மரியாதையான மொழிப் பயன்பாடு போன்ற நியமங்களுக்கு மாறாகத் தலித் மக்களுக்கே உரிய மொழி வழக்கு, சொலவடை, நாட்டார் வழக்கு ஆகிய அம்சங்களைக்கொண்டு தலித் இலக்கியம் தமிழிற்குப் புதிய பரிமாணங்களைத் தந்துள்ளது. பாமாவின் 'கருக்கு', 'சங்கதி' ஆகிய இரு படைப்புகளும் ஆங்கில மொழி பெயர்ப்பின் வாயிலாக இந்திய அளவிலும் சர்வதேச அளவிலும் முன்னெடுத்துச் செல்லப்பட்டிருக்கின்றன.

நவீனத் தமிழ் படைப்புகள் எந்த அளவிற்குத் தமிழர் அல்லாதவர்கள் மத்தியில் அறிமுகமாகி இருக்கிறது?

துரதிர்ஷ்டவசமாக இல்லை என்றே கூற வேண்டும். உலகத் தரத்திற்கு இணையாக வைத்துப் பேசக்கூடிய எம் தமிழ்ப் படைப்பாளிகள் இன்னும் வெளி உலகிற்குத் தெரியவரவில்லை என்ற ஏக்கம் எனக்கு எப்போதும் இருக்கிறது. புதுமைப்பித்தன், மௌனி, அசோகமித்திரன், சுந்தர ராமசாமி போன்ற நவீனத் தமிழ் எழுத்தின் மூலவர்கள் இன்னும் வெளி உலகிற்குத் தெரியாதவர்களாகத்தான் இருக்கிறார்கள். வங்காள மொழி இலக்கியத்திலும் உருது மொழி இலக்கியத்திலும் உள்ள சிறந்த எழுத்தாளர்களின் பெயர்கள் உலக அரங்கில் பரிச்சயம்மிக்க பெயர்களாக இருக்கும் அதே வேளையில் தமிழின் மிக உன்னத எழுத்தாளர்கள் இன்னும் தெரியவராமல் இருப்பது நாம் மிகுந்த கவனத்தில் கொள்ளவேண்டிய விடயம் என்று கருதுகிறேன்.

தமிழின் நவீன எழுத்தில் பரிசோதனைகளை மேற்கொண்ட மௌனியின் கதைகளை மொழிபெயர்த்திருக்கிறீர்கள். மௌனியின் கதைகள் மொழிபெயர்ப்புக்கு ஒரு சவாலாக அமையவில்லையா?

உண்மைதான். மௌனியின் எழுத்து சற்றே பூடகமானதும் கவித்துவப் பாங்கானதுமாகும். தன்னுடைய மன உத்வேகத்தை வெளிப்படுத்துவதற்குத் தமிழ் மொழி போதுமானதாக இல்லை என்றுகூட மௌனி குறைபட்டுக் கொண்டார். அவரது வசன நடை தனித்துவமானதும் வித்தியாசமானதுமாகும். அவருடைய பல வாக்கியங்கள் perhaps, maybe ஆகிய அர்த்தம் தொனிக்கும் 'போலும்' என்று முடிவதைக் காணலாம். வாழ்க்கைக்கும் சாவுக்கும் கற்பனைக்கும் யதார்த்தத்திற்கும் இடையிலான வேறுபாடுகளை மங்கலாக்கும் எழுத்து அவருடையது. தமிழின் புனைகதை இலக்கியத்தை உலகத் தரத்திற்கு உந்தித் தள்ளிய ஓர் அற்புதமான எழுத்தாளராகவே மௌனியைப் பார்க்கிறேன். இதைவிட அசோகமித்திரனும் தமிழில் மிக அற்புதமான சிறுகதைகளை வடித்திருக்கிறார் என்றே கூறுவேன். அசோகமித்திரனின் எழுத்துகளை மொழிபெயர்ப்பதில் இரண்டு, மூன்று மொழிபெயர்ப்பாளர்கள் உள்ளார்கள் என்றாலும், அவரது 'தண்ணீர்' என்ற நாவலை மொழி பெயர்த்தது எனக்குக் கிடைத்த மிகப் பெரிய அனுபவம் என்று கருதுகிறேன். சுந்தர ராமசாமியின் நாவல்களில் 'குழந்தைகள் பெண்கள் ஆண்கள்' எனக்கு மிகவும் பிடித்தமானது என்று கூறுவேன். தமிழ் மொழியைக் கையாள்வதில் சுந்தர ராமசாமி ஒரு தேர்ந்த சிற்பியைப் போலச் செயற்பட்டிருக்கிறார். அவரது நாவல்களையும் கவிதைகளையும் சிறுகதைகளையும் மொழி பெயர்க்கும்போது அவருடன் நான் மேற்கொண்ட உரையாடல்கள் அவரின் மகத்தான ஆளுமையை என்னில் பதியச் செய்துள்ளது. 'குழந்தைகள் பெண்கள் ஆண்கள்' என்ற நாவலின் மொழிபெயர்ப்பை சுந்தர ராமசாமி உயிருடன் இருந்தபோதே முடித்துவிட்டிருந்தேன் என்றாலும் அதனை அச்சில் காண்பதற்கு இன்னும் சில காலம் காத்திருக்க வேண்டும்போல் தெரிகிறது.

தமிழ் எழுத்துகளின் இந்த ஆங்கில மொழிபெயர்ப்புகளுக்கு இந்திய அளவில் அல்லது ஐரோப்பிய அளவில் எந்தளவு அங்கீகாரம் கிடைத்துள்ளது?

இந்திய மொழிகளின் ஆங்கில மொழிபெயர்ப்புகள் அண்மைக் காலங்களில் பெருமளவில் வெளிவந்தவண்ணம் உள்ளன. இந்தியாவில் பல வெளியீட்டு நிறுவனங்கள் இந்த மொழிபெயர்ப்பு முயற்சிகளில் தீவிரமாகவே உழைத்து வருகின்றன. Oxford University Press (OUP), Macmillan, Orient Longman, East West Press, Penguin, Kathi, Kali for Women ஆகிய வெளியீட்டகங்கள் இந்தத் துறையில் ஆர்வம் காட்டிவருகின்றன. அமெரிக்க, ஐரோப்பிய நாடுகளில் பல்கலைக்கழக மட்டத்தில் இந்த மொழிபெயர்ப்புகள் மிகுந்த வரவேற்பைப் பெற்றுள்ளன. சிகாகோ பல்கலைக்கழகத்தின் ஏ.கே. ராமானுஜன், நோமன் கட்லர் போன்றோரது பெரு முயற்சி காரணமாக இந்திய இலக்கியங்களின் ஆங்கில மொழிபெயர்ப்புகளுக்கு மிகச் சிறந்த வரவேற்பு காணப்படுகின்றது. அமெரிக்காவில் இடம்பெற்ற எழுத்தாளர்களின் பட்டறை ஒன்றில்

புதுமைப்பித்தனின் ‘மகாமசானம்’ என்ற சிறுகதையை ஆங்கிலத்தில் நான் வாசித்தபோது அந்த அரங்கு மிகுந்த அமைதியுடன் அக்கதையை ஆர்வத்துடன் கேட்டது. மிக அற்புதமான கதை இது, என்று அந்த அரங்கில் குழுமியிருந்த ஆங்கில எழுத்தாளர்கள் பாராட்டினார்கள். தமிழில் மிகச் சிறந்த எழுத்துகள் பெருமளவில் ஆங்கிலத்தில் வெளியாக வேண்டிய தேவை உள்ளது. பெருமளவு மொழிபெயர்ப்புகள் கிடைக்கும்போதுதான் நவீனத் தமிழ் இலக்கியம்பற்றிய சித்திரம் ஒன்று உலக வாசகர்களுக்குக் கிடைக்கக் கூடியதான சூழல் உருவாகும். இந்தப் பணி மிகுந்த உழைப்பையும் தீவிர அர்ப்பணிப்பையும் ஈடுபாட்டையும் கோரி நிற்கிறது. தமிழில் இன்று மிகச் சிறந்த ஆங்கில மொழிபெயர்ப்பாளர்கள் உருவாகிக்கொண்டு இருக்கிறார்கள். மேற்குலகின் வாசிப்பிற்கு உகந்த வகையில் இம்மொழிபெயர்ப்புகளை மேற்கொள்வதும் அவசியமாக அமைகிறது.

பத்தாண்டுகளுக்கு முன் இங்கிலாந்தில் புகழ்பெற்ற Heinemann பதிப்பகத்தினர் இந்திய நாவல்களை ஆங்கிலத்தில் வெளியிடும் திட்டம் ஒன்றினை மேற்கொண்டனர். முதலில் ஆறு இந்திய நாவல்களை மொழிபெயர்த்து வெளியிடும் திட்டத்தின் ஒரு பகுதியாகத் தமிழில் அசோகமித்திரனின் ‘தண்ணீர்’ என்ற நாவலை நான் ஆங்கிலத்தில் மொழிபெயர்த்தேன். திட்டமிட்டபடி ஆறு நாவல்கள் வெளியாகின எனினும், அவை போதுமான அளவிற்கு ஆங்கில வாசகப் பரப்பில் வரவேற்பைப் பெறாததால் அவர்களின் பாரிய மொழிபெயர்ப்புத் திட்டம் கைவிடப்பட்டமை மிகப் பெரிய துரதிர்ஷ்டம் என்றே கூற வேண்டும்.

ஈழத்துக் கவிதைகளை மொழிபெயர்ப்பதில் உங்கள் அனுபவத்தைப் பகிர்ந்துகொள்வீர்களா?

ஈழத்து அரசியலும் இலக்கியமும் எனக்கு மிக அண்மையில் பரிச்சயமானதொன்றாகும். பத்மநாப ஐயர் மூலமாகவே ஈழத்துக் கவிதைகளில் எனக்கு இந்த நெருக்கம் ஏற்பட்டது. ஈழத்திற்குப் பயணம் செய்து ஈழத்துத் தமிழ் ஆய்வாளர்களை அறிந்துகொள்ளும் வாய்ப்பும் எனக்கு அவராலேயே கிடைத்தது. ஈழத்தின் பெண் எழுத்தாளர்களின் கவிதைகள் எனது அக்கறையைப் பெரிதும் ஈர்த்தன. ஈழத்துக் கவிதைகளை மொழிபெயர்ப்பது, அவற்றின் அரசியல் பின்னணியில் பார்க்கும்போது கவலை தரும் ஒன்றாகும். ஈழத்தின் கணிசமான பெண் எழுத்தாளர்களின் கவிதைகளை மொழிபெயர்த்த அனுபவம் எனக்கு மகிழ்ச்சி தருவதாகும்.

மொழிபெயர்ப்புகளைப் புதிய சிருஷ்டி முயற்சியாக நோக்குகிறீர்களா?

மொழிபெயர்ப்பு இயந்திரீகமாகச் செய்யும் ஒன்றல்ல. ஒரு மொழியின் அர்த்த சாயல்களை, வேறுபாடுகளை நுணுகி விளங்கி, மூலநூலுக்கு விசுவாசமாக நின்று வேறொரு மொழியில் பேசும் முயற்சி. ஒரு புதிய சிருஷ்டியை ஆக்குவது போலத்தான். மூலநூலினுடைய உள்ளார்ந்த குரலையும் நடையையும் மற்றுமொரு மொழியில் சேதாரம் இல்லாமல் கொண்டு சேர்ப்பது என்பது ஒரு மொழிபெயர்ப்பாளரின் முன்னுள்ள சவாலாகும். ஒரு மொழி பெயர்ப்பாளன் ஒரு கண்ணாடிபோலச் செயற்படுவதில்லை. மூலநூலினை நன்கு கிரகித்து அதற்கு விளக்கம் தரும் ஒருவராகவும் அவர் அமைகிறார். மொழி பெயர்ப்பாக்கம் என்பது ஒரு புதிய சிருஷ்டியாகவே அமைந்துவிடுகிறது.

இந்திய மொழிகளின் மொழிபெயர்ப்புகள் இந்தியாவில் எந்தளவு முக்கியத்துவம் பெற்றுவருகின்றன?

மொழிபெயர்ப்புகள் பெருமளவில் வெளியாகிக்கொண்டிருக்கும் அதே நேரத்தில் இன்னும் மொழிபெயர்ப்புகள்மீது தீவிரமான அக்கறை காட்டப் படவில்லை என்ற ஒரு கருத்தும் நிலவி வருகிறது. இந்தியாவில் இருந்து மிகச் சிறந்த மொழிபெயர்ப்புகள் வந்துகொண்டிருக்கின்றன என்று என்னால் உறுதியாகக் கூற முடியும். இந்தியாவின் இந்த மொழிபெயர்ப்புகளின் வாசகப் பரப்பு எத்தகையது என்பது குறித்து ஆராயப்பட வேண்டும். மொழி பெயர்ப்புகளின் தாரதம்மியம் ஒருபுறமிருக்க, மொழிபெயர்க்கப்பட வேண்டிய இலக்கிய ஆளுமைகள்பற்றியும், மொழிபெயர்ப்புகள் எவ்வாறு வாசிக்கப்பட்டு ஆய்வுக்கு உட்படுத்தப்படுகின்றன என்பதுபற்றியும் ஆய்வுகள் தேவை. பல்வேறு மொழிகள் பயில்கின்ற இந்தியா, மொழி பெயர்ப்புத் துறையில் ஒரு முக்கிய இடத்தை வகிக்கிறது. மிகச் சிறந்த இந்திய எழுத்தாளர்களில் பெரும்பாலானவர்கள் உலகிற்கு இன்னும் தெரி யாதவர்களாகவே இருக்கிறார்கள். தேர்ந்த எழுத்தாளர்களின் சிறந்த மொழி பெயர்ப்புகள் இல்லை என்பது மட்டும் ஒரு காரணமல்ல. வாசகப் பரப்பிற்கு எடுத்துச்சென்று இந்த எழுத்தாளர்களுக்குரிய அறிமுகத்தையும் அங்கீகாரத்தையும் பெற்றுத் தர வேண்டிய பணியில் பிரபல வெளியீட்டு நிறு வனங்கள் அக்கறை காட்டுவதில்லை என்பதும் ஒரு முக்கிய குறைபாடாகும்.

புலம்பெயர்ந்த தமிழர்களின் மத்தியில் இந்தத் தமிழ் எழுத்துகளின் ஆங்கில மொழிபெயர்ப்புகள் எத்தகைய தாக்கத்தை ஏற்படுத்தக்கூடும்?

இது சிறிது சுவாரஸ்யமான கேள்விதான். பல்கலைக்கழக மட்டத்திலும், ஆராய்ச்சி நோக்கிலும் தலித் மக்கள், பெண்ணிய எழுத்துகள் என்ற அடிப் படையிலும், ஒப்பியல் இலக்கிய அடிப்படையிலும் இந்த மொழிபெயர்ப்பு களுக்கு ஒரு வரவேற்பு உண்டு என்பது உண்மை. மௌனி சிறுகதைகளின்

எனது மொழிபெயர்ப்பைப் பார்த்துவிட்டு, அமெரிக்காவில் இருந்து மௌனியின் பேத்தி மிகுந்த வியப்புடன் எனக்குத் தெரிவித்த பாராட்டினை நான் மனதில் கொள்கிறேன். புலம்பெயர்ந்த நாடுகளில் ஆங்கிலத்தை முதல் மொழியாகக் கொண்டுள்ள இளம் தலைமுறையினர், தமிழ் இலக்கியத்தை ரசிப்பதற்கும், தமிழ் மொழியில் ஈடுபாடு காட்டுவதற்கும் இந்த ஆங்கில மொழிபெயர்ப்புகள் பெரிதும் துணைபுரியும் என்றே நான் கருதுகிறேன். லண்டனிலும் கனடாவிலும் நான் மேற்கொண்ட கவிதை மொழிபெயர்ப்புப் பட்டறைகள் இளம் தலைமுறையினர் மத்தியில் ஆங்காங்கே துளிர்த்து வரும் அக்கறையின் சாட்சியாக அமைகின்றன.

காலம், மே 2008, கனடா

பென் பவிங்க்: ஒரு டச்சுக்காரரின் தமிழ்க் குரல்

இருபத்தேழு ஆண்டுகள் யாழ்ப்பாணத்தில் வாழ்ந்து, அதில் 17 ஆண்டு காலம் வட்டுக்கோட்டை, யாழ்ப்பாணக் கல்லூரியில் ஆசிரியராகப் பணி புரிந்த பென் பவிங்க் (1924 - 2011) ஒரு டச்சுப் பாதிரியார். சரளமாகத் தமிழில் உரையாற்ற வல்லவர். அவர் இளைப்பாறி, நெதர்லாந்தில் அம்ஸரர் டாமுக்குத் திரும்பி வந்தபோது, 'நான் இங்கு இடம்பெயர்ந்த ஒரு யாழ்ப் பாணத்தானைப் போல இருக்கிறேன்' என்று பவிங் கூறினார். அவரது மரண இறுதிச் சடங்குக்கான அறிவிப்பில், 'Jaffna Man - யாழ்ப்பாணத்து மனிதன்' என்றே நெதர்லாந்தில் அவரை அடையாளப்படுத்தியிருந்தனர்.

2009ஆம் ஆண்டு கடுங்குளிரில் ஒருநாள் லண்டன் ஹரோவில் பென் பவிங்குக்காகக் காத்திருந்தேன். பத்து மணிக்குச் சந்திப்பதாகக் கூறியிருந்தார்; பத்து மணிக்கு அவர் வரவில்லை. நேரத்தைக் கடைப்பிடிப்பதில் பென் பவிங்க் மிகவும் கறாரானவர். புதிய இடமாகையால், இடத்தை விட்டு விட்டதாக தொலைபேசியில் அறிவித்தவர், சிறிது நேரத்தில் வந்துசேர்ந்து விட்டார்.

85 வயது; சுகவீனமுற்றிருந்தார்.

ஆனால், உடலில் - தோற்றத்தில் - மிடுக்கில் - சுறுசுறுப்பில் அது தெரிய வில்லை.

பவிங்க், தென்இலங்கையிலும் யாழ்ப்பாணத்திலும் பணியாற்றிய காலப் பகுதி, இலங்கைத் தீவு இரத்த ஓடையில் மிதந்த நாள்கள். ஆயுத அராஜகத்தின் முன்னால் முழு சமூகமுமே மண்டியிட நிர்ப்பந்திக்கப்பட்ட அவலச் சூழலை இலங்கையின் அனைத்துப் பகுதிகளிலும் பவிங்க் அவதானித்தார். இராணுவ அட்டூழியங்களையும், அதற்கு இணையான ஆயுத இயக்கங்களின் வன்முறைகளையும் அவர் கண்கூடாகக் கண்டார். சாதாரண மக்கள் இந்தக் கொடூரங்களையெல்லாம் எவ்வாறு எதிர்கொண்டார்கள் என்பதை ஆவ லோடு நோக்கினார்.

இலங்கையின் கொடூர யுத்த நாள்களில் தான் கேட்டவற்றை, பார்த்தவற்றை, தனது சொந்த அவதானிப்புகளை, மதிப்பீடுகளை பவிங்க் டைரிக் குறிப்புகளாகப் பதிவுசெய்துள்ளார். 23 அப்பியாசக் கொப்பிகளில், ஆயிரக் கணக்கான பக்கங்களில் டச்சு மொழியில் இந்தக் குறிப்புகள் பதிவாகியுள்ளன.

நண்பர்கள் இந்த டைரிக் குறிப்புகளை நூலாக வெளியிடலாமே என்று வற்புறுத்தியதில் டச்சு மொழியிலிருந்து ஆங்கிலத்தில் தானே அவற்றை மொழிபெயர்த்திருந்தார். பல ஆண்டு கால இடையறாத முயற்சி.

டைரி நூலாக்கம்பற்றிய ஆலோசனைக்கான அந்தச் சந்திப்புத்தான் அவருடனான இறுதிச் சந்திப்பாகிவிட்டது. கற்றைகற்றையாகக் குவிந்து போன டைரிப் பதிவுகள். பிரமிப்பு தரும் பணி சுவாரசியமான பதிவுகள்.

டைரிப் பதிவுகளின் போக்கைக் கூர்ந்து பார்த்தபின், அவற்றை இரண்டு பாகங்களாக, தனித்தனியாக வெளியிடுவதுதான் உகந்ததாக இருக்கும் என்று கூறிய ஆலோசனையை பவிங்க் ஏற்றுக்கொண்டார். மேலும், தனி இரு நூல்களாகப் பிரித்துக்கொண்டால்தான் இந்தப் பதிவுகளை 'எடிட்' செய் வதற்கும் சௌகரியமாயிருக்கும் என்று நான் கருதினேன்.

Of Tamils and Tigers, A journey through Sri Lanka's war years (Part I, 1988 - 1994) என்ற முதல் தொகுதியாக வெளிவந்திருக்கும் பென் பவிங்கின் டைரிப் பதிவுகளை அவருடன் இணைந்து மைத்ரேயி ராஜேஷ்குமார் நுட்பமாகச் செம்மைப்படுத்தியிருக்கிறார்.

தன்னை யாராவது சரியாக நெறிப்படுத்தியிருந்தால், தான் யாழ்ப் பாணத்தில் வாழ்ந்த காலத்தில் தமிழை முழுமையாகக் கற்று, ஒரு தமிழ்ப் புலமையாளனாகியிருப்பேன் என்று பவிங்க் என்னிடம் கூறியிருந்தார். தமிழுக்குப் பணியாற்றிய ஐரோப்பிய கிறிஸ்தவ பாதிரிமார்களின் அணியில் தானும் இடம்பெற்றிருக்கலாம் என்ற மன ஆதங்கம் பவிங்கிடம் இருந் திருக்கக்கூடும் என்று நான் நம்புகிறேன்.

க்ரியாவின் 'தற்காலத் தமிழ் அகராதி' திருத்திய புதிய பதிப்பு வெளி யாகியபோது, அதில் சேர்க்கப்பட்ட சில சொற்களைக் குறித்த விபரங்களுடன் சென்னையில் உள்ள க்ரியா அலுவலகத்துக்கு பவிங்க் சென்றபோது, அந்த டச்சுக்காரரைப் பார்த்து வியப்படைந்திருக்கிறார் 'க்ரியா' நிர்வாகி ராம கிருஷ்ணன்.

பவிங்க் விட்டுச்சென்றிருக்கும் டைரிக் குறிப்புகள், சமகால ஈழத்துத் தமிழரின் ஓர் அரசியல், சமூக ஆவணம். சாதாரண மனிதரின் பிரச்சினை களை, அன்றாட அவலங்களை, இராணுவ அட்டூழியங்களை, விடுதலை இயக்கங்களின் வன்முறையை, அரசாங்க அதிகாரிகளின் மெத்தனத்தை நேர்மையாகப் பதிவுசெய்திருக்கிறார் அவர்.

கொழும்பில் ஓர் உயர்மட்ட அரசாங்க அதிகாரியைச் சந்தித்து, தமிழர் களின் பிரச்சினைக்கு முடிவு காண அரசாங்கம் சரியான தீர்வுத் திட்டத்தை முன்வைக்க வேண்டும் என்று பவிங்க் வலியுறுத்தியபோது, சிங்கள மக்கள் அதற்கு முழு சம்மதம் தெரிவிக்க வேண்டும் என்று அந்த அதிகாரி கூறவும், 'அதற்குள் வடக்கில் முழு சமூகமும் அழிந்துபோய்விடும்' என்று பதில்கூறி விட்டு வந்திருக்கிறார் பவிங்க்.

நெதர்லாந்தில் ஜெர்மனியின் பாசிச அதிகாரத்தின்போது, பாசிச ஒடுக்கு முறைக்கு எதிராக, துண்டுப்பிரசுரங்களை இரகசியமாக விநியோகித்த தனது இளமைக் கால அரசியல் அனுபவங்களை பவிங்க் என்னுடன் பகிர்ந்துகொண் டிருக்கிறார்.

இளமையிலேயே பாசிசத்தின் கோரத்தைத் தரிசித்து, அதற்கு எதிராகப் போராடிய பவிங்கின் மன ஆழத்தில் மனிதாபிமானமும், ஒடுக்குமுறை களுக்கு எதிரான கிளர்ச்சியும் வேரோடியிருந்தன. டச்சு மிஷனரிப் பெற் றோரின் மகனாக 1924இல் இந்தோனேசியாவில் பிறந்த பென் பவிங்க், 1939இல் நெதர்லாந்து திரும்புகிறார். இரண்டாம் உலக மகா யுத்தத்தையும் ஜெர்மன் நாசிப்படையால் நெதர்லாந்து ஆக்கிரமிக்கப்பட்டதையும் பென் பவிங்க் அனுபவித்திருக்கிறார். எதேச்சதிகார, பாசிச ஆட்சிக்கு எதிரான ஆழ்ந்த வெறுப்பை அவர் சுமந்துவந்திருக்கிறார். இரண்டாம் உலக மகா யுத்தம் முடிந்த பின்னர் அவர் நெதர்லாந்தில் Utrecht பல்கலைக்கழகத்தில் சட்டம் பயின்றார். இலங்கையின் கிறிஸ்தவ மத பீடத் தலைவர் வண. கலாநிதி டி.ரி. நைல்ஸ் ஆலோசனையின் பேரில் 1954இல் பென் பவிங்க் தனது மனைவியுடன் வட்டுக்கோட்டை, யாழ்ப்பாணக் கல்லூரியில் ஆசிரி யராகச் செல்கிறார். யாழ்ப்பாணத்தில் 17 ஆண்டுகள் பணியாற்றிய பென் பவிங்க் 1972இல் நெதர்லாந்து திரும்புகிறார்.

மீண்டும் 1988இல் இலங்கை தேசிய கிறிஸ்தவ கவுன்சிலின் நிவாரண, மறுவாழ்வு அலுவலராகப் பதவியேற்று இலங்கை செல்கிறார். 1990இல் விடு தலைப் புலிகளுக்கும் இராணுவத்திற்கும் இடையில் போர் மூண்ட காலத்தில் அவர் வடகிழக்கிலேயே இருந்திருக்கிறார். 1994இல் அவர் யாழ்ப்பாணத்தில் தங்கிப் பணியாற்றத் தொடங்கியபோது, யாழ்ப்பாணம் விடுதலைப் புலி களின் கட்டுப்பாட்டில் இருந்தது. யாழ்ப்பாணத்தில் அவர் பணிபுரிந்த அடுத்த பத்து ஆண்டு காலம் மோதலும் வன்முறையும் நிறைந்த காலமாக இருந்தது. 2004ஆம் ஆண்டு பென் பவிங்க் இறுதியாக இலங்கையைவிட்டு வெளி யேறினார்.

டச்சுக்காரனாகவும் யாழ்ப்பாணத்தானாகவும் வெளியாளாகவும் உள் ளூர்க்காரனாகவும் அபூர்வமான ஒரு பார்வையை அவர் தமிழ்ச் சமூகத்தின் மீது வீசியிருக்கிறார்.

பாசிசத்தைத் தனது சொந்த தேசத்தில் தரிசித்திருந்த பவிங்க், அத்தகைய தோர் அடக்குமுறை அராஜகம் ஈழத்தில் உருப்பெற ஆரம்பித்தபோது, அதனைத் துல்லியமாக அவரால் துரிதமாகவே அடையாளம் காண முடிந்தது.

கிளாலியிலிருந்து அனைத்து மார்க்கங்களிலும் அவர் பயணித்திருக்கிறார். அரசாங்க தடையை மீறி கிளாலிப் பயணம் மேற்கொள்வது, யாழ்ப்பாண மக்களின் சுகதுக்கங்களுடன் பங்குகொள்வதற்கு இணையானது என்று இந்த டச்சுத் தமிழ் மகன் கருதியிருக்கிறார்.

அரசாங்கத்தாலும், இராணுவத்தாலும் விடுதலை இயக்கங்களாலும் பலிக் கடாக்களாக்கப்பட்ட சாதாரண இலங்கைத் தமிழ் மக்களின் ஓர் ஆத்மார்த்த குரலாக இந்த டச்சுத் தமிழன் விகசிக்கிறார்.

- நாழிகை, அக்டோபர், 2011

பென் பவிங்கின் டைரிக் குறிப்பிலிருந்து:
மண்ணெண்ணெய் லீற்.160 ரூபா
19 பெப்ரவரி 1993, பரந்தன்

புலிகளைப் பற்றி மேலும் சில கதைகளைக் கேள்விப்பட்டேன். மண்ணெண்ணெய் ஏற்றிக்கொண்டு (கொழும்பிலிருந்து) கிளிநொச்சிக்கு வந்து சேர்ந்த எட்டு லொறிகளைப் பற்றிய கதை இதில் ஒன்று. ஒவ்வொரு லொறியும் 40 பீப்பாய் மண்ணெண்ணெய் ஏற்றிக்கொண்டு வந்திருந்தது. கொழும்பு விலைப்படி ஒரு லீற்றருக்கு 9 ரூபா வீதம் 30 பீப்பாய் மண்ணெண்ணெயை புலிகள் எடுத்துக்கொண்டு, வியாபாரிக்குப் போக்குவரத்துச் செலவையும் சேர்த்துக் கொடுத்திருக்கிறார்கள். மீதியிருந்த 10 பீப்பாய் மண்ணெண்ணெயை ஒரு லீற்றர் 160 ரூபா வீதம் பொதுமக்களுக்கு விற்று, அந்த வியாபாரிக்கு மண்ணெண்ணெய் வியாபாரத்தில் லாபம் ஈட்டவும் அனுமதித்திருக்கிறார்கள்.

விவசாயிகள் ஓர் ஏக்கர் காணிக்கு ஆயிரம் ரூபாவும், ஒரு டிராக்டருக்கு 25 ஆயிரம் ரூபாவும் புலிகளுக்கு வரியாகச் செலுத்த வேண்டியிருந்தது. இரணைமடு குளத்திலிருந்து பாயும் பாசன நீரில் 10 வீதத்தை புலிகள் தமது சொந்தக் காணிகளுக்குப் பாவித்துக்கொண்டு, மீதியையே சாதாரண விவசாயிகளுக்கு வழங்கியுள்ளனர். தமது டிராக்டரைப் புலிகளுக்குப் பலாத்காரமாக இரவல் கொடுத்த ஒரு விவசாயியிடம் நான் பேசினேன். எஞ்சின் மோசமடைந்த நிலையில் அந்த டிராக்டர் தன்னிடம் திருப்பித் தரப்பட்டதாக

அவர் கூறினார். வேண்டுமானால், எஞ்சினைத் திருத்துவதற்குப் புலிகளின் கராஜில் கொண்டுவந்துவிடலாம் என்று புலிகள் அவரிடம் கூறியிருக் கிறார்கள். மீதமுள்ள எஞ்சினின் உதிரிப்பாகங்களைப் புலிகள் கழற்றி எடுத்துக்கொண்டு, எஞ்சினையே கபளீகரம்செய்துவிடக்கூடும் என்று பயந்து, தான் அந்த கராஜ் பக்கமே போகவில்லை என்று அவர் என்னிடம் கூறினார்.

பயங்கரவாதம் ஒழிந்தால் அமைதி
15 ஒகஸ்ட் 1993, கொழும்பு

கொழும்பிலுள்ள ஒரு தமிழ்க் கிறிஸ்தவ தேவாலயத்துக்குச் சென்று, பூசை முடிந்த பின்னர் அங்குள்ளவர்களிடம் தான் பேசிய அனுபவத்தை ஒரு நண்பர் என்னிடம் விபரித்தார். யாழ்ப்பாணத்திலிருந்து எல்லா முஸ்லிம் களையும் வெளியேற்றியதை அவர்கள் நியாயப்படுத்தியதுடன், விடுதலைப் புலிகளால்தான் தாங்கள் கொழும்பில் பாதுகாப்பாக இருப்பதாகவும் கூறி யுள்ளனர். மக்கள் இவ்வளவு குருட்டுத்தனமாக இருப்பார்களா என்று யோசிக்க ஆச்சரியமாக இருந்தது.

இதே போல, மறுபக்கத்திலும் ஒரு குருட்டுப்பார்வை உள்ளது. இனப் பிரச்சினையைப் பற்றி நான் பேசியபோது ஒரு சிங்கள மத போதகர் அதற்கு ஆட்சேபனை தெரிவித்தார். அவரைப் பொறுத்தவரையில், இனப்பிரச் சினை என்று ஒன்றில்லை. அங்குள்ள சிங்கள கிராம மக்களுடன் பேசிப் பார்க்கையில், அவர்களுக்கு தமிழ் மக்களுடன் ஒரு பிரச்சினையும் இருக்க வில்லை. ஒருவேளை, சில பொருளாதார முரண்பாடுகள், போட்டிகள் இருந் திருக்கக்கூடும். மற்றையபடி, பயங்கரவாதம்தான் அவர்களுக்குப் பெரும் பிரச்சினையாகவும், அதுவே சகல மோதல்களுக்கும் வித்திட்டதாகவும் கருதுகிறார்கள். இதே மாதிரியான அணுகுமுறையைத்தான் ஜனாதிபதி டி.பி. விஜேதுங்கவும் வலியுறுத்தி வருகிறார். இதன் விளைவு என்னவெனில், சிங்களவர்கள் மத்தியில் ஒரு மாற்றமுமே தேவையில்லை; எந்தத் திருத்தங் களும் அவசியமில்லை என்று அவர்கள் நினைக்கிறார்கள். ஆனால், இப்போது செய்தாக வேண்டிய ஒரு விடயம் பயங்கரவாதத்தை நிறுத்துவது மட்டும்தான். அதன்பின் அனைவரும் சமாதானமாக இணைந்து வாழ லாம் என்று அவர்கள் கருதுகிறார்கள். பயங்கரவாதம் எவ்வாறு ஆரம் பித்தது என்ற கேள்வியை அவர்கள் யாருமே கேட்பதில்லை. என்ன அபத்தமான ஆய்வு! அப்படிப்போனால், இந்தப் பிரச்சினைக்கு எப்போது தான் தீர்வு காண முடியும்?

தமிழ் முஸ்லிம் ஒற்றுமை
9 ஜூலை 1992, கொழும்பு

முஸ்லிம் - தமிழ் மக்கள் உறவில் கிழக்கு மாகாணத்திலிருந்து சில நம்பிக்கையூட்டும் கதைகளைக் கேள்விப்பட்டேன். கோமாரிக்கு அருகில் முஸ்லிம், சிங்கள பயணிகள் பிரயாணம் செய்த பஸ்ஸிலிருந்து தமிழர்களை இறங்குமாறு புலிகள் கேட்டபோது, அதனை மறுத்த இராஜகுலேந்திரன் என்ற தமிழ் இளைஞனை முதலில் புலிகள் சுட்டுக்கொன்றிருக்கிறார்கள்.

இதே போன்று, மட்டக்களப்பிலிருந்து வடக்கு நோக்கிப் புறப்பட்ட ஒரு ரயில் வண்டி சத்துருக்கொண்டானில் ஆயுதக் குழுவால் நிறுத்தப்பட்டது. ரயில் வண்டியிலிருந்து சகல முஸ்லிம்களையும் இறங்குமாறு அவர்கள் கூறியதும் ஆண்களைத் தங்களது இருக்கைகளுக்குக் கீழ் ஒளிந்துகொள்ளுமாறு கூறியும், முஸ்லிம் பெண்களின் நெற்றியில், தங்கள் பொட்டை வைத்தும் அவர்களது குழந்தைகளைத் தங்களின் கைகளில் ஏந்தியும் முஸ்லிம் மக்களை தமிழ்ப் பயணிகள் காப்பாற்ற முனைந்துள்ளனர். மேலதிகமாக ஆயுதக் குழுவினர் உதவிக்கு வந்து சேராத நிலையில் அவர்கள் தங்கள் திட்டத்தைத் தொடர முடியாமல் அந்த இடத்தைவிட்டு வெளியேறிவிட்டனர். அதன் பின்னரே அந்த ரயில் அங்கிருந்து புறப்பட்டது. இந்தச் செய்தி அரசாங்கப் பத்திரிகையான Daily News பத்திரிகையில் முதல் பக்கச் செய்தியாகப் பிரசுரிக்கப்பட்டிருந்தது. இந்தக் கதை எவ்வளவு தூரம் உண்மையானது என்று தெரியாவிட்டாலும் இது நல்ல விஷயமே. கிழக்கில் இன ஒற்றுமையை முன்னேற்றுவதில் அரசாங்கம் ஆர்வம் கொண்டிருப்பதை இது எடுத்துக் காட்டுகிறது. •

நாழிகை, அக்டோபர் 2011, லண்டன்

ஆங்கிலம் பிறந்த கதையும் வளர்ந்த கதையும்

இரண்டாயிரம் ஆண்டுகளுக்கு மேற்பட்ட தமிழர்களின் சமூக வாழ்விலும், தமிழ் மொழியிலும் வேற்று மொழிகள் கொண்டும் கொடுத்தும் உறவாடி வந்திருக்கின்றன. சமஸ்கிருதம், அரபு, உருது, கன்னடம், கிரேக்கம், டச்சு, தெலுங்கு, பாரசீகம், பிரெஞ்சு, போர்த்துக்கேயம், மராத்தி, மலையாளம், சிங்களம் ஆகிய மொழிகள் தமிழில் உறவு பேணி வந்துள்ளன. ஆனால், ஆங்கில மொழி கடந்த முன்னூறு ஆண்டு காலப் பகுதியில் வேறு எந்த மொழிகளையும்விட ஆழமான தாக்கத்தை ஏற்படுத்தியுள்ளது. தமிழகத்திலும் இலங்கையிலும் ஆங்கிலத்தில் புலமைமிக்க தமிழர்களே, அறிஞர்கள் என்று கருதும் நிலை பரவலாகக் காணப்படுகின்றது. உலகின் தொடர்பு மொழி என்பதற்கும் அப்பால் தமிழர்களினுடைய சமூக அந்தஸ்தின் குறியீடாகவும் ஆங்கிலமே திகழ்கின்றது.

தமிழர்களின் நாளாந்த வாழ்விலும் ஊடகங்களிலும் ஆங்கில மொழிப் பிரயோகம் அளவிறந்து காணப்படுகின்றது. தமிழ் இலக்கியங்களிலும் ஆங்கிலச் சொற்களின் பாவனை வரம்பின்றி நீள்கிறது. தமிழர்கள் ஆங்கில மொழியிலும் புலமை கொண்டவர்களாகத் திகழ்வதால் இந்த இருமொழிக் கலப்பு இன்று வேகம் பெற்றுவருகின்றது. இந்நிலையில் செ. சிறீக்கந்தராசா அவர்கள், 'ஆங்கிலம் பிறந்த கதையும் வளர்ந்த கதையும்' என்ற தலைப்பில் ஆக்கியுள்ள இந்த நூல் கடந்த இரு நூற்றாண்டு கால தமிழ்க் கலாசார எல்லையில் நிகழ்ந்த அபூர்வமான வரவாக அமைந்திருக்கின்றது. ஆங்கிலத்தோடு இத்துணை நெருங்கிய உறவினை நாம் கொண்டிருந்தபோதும் ஆங்கில மொழியின் வளர்ச்சி குறித்தும், அது எவ்வாறு உலகளாவிய மொழியாகத் திகழ்ந்தது என்பது குறித்தும் இதுவரை இத்துணை விரிவாக எழுதப்பட்ட நூல் வெளிவந்ததில்லை.

ஆர்.எஃப். ஜோன்ஸ் எழுதிய The Triumph of the English Language என்ற நூல்பற்றி ஏ.ஜே. கனகரட்னா 1970இல் எழுதிய, 'ஆங்கில மொழி வெற்றி வாகை சூடிய வரலாறு' என்ற நீண்ட கட்டுரை ஒன்றே ஆங்கில மொழியின் சர்வதேச வியாபகம் குறித்து நமக்குக் கிடைத்திருக்கும் ஒரு தனித்த கட்டுரை என்று கூறலாம்.

இந்நூலாசிரியர் செ. சிறீக்கந்தராசா தமிழிலும் ஆங்கிலத்திலும் புலமை மிகுந்தவர். இத்தகையதொரு ஆய்வுநூலினை எழுதுவதற்கான ஆற்றலும் உழைப்பும் தேடலும் கொண்டவர். சட்ட வல்லுநரான சிறீக்கந்தராசா அவர்கள் சங்கத் தமிழ் இலக்கியத்தில் தோய்ந்தவர்.

சங்க இலக்கியத்தின் சிறப்பினையும் இனிமையினையும் நுகர்ந்து அவற்றை ரசனையோடு எடுத்துரைப்பதிலும் வல்லவர். லண்டனில் கடந்த பத்து ஆண்டுகளாக, 'வேலன் இலக்கிய வட்டம்' என்ற இலக்கிய அமைப்பினை உருவாக்கி, சங்க இலக்கியம்பற்றிய உரையாடல்களைச் சிறப்போடு நடத்தி வருபவர். Scenes from Tamil Classics என்று அண்மையில் வெளியான இவரது நூல் புறநானூறு, கலித்தொகை, குறுந்தொகை, நற்றிணை, திருக்குறள், நாலடியார், நான்மணிக்கடிகை, ஐந்திணை ஐம்பது, திணை மாலை நூற்றைம்பது, தேவாரம், திருவாசகம், கம்பராமாயணம், ஔவையார் பாடல், அரிச்சந்திர புராணம், தனிப்பாடல்கள் என்று சங்க இலக்கியத்தின் மீதான ஒரு பரந்த பார்வையைக் கொண்டுள்ளது.

'ஒவ்வொரு பக்கத்திலும் தான் எடுத்துக்கொண்டுள்ள பொருளின் மீதான ஆழ்ந்த பற்றுதலை சிறீக்கந்தராசா தன் நூலில் வெளிப்படுத்தியுள்ளார். வாசகர்களுக்கு அதனைத் துரிதமாகவே கொண்டுசென்று அதன் மீது ஆர்வத்தையும் உற்சாகத்தையும் ஏற்படுத்தும் ஆற்றலையும் இவர் கொண்டிருக்கிறார் என்று பெரிய புராணத்தை ஆங்கிலத்தில் மொழிபெயர்த்த அலெஸ்ரயர் றொபின் மக்கிளாசன் (Alastair Robin McGlashan) குறிப்பிட்டிருப்பது இங்கு நோக்கத் தக்கது. கோவையில் 2010ஆம் ஆண்டில் செந்தமிழ் மகாநாட்டில் பங்குபற்றி Problem in Translation of Classical Tamil Literature என்ற தலைப்பில் அவர்கள் சமர்ப்பித்த ஆய்வுக் கட்டுரை அவரது நுட்பமான சங்க இலக்கிய அறிவை வெளிப்படுத்துகிறது. இக்கட்டுரையில் சங்க இலக்கியங்களின் மொழிபெயர்ப்புகளில் ஏ.கே. ராமானுஜன், பேராசிரியர் பார்த்தசாரதி, அலைன் டேனியல், கலாநிதி என். ராமச்சந்திரன், கலாநிதி வி. முருகன், பீற்றர் டேல், இந்திரா பீற்றர்சன் ஆகிய அறிஞர்கள் செய்துள்ள தவறான மொழிபெயர்ப்புகளை இனங்காண்பதிலும் தன் புலமையை வெளிப்படுத்தியுள்ளார். The Deserted Wife and The Dancing Girl's Daughter என்று அறிஞர்; றொபின் மக்கிளாசனுடன் இணைந்து சிலப்பதிகாரத்தையும் சீவக சிந்தாமணியையும் தமிழில் சுருக்கமாகவும் மிகத் தெளிவாகவும், சுவையாகவும் எழுதி வெளியிட்டுள்ள பாணி, தமிழ் அறிஞர் உலகில் இவருக்குத் தனித்த இடத்தைப் பெற்றுக்கொடுக்கிறது. மிக விரிந்த இந்த இரண்டு காவியங்களின் இலக்கியச் சுவை குன்றிவிடாது ஆங்கிலத்தில் மிகச் சிறப்பான கதையை வளர்த்துச் செல்லும் ஆற்றல் பாராட்டுக்குரியதொன்றாகும்.

இத்தகைய ஆழமான தமிழ், ஆங்கில புலமைப் பின்புலத்தோடு, 'ஆங்கில மொழி தோன்றிய கதையையும் அது வளர்ந்த கதையையும்' தமிழில் எழுத முனைந்தமை பெரிதும் வரவேற்கத் தக்கது. தமிழிலும் ஆங்கிலத்திலும் புலமைத்துவ ஆற்றலோடு எழுதுகின்ற அறிஞர்கள் மிக அருகிவரும் இன்றைய சூழலில் சிறீக்கந்தராசா அவர்கள் தொடர்ந்து சங்க இலக்கிய மொழி பெயர்ப்புப் பணிகளில் ஈடுபடுவது அவசிய தேவையாகும்.

ஆங்கில மொழி உலகமயமாக்கத்துடன் கைகோர்த்து உலகெங்கும் தன் வெற்றிக் கொடியை நிலைநிறுத்திக்கொண்டு வருகிறது. சர்வதேச வாணிப உறவுகளில், சர்வதேச அரசியலில், ராஜதந்திரத் துறையில் எல்லாம் தன்னிக ரற்ற மொழியாக ஆங்கிலம் விகாசித்து நிற்கிறது. கணனியிலும் இணையத் தளத்திலும் முதன்மை மிகுந்த மொழியாக ஆங்கிலம் திகழ்கிறது. கல்வித் தெய்வம் சரஸ்வதி இந்தியாவிற்கு அளித்த மாபெரும் கொடையே ஆங்கிலம் என்று ராஜாஜி அவர்கள் ஒருமுறை குறிப்பிட்டார். முலாயம் சிங் யாதவ் போன்று இந்தியாவின் உயர் அமைச்சுப் பதவிகளை வகித்தவர்கள் ஆங்கிலத்தை இந்தியாவிலிருந்து விரட்டும்வரை தான் ஓயப்போவதில்லை என்று சென்னையில் பிரகடனங்களை முழக்கினாலும் இந்தியாவின் முதன் மையான தொடர்பாடல் மொழியாக ஆங்கிலமே திகழ்கிறது. டோக்கி யோவில் ஒலிக்கும் பொப்பிசைப் பாடல்களில் ஆங்கிலம் கமழ்கிறது. நொம்பென்னின் அரசாங்கத்தின் அதிகாரபூர்வ ஆவணங்கள் ஆங்கிலத்தில் எழுதப்படுகின்றன. பொலிவியாவின் அமைச்சரவைக் கூட்டங்கள் ஆங்கி லத்தில் நிகழ்த்தப்படுகின்றன. ஹொங்கொங்கில் மருத்துவ நிபுணர்களின் சிகிச்சைக் குறிப்புகள் ஆங்கிலத்தில் எழுதப்படுகின்றன. டென்மார்க்கில் சுவர்க் கிறுக்கல் சித்திரங்களை (Graffiti) ஆங்கிலத்தில் பார்க்க முடிகிறது.

தான்சானியாவின் பாடசாலைகளில் விஞ்ஞான பாடங்கள் ஆங்கிலத்தில் போதிக்கப்படுகின்றன. கென்யாவின் அரசியல் மேடைகளில் ருட்யாட் கிப்ளிங்கின் ஆங்கிலக் கவிதைகள் எடுத்தாளப்படுகின்றன. சுவீடனின் பெருங் கோப்பரேற் நிறுவனங்களின் வேலைத்தளங்களில் ஆங்கிலமே பாவனையில் உள்ளது. பெரு நாட்டிற்கும் சீனாவிற்குமிடையிலான வர்த்தக உறவுகள் ஆங்கிலத்திலேயே மேற்கொள்ளப்படுகின்றன. அரபு மக்களும் சீனர்களும் வெளிநாட்டவர்களுடன் உரையாடும்போது ஆங்கிலத்திலேயே உரையாடு கின்றார்கள். நேட்டோவில் பணிபுரியும் ஆஸ்திரிய போலீஸ்காரர்கள் ஆங்கி லத்தில் புலமை பெற்றிருந்தால் அதிக சம்பளம் பெறுகிறார்கள். அல்கைடா அமைப்பினர் தங்களின் பிரச்சாரத்திற்கு Insight என்ற இணையத்தள ஆங்கிலப் பத்திரிகையை நடத்தி வருகிறார்கள். லண்டனில் சைவ ஆலயங் களில் தமிழ்ச் சிறார்கள் தேவார வரிகளை ஆங்கிலத்தில் எழுதிப் பாடிக் கொண்டிருக்கிறார்கள். உலக ஆதிபத்தியத்திற்குப் போட்டியிட்ட பிரெஞ்சு மொழியை ஆங்கிலம் பின்தள்ளியிருக்கிறது.

உலகில் **380** மில்லியன் மக்கள் தங்களின் முதல் மொழியாக ஆங்கில மொழியைக் கொண்டுள்ளனர். ஐக்கிய நாடுகள் சபையில் ஆங்கிலம், பிரெஞ்சு, ரஷ்ய, ஸ்பானிய, சீன, அரபு ஆகிய மொழிகளே அங்கீகாரம் பெற்றுள்ளனவாயினும் ஆங்கிலமே முக்கிய மொழியாகத் திகழ்கிறது. ஐரோப்பிய ஒன்றியத்தில் பல மொழிகள் பயின்று வரும் போதிலும் அதன் தாய்மொழிபோல ஆங்கிலமே முதன்மை பெற்றுள்ளது.

உலகெங்கும் ஆங்கிலம் தங்குதடையற்றுப் பரவிய இந்தப் பரம்பலுக்கு ஐந்நூறு ஆண்டுகளுக்கு மேற்பட்ட வரலாறு உண்டு. உலகைத் தங்களின் பார்வையிலும், போக்கிலும் வடிவமைக்க முயன்ற ஐரோப்பாவின் மாபெரும் திட்டத்தின் கதை இது. உலகிற்கு அறிவொளியை ஏந்திச்செல்லும் கிறிஸ்தவ மிஷன்களாக ஐரோப்பியக் கலாசாரத்தைப் பண்பாடற்ற சமூகங்களின் மத்தி யிலே விதைத்து, அவற்றை நாகரிக உலகிற்கு இழுத்துவரும் எத்தனங்க ளாகவும், தாங்கள் விரும்பிய அரசியல் பொருளாதார அமைப்புக்களை உருவாக்க வல்ல அபிவிருத்தி மாதிரிகளுக்கூடாகவும் சர்வதேச வாணிபத் துக்கும், தொடர்பாடலுக்கும் இயைபான உலகளாவிய சந்தையை உரு வாக்கும் முயற்சியிலும் ஆங்கில வியாபகம் மேற்கொள்ளப்பட்டிருந்தது. ஆங்கிலத்தை உலகமயமாக்கும் நோக்கம் இந்த ஐரோப்பிய சிந்தனையின் மையமாகவும் அமைந்திருக்கின்றது.

1849ஆம் ஆண்டிலேயே இந்தக் கருத்து வெளிவாரியாக முன்வைக்கப் பட்டிருக்கிறது. எங்களது மொழிதான் கலைகளின் மொழி, விஞ்ஞானிகளின் மொழி, வர்த்தகத்தினதும் வாணிப வளர்ச்சியினதும் மொழி, நாகரிகத்தின் மொழி, சமய சுதந்திரத்தின் மொழி, உலகின் பல்வேறுபட்ட சிந்தனையின் சேமிப்புக் களஞ்சியம் அது. இதன் மூலமாகவே நாடுகள் நாகரிகத்தினதும், கிறிஸ்தவ சமயத்தினதும் குடை நிழலுக்குள் வருகின்றன. இதுவே பைபிளின் மொழியுமாகும். ஆங்கில மொழியே மிக விரைவில் உலகின் சர்வதேசத் தொடர்பாடலின் முக்கிய மொழியாகத் திகழவிருக்கிறது என்று கூறப்பட் டிருக்கிறது.

பிரிட்டிஷ் ஏகாதிபத்தியத்தின் பரம்பல் ஆசிய நாடுகளிலும், ஆப்பிரிக்கக் கண்டத்திலும், ஆஸ்திரேலியாவிலும் உலகின் ஏனைய பகுதிகளிலும் வேக மாக வேர்கொண்டபோது ஆங்கிலம் மிக எளிதாகவே உலக மொழியாக மாறத் தொடங்கிவிட்டது. தாங்கள் ஆதிபத்திய உரிமை கொண்டிருந்த நாடு களில் புழங்கிய மொழிகள் பின்தள்ளப்பட்டன. நியூசிலாந்தின் மயோரியின மக்கள் பேசிய மொழி மரணத்தின் எல்லைக்குத் தள்ளப்பட்டது. நியூசிலாந்து பாடசாலைகளில் மயோரி மொழி பேசுவது தடைசெய்யப்பட்டது. உல கெங்கும் நிலவிய செழுமையான இனக் குழுமங்களின் மொழிகள் வேரோடு பிடுங்கி எறியப்பட்டன. பிரித்தானிய ஏகாதிபத்தியத்தின் வீழ்ச்சியை அடுத்து

அமெரிக்கா உலக ஏகாதிபத்தியத்தின் தலைமையை முன்னெடுத்து உலகின் முதல் நாடாகத் திகழ்ந்தமையும் ஆங்கிலத்தின் நவீனப் பரம்பலுக்கு மேலும் வேகம் தந்தது. இன்று உலகமெங்கும் ஆங்கிலத்தைக் கொண்டுசெல்வதற் காகப் பல கோடிக் கணக்கான பணம்கள் செலவழிக்கப்படுகின்றது. இந்தப் பிரமாண்டமான போராட்டத்தில் ஆங்கில மொழி, பிரெஞ்சு மொழியை ஓரங்கட்டியிருக்கிறது.

ஆங்கில மொழியின் வரலாறு என்பது கடந்த 1500 ஆண்டு கால எல்லையில் இங்கிலாந்தில் ஏற்பட்ட அரசியல், பொருளாதார, சமூக மாற்றங்களோடு மட்டுமல்ல, இங்கிலாந்தோடு உறவாடிய பல்வேறுபட்ட கலாசாரங்க ளோடும் தொடர்புகொண்டது. இந்தப் பாரிய மாற்றங்கள் எவ்வாறு ஆங்கிலத்தை உருவமைத்து, செதுக்கி, புதுக்கிச் செப்பனிட்டது என்ற சரித் திரம், கொட்டிக்கிடக்கும் வைரச் சுரங்கம் போன்றது.

ஆங்கிலம் பிறந்த கதையையும், வளர்ந்த கதையையும் புரிந்துகொள் வதற்கு, இந்த மொழியைப் பேசிய இங்கிலாந்து மக்களின் வரலாற்றைத் தெரிவது பெரிதும் துணைபுரியும். ஆக்கிரமிப்புக்களும், படையெடுப்புகளும், கடற்கொள்ளையர்களின் தாக்குதலும், படுகொலைகளும், சிலுவைப் போர் களும், நூறாண்டுப் போர்களும், ஐரோப்பிய மறுமலர்ச்சியும், மத்தியதர வர்க்கத்தின் எழுச்சியும், அச்சு இயந்திரத்தின் வருகையும், பிரித்தானியாவின் கடல் வலிமையும், பிரித்தானிய சாம்ராஜ்யத்தின் எழுச்சியும், வாணிபத்திலும் கைத்தொழிலும் கொண்ட முதன்மையும் என்று மிக விரிந்த, சிக்கலான இங்கிலாந்தின் அரசியல் வரலாற்றினைச் சுருக்கமாகவும், சுவையாகவும், எளிமையாகவும் எழுதிச்செல்வதில் ஆசிரியர் சிறீக்கந்தராசா வெற்றி பெற் றிருக்கிறார். இங்கிலாந்தின் வரலாற்றை நன்கு கிரகித்து, அந்த நெடிய வரலாற்றின் முக்கிய கட்டங்கள்பற்றிய துல்லியமான தரவுகளை நூல் முழுவதும் விரவவிட்டுள்ள நிலையில் அதனை வாசகன் இனிதாக வாசித்துக் கொள்ளக்கூடியதாக எழுத்தை ஆளும் ஆற்றலை இந்நூலில் வெளிப்படுத்தி யுள்ளார்.

ஆங்கில மொழியின் தோற்றம் குறித்தும் பழைய ஆங்கிலத்திலிருந்து இன்றைய ஆங்கிலத்திற்கு மாற்றமுற்ற கதையையும் விவரிக்கும் அத்தி யாயங்கள் அவரின் மொழியியல் ஆளுமையைப் புலப்படுத்துகிறது. பைபிளின் மொழிபெயர்ப்புகள், ஆங்கில மொழி அகராதிகள், ஆங்கிலச் சொற்களின் ஒலிப்புமுறை, எழுத்துக்கூட்டுமுறை ஆகியன பற்றிய அத்தி யாயங்கள் நுணுக்கமாக எழுதப்பட்டுள்ளன. சொற்களின் வேர்களைத் தேடுதல் அவருக்கு எப்போதுமே உற்சாகமூட்டும் துறையாகவே திகழ்ந் துள்ளது. க்ரியாவின் தற்கால தமிழ் அகராதியில் இலங்கை வழக்கு என்று

வருகின்ற பெரும்பாலான தமிழ்ச் சொற்களின் வேர்களை சங்க இலக்கியத் திலிருந்து எடுத்துக்காட்டுக்களைத் தரும் அவரின் இலக்கியப் புலமை வியக்கத் தக்கது. சங்க இலக்கியத்தில் திளைத்துத் தோய்ந்து அனுபவிக்கும் பண்பை அவருடன் நெருங்கிப் பழகுபவர்கள் உணர முடியும். அத்தகைய சொற்களின் வேர்களைத் தேடும் பண்பு ஆங்கில மொழிச் சொற்களின் தேடலிலும் பாய்ந்து பிரவகித்திருப்பதை இந்த நூல் உணர்த்துகிறது.

ஆங்கில மொழியின் லத்தீன் வேர்களையும், பிரெஞ்சு மொழியின் கலப்பையும் எடுத்துச்சொல்லும் இடங்கள் சுவை பயப்பதாய் உள்ளன. அமெரிக்க ஆங்கிலத்திற்கும், பிரித்தானிய ஆங்கிலத்திற்குமென மொழி வேறு பாடுகள், ஆங்கில மொழியில் கலந்துள்ள ஆசிய வார்த்தைகளின் வளம், மேற்கிந்தியத் தீவுகளிலும், ஆஸ்திரேலியாவிலும், நியூசிலாந்திலும், ஸ்பானி யாவிலும், கனடாவிலும் தங்குதடையின்றிச் சுவீகரித்துக்கொண்ட புதிய மொழிச் சேர்க்கைகள்பற்றிய குறிப்புகள் ஆர்வத்தைத் தூண்டும் வகையில் இனிதாகவே எழுதப்பட்டிருக்கின்றன.

மிகவும் பரந்து விரிந்த ஆங்கில மொழியின் வளர்ச்சிபற்றிய இந்த நூல் தமிழ் நூல் வரலாற்றில் மிக முக்கிய வரவாக அங்கீகாரம் பெறும் என்பதில் ஐயமில்லை. புலம்பெயர்ந்த ஈழத்துத் தமிழ் அறிஞர்கள் தமிழுக்காற்றிய நற்பணியின் ஒரு குறியீடாக இந்த நூல் அமைந்துள்ளது.

சட்டம், இலக்கியம், மொழிபெயர்ப்பு, கவித்துவம் ஆகிய பன்முக ஆற்றல்மிக்க அவர், தமிழ் கூறும் நல்லுலகம் என்றும் நினைவுகூரத் தக்க ஒரு பணியினை இந்த நூலின் மூலம் நிறைவுசெய்திருக்கிறார். ●

ஞானம், டிசம்பர் 2014, இலங்கை

ஆங்கிலம் பிறந்த கதையும் வளர்ந்த கதையும், 2015, கொழும்பு

தினக்குரல், ஜூலை 19, 2015, இலங்கை

பிரெஞ்சு - தமிழ் அகராதி

பிரெஞ்சு - தமிழ் அகராதிக்கு 279 ஆண்டு காலச் சரித்திரம் இருக்கிறது. Louis-Noel de Bourzes என்ற அறிஞர் 1724இல் வெளியிட்ட Essat du dictionnaire tamoul (Pilot dictionary of Tamil and French) என்ற அகராதி து பூர்ஸ்இன் ஆழ்ந்த தமிழ்ப் புலமையை வெளிப்படுத்தி நிற்கிறது. பிரெஞ்சு மொழியைத் தாய்மொழியாகக் கொண்ட, து பூர்ஸ் கிரேக்கம், ஹீப்ரூ, தமிழ், லத்தீன், போர்த்துக்கேய மொழிகள் அனைத்திலும் ஞானம் மிக்கவ ராய்த் திகழ்ந்திருக்கிறார். இந்த பிரெஞ்சு தமிழ் அகராதியைத் தயாரிப்பதில் து பூர்ஸின் தேடலும் உழைப்பும் சிரத்தையும் எந்தப் புகழாரத்தையும் மேவி நிற்பது என்று பெஸ்கி வியப்படைகிறார் (Colporul: A HISTORY OF TAMIL DICTIONARIES by Gregory James, 2000). தலைச்சொற்களை அகர வரிசையில் ஒழுங்குபடுத்திய முதல் ஐரோப்பியராக து பூர்ஸ் திகழ்கிறார்.

து பூர்ஸ் தொடக்கிவைத்த பிரெஞ்சு - தமிழ் அகராதி மரபு பத்தொன்ப தாம் நூற்றாண்டில் மட்டும் ஏறத்தாழ 15 பிரெஞ்சு - தமிழ் அகராதிகளைக் கண்டிருக்கிறது என்பது ஆச்சரியம் தருகிறது. பாண்டிச்சேரியில் 4ஆவது காலாட்படை லெப்டினன்டாக இருந்த அன்ந்ரே ப்லன் (Andre Blin) தயாரித்த அகராதித் தமிழ் (1831) நூலில் இருந்து Dupuis, Mousset ஆக்கிய அந்நியத் தேசத்துப் போதகர் சபையிலுள்ள அப்போஸ்தொலிக்கக் குருக்க ளிருவர் செய்தருளிய தமிழ் - பிரெஞ்சு அகராதிவரை பல்வேறு தளங்களி லிருந்தும் இந்த அகராதி உருவாக்கம் நிகழ்ந்து வந்துள்ளது.

கிறிஸ்தவ மிஷனரிமார்களுக்கு உதவுவதையே நோக்கமாகக் கொண்டு உருவான பிரெஞ்சு அகராதி மரபில் தேவராஜா பிரகலாதன், வசந்தி பிரகலாதன் இருவரும் இணைந்து ஆக்கியிருக்கும் இந்த அகராதியின் தோற்றம் நுணுகிய ஆய்வுக்குரியது.

ஆங்கிலேயக் காலனியாக இருந்த இலங்கையில் பிரெஞ்சு மொழி எமக்குப் பரிச்சயமற்ற மொழியாகவே இருந்து வந்திருக்கிறது.

யாழ்ப்பாணப் பல்கலைக்கழகத்தில் இருபது ஆண்டுகளுக்கு முன் பிரெஞ்சு மொழியியலாளர் ஒருவர் பிரெஞ்சு போதிக்க மேற்கொண்ட முயற்சி வெற்றி யளிக்கவில்லை என்றே கூற வேண்டும். மோப்பசான், மோலியர், வோல்த்தேர் போன்றோரின் பிரெஞ்சு சிருஷ்டிகள் ஆங்கிலம் வழியாகவே தமிழுக்கு வந்துசேர்ந்தன. ஆல்பெர் காம்யு, எக்சுபெரி, இயொனெஸ்கோ ஆகியோரின் படைப்புகளை பிரெஞ்சு மொழியிலிருந்தே நேரடியாக தமிழுக்குத் தரும் பணியில் க்ரியாவின் பங்கு அரியதாகும். எண்பதுகளுக்குப் பின் ஈழத்தில் நிகழ்ந்த இனப் போராட்டத்தின் விளைவாக ஐரோப்பியக் கரைகளில் ஒதுங்க நேர்ந்த புதிய தலைமுறைத் தமிழர்களில் பிரகலாதனும் வசந்தியும் ஆற்றிவரும் பணி மகத்துவமானது. பிரெஞ்சு மொழியை முறையாகப் பயின்று பிரான்ஸில் தமிழ் மாணவர்களுக்கு பிரெஞ்சு மொழியைப் போதிப் பதில் இருவரும் செறிந்த அனுபவம் கொண்டவர்களாகத் திகழ்கிறார்கள். நடைமுறை பிரெஞ்சு (le francais courant) என்று வசந்தியும் பிரகலாதனும் இணைந்து வெளியிட்ட பிரெஞ்சு போதனா நூல் பல பதிப்புக்களைக் கண்டிருக்கிறது. பிரெஞ்சு மொழிக்கூடாக பிரெஞ்சு போதிக்கும் பிரெஞ்சு ஆசிரியர்கள்கூட தமிழ்வழியாக ஏற்கனவே பயின்றுள்ள மாணவர்கள் துரித மாக பிரெஞ்சு மொழியைக் கற்றுக்கொண்டு வருகிறார்கள் என்று அனுபவ பூர்வமாகக் கண்டுள்ளனர்.

தங்களின் நீண்ட பிரெஞ்சு மொழிப் போதனைக்கூடாக பிரெஞ்சு - தமிழ், தமிழ் - பிரெஞ்சு அகராதியின் தேவையை உணர்ந்து வசந்தியும் பிரகலாதனும் இணைந்து ஆக்கியுள்ள இந்த அகராதி பிரெஞ்சு மொழி பயிலும் மாணவர்களின் உடனடித் தேவைகளைப் பூர்த்திசெய்வதை நோக்க மாகக் கொண்டுள்ளது.

ஒரு அகராதி தயாரிக்கும் பணி ஒரு மொழியில் செய்யக்கூடிய அதி யுன்னத ஆக்கப் பணியாகும். பிரெஞ்சு மொழியைப் போதித்த அனுபவ பலத் திலிருந்தே இந்த அகராதி உருப்பெற்றிருக்கிறது. தமிழ் மொழியைத் தாய் மொழியாகக் கொண்டவர்கள் என்ற தளத்திலிருந்து உருவாக்கப்பட்ட சிறப்பு இந்த அகராதிக்குரியது. ஒரு அகராதிப் பணி ஒரு முயற்சியுடனேயே முடிந்து விடுவதில்லை; ஒரு ஆக்கப் பதிப்புடன் அது நிறைவுபெற்று விடுவ தில்லை. அகராதி ஆக்கம் என்பது முடிவுறாத ஒன்று; தொடர்ச்சியாக மீள் பார்வை செய்யப்பட்டும் புதுக்கியும் திருத்தியும் சேர்த்தும் விரித்தும் அகராதி மீளமீள ஆக்கம் பெற வேண்டியதொன்றாகும்.

புலம்பெயர்ந்த ஈழத் தமிழர்கள் ஐரோப்பிய மொழிகளில் அகராதிகள் ஆக்கும் பெரும் பணியில் வெற்றிகரமாகவே செயற்பட்டுவருகின்றனர். ஜெர்மனி, டச்சு, பிரெஞ்சு, டேனிஸ், நோர்வீஜிய, இத்தாலி மொழிகளில்

எல்லாம் - புதிய அகராதிகள் ஆக்கம் கண்டுள்ளன. உலகின் நவீன மொழிகள் அனைத்தையும் தமிழுக்கு வசப்படுத்தும் பெரும் பணி இதுவாகும். சிறந்த மொழி வல்லுநர்களின் துணையுடன் அகராதிகள் நன்கு பரிசீலிக்கப்பட்டு வெளிவருவது அகராதியின் தரத்தை உயர்த்தும்.

வசந்தியும் பிரகலாதனும் பிரம்மாண்டமான - கடினமான பாதையில் கால்பதித்துள்ளனர். பிரெஞ்சு - தமிழ் அகராதி என்பதுவும் தமிழ் - பிரெஞ்சு அகராதி என்பதுவும் இரண்டு பாரிய அகராதி முயற்சிகளாகும். ஒரு அகராதியை ஆக்குவதற்கான நுணுகிய தேடலும் அயராத உழைப்பும் குன்றாத உற்சாகமும் இவர்களின் முயற்சிகளில் பிரவகிக்கிறது. •

அகராதி, பிரெஞ்சு - தமிழ், தமிழ் - பிரெஞ்சு, 2003, பிரான்ஸ்

விற்கன்ஸ்ரைன்: மொழி, அர்த்தம், மனம்

'பொய் சொல்வது உங்களுக்கு அனுகூலமாயிருந்தால், ஏன் ஒருவர் உண்மை பேச வேண்டும்?'

தனது வீட்டு விறாந்தையில் நின்றுகொண்டு, இந்தக் கேள்வியைத் தனது எட்டு அல்லது ஒன்பது வயதில் யோசித்துப் பார்த்தவன்தான் விற்கன்ஸ்ரைன் (Wittgenstein).

இருபதாம் நூற்றாண்டின் மெய்யியலாளர்களின் மெய்யியலாளராகப் போற்றப்பட்ட விற்கன்ஸ்ரைன் பெரும் புதிராகவே திகழ்ந்தார். புகை மூட்டத்தின் நடுவே வெள்ளிப் பிழம்பாகத் தெரிந்தார். அவரின் மேதை மையை மெய்யியல் உலகு வியப்போடு பார்த்தது. பரபரப்பை, பிரபல்யத்தை நாடாத ரிஷியாக உலவினார். தனக்கு உவப்பில்லாத சூழலிருந்து வெகுவேகமாக வெளியேறினார். 'தனிமை கண்டதுண்டு, அதிலே சார மிருக்குதம்மா' என்றே வாழ்ந்து தீர்க்கப் பார்த்தவர். தன்னைப் பெரும் மெய்யியலாளராக விளித்து எழுதிய தன் சகோதரிக்கு, 'இல்லை, என்னை 'உண்மையைத் தேடுபவன்' என்று சொல், அது போதும்' என்று பதில் எழுதியவர் அவர். மெய்யியலை நாடி அவர் செல்லவில்லை என்றும், மெய் யியல்தான் அவரை நாடிச் சென்றது என்பார்கள்.

அவரின் எழுத்துகளும் சிந்தனையும் உலகளாவிய ரீதியில் விவாதிக்கப் பட்டபோது, விற்கன்ஸ்ரைன் அதில் எதுவும் கலந்துகொள்ளாமல் ஒரு விச்ராந்தியாகத் திரிந்தார். நோர்வேயில் அவர் இரண்டு ஆண்டுகள் முற்றாகத் தனிமையில் வாழத் திட்டமிட்டிருக்கிறார் என்று அறிந்த மெய்யியல் அறிஞர் பேட்றன்ட் றசெல், 'இது தான்தோன்றித்தனமான, விசர்த்தனமான வேலை' என்று சொல்லிய எதனையும் விற்கன்ஸ்ரைன் பொருட்படுத்தியதில்லை. 'நீங்கள் இருளில் நிற்கிறீர்கள் என்றேன்; நான் பகல் வெளிச்சத்தை வெறுக் கிறேன் என்றார் அவர்; அங்கிருப்பது பெரும் தனிமையைத் தோற்றுவிக்கும் என்றேன்; புத்திசாலித்தனமானவர்களுடன் பேசி எனது மனதை மிகமிக மலினப்படுத்திக்கொண்டுவிட்டேன் என்றார் அவர்; உங்களுக்குப் பைத்தியம் என்றேன் நான்; கடவுள் எனது மனநலத்தைப் பாதுகாப்பார் என்றார் அவர்' என்று எழுதுகிறார் பேட்றண்ட் றசெல்.

விற்கன்ஸ்ரைனின் இரண்டு சகோதரர்கள் தற்கொலை செய்துகொண்டு மரணித்தமை, றசெலுக்கு சற்று அச்சத்தை ஏற்படுத்தியிருக்க வேண்டும். நோர்வேயின் தனிமை வாசத்தில் விற்கன்ஸ்ரைன் பூரணமாகப் பைத்திய மாகப் போகிறார் அல்லது தற்கொலை செய்துகொள்ளக்கூடும் என்று றசெல் கருதியிருக்கிறார்.

ஆனால், Skjolden என்ற நோர்வேயின் மலைப்பாங்கான, நீர்வீழ்ச்சியும், நதியும் கொண்ட ஒதுக்குப்புறமான சின்னஞ்சிறு கிராமமொன்றில் அங்குள்ள கிராம மக்களோடு மிகுந்த நட்புறவோடு வாழ்ந்திருக்கிறார். இப்போது அந்தக் கிராமத்தின் தனிப்பெருமையே விற்கன்ஸ்ரைன் அக்கிராமத்தில் சில காலம் வாழ்ந்தார் என்பதுதான்!

*1929*இல் கேம்பிரிட்ஜ் பல்கலைக்கழகத்திற்குப் பேராசிரியராக விற்கன்ஸ்ரைன் இரண்டாவது தடவை சென்றிருந்தபோது, அங்கிருந்த அதிபுலமையாளர் வட்டம் அவருக்கு உகந்ததாக இருக்கவில்லை.

விரிவுரைகளின்போது அவர் சிந்தனையில் மூழ்கி, அமைதியாய் இருந்திருக்கிறார். அவரது மாணவர்கள் மிகப் பொறுமையோடு அவரது விளக்கத்திற்காகக் காத்திருந்திருக்கிறார்கள். தான் எழுதியவற்றை எல்லோரும் புரிந்துகொண்டுவிட வேண்டும் என்று விற்கன்ஸ்ரைன் ஒருபோதும் கருதியது கிடையாது.

'எனது எழுத்துகள் பிறருக்குச் சிந்திக்கும் வேலையை எளிதாக்குவது என் விருப்பமல்ல. இயலுமாயின் இந்நூல் யாரையாவது சுயமாகச் சிந்திக்கத் தூண்ட வேண்டும்' என்று விற்கன்ஸ்ரைன் குறித்திருக்கிறார்.

அவரது சிஷ்யர்கள் என்று சொல்லப்படுபவர்களாலேயே, அவரது கருத்துகள் புரிந்துகொள்ளப்படாமலும் திரித்தும் விளக்கப்படலாம் என்று விற்கன்ஸ்ரைன் கருதியதில் நியாயம் இருந்தது. தனது பிந்தைய சிந்தனைகளை, எழுத்துகளைப் பிரசுரிக்கவோ, வெளிப்படுத்தவோ அவர் அக்கறை காட்டவில்லை. மேலைத்தேய மெய்யியலின் சிந்தனைத் தடத்தையே மாற்றிப் போட்ட அவரது 'மெய்யியல் ஆய்வுகள்' (Philosophical Investigations) *1953*ஆம் ஆண்டு வெளியானபோது, விற்கன்ஸ்ரைன் இறந்து இரண்டு ஆண்டுகள் ஆகிவிட்டிருந்தன.

விற்கன்ஸ்ரைன் இரண்டு முக்கிய சிந்தனைப் போக்குகளுக்கு வித்திட்டிருக்கிறார் என்றும், இரண்டையுமே அவர் மறுதலித்தும் இருக்கிறார் என்றும், G.H. Von Wright தான் எழுதிய விற்கன்ஸ்ரைனின் வாழ்க்கைக்குறிப்பிலே கூறுகிறார். ஒன்று, இரண்டாம் உலக யுத்தத்திற்கு முன்னரான பத்தாண்டு காலப் பகுதியில் மவுசு பெற்றிருந்த தருக்கப் புலனறிவுவாத சிந்தனை முறையாகும். மற்ற சிந்தனைப் போக்கு ஒற்றைப் பெயரால் சுட்டக்கூடிய சிந்தனை முறைமை அன்று. இச்சிந்தனையின் ஆரம்பக் கட்டத்தை கேம்பிரிட்ஜ்

பகுப்பாய்வுப் பள்ளி எனலாம் என்றும், யுத்தத்திற்குப் பின் இச்சிந்தனை ஒக்ஸ்போர்ட் பல்கலைக்கழகத்தில் மேலாதிக்கம் பெற்று, ஓரியக்கமாக விரிவு பெற்று, மொழிசார் மெய்யியல் (linguistic philosophy) அல்லது ஒக்ஸ்போர்டு சிந்தனைப் பள்ளி என்று குறிக்கப்பட்டது என்று ஜி.எச். பொன் றைட் எழுது கிறார்.

பிந்தைய விற்கன்ஸ்ரைனின் மொழி, அர்த்தம், மனம் என்பன குறித்த விசாரணையே, கலாநிதி செ.வே. காசிநாதனின் நூலாகும்.

தமிழில் மேற்கத்தைய மெய்யியலில் இதுகாலவரை வெளியான நூல்கள், மெய்யியல் வளர்ந்த வரலாறு கூறும் நூல்களேயாகும். அவை, மெய்யியல் பயிலும் மாணவர்களுக்கு உதவும் துணை நூல்களாக அமையும் நோக்கிலேயே எழுதப்பட்டுள்ளன. கலாநிதி செ.வே. காசிநாதன் எழுதியுள்ள இந்நூலில் விற்கன்ஸ்ரைன் என்ற மெய்யியல் சிந்தனையாளரின் பின்னைய சிந்தனையில் மொழி, அர்த்தம், மனம் என்பன குறித்த விளக்கங்களும், அவை பற்றி மேற்குலகில் நிகழ்ந்த நுட்பமான வாதங்களும் சீரான பரிசீலனைக்கு உள்ளாக்கப்பட்டிருக்கின்றன. இவ்வகையில், மெய்யியலில் ஆழமான – தீர்க்கமான பிரச்சினைபற்றி ஆராயும் முதல் நூல் இதுவெனலாம். மேற் கத்தைய மெய்யியலாளர்களில் நீட்ஷே, பிளேட்டோ, சோக்ரடீஸ், அரிஸ் டோட்டில், பிராய்ட் ஆகிய அறிஞர்களின் பெயர்கள் அறியப்பட்ட அளவிற்கு விற்கன்ஸ்ரைன் அத்துணை அறியப்பட்ட பெயரல்ல. மெய்யியலாளர்களின் மெய்யியலாளர் எனப்படும் சிந்தனையாளரை அறிமுகப்படுத்தி, அவரைத் தமிழ் வாசகர்களுக்குப் பரிச்சயப்படுத்தும் பணி, இதுவரை யாரும் பயணப் பட்டிராத பிராந்தியத்திற்குள் நுழையும் பிரயத்தனம்.

தமிழில் இப்பணியை ஆற்ற வல்ல பெரும் சிந்தனையாளனாக செ.வே. காசிநாதன் நமக்குக் கிடைத்திருப்பது, நம் பெரும் பேறு. பேராதனைப் பல்கலைக்கழகத்தில் பசில் மெண்டிஸ் என்ற பேராசானின் வழிநடத்தலில், மெய்யியலைச் சிறப்புப் பாடமாகக் கற்ற காசிநாதன் லண்டனில் மெய்யியல் பேராசிரியர் டீ.டபிள்யூ. ஹம்லின் அவர்களின் கீழ் தனது உயர் கல்வியைத் தொடந்தார். அவரோடு நீண்டு ஆய்வுரை யாடக் கிடைத்த வாய்ப்பு, சமகால ஆங்கில மெய்யியலில், குறிப்பாக மனமெய்யியலில் எழுந்த புதிய சிந்தனை முறையில் பயிலப் பெரிதும் உதவியது என்கிறார் காசிநாதன்.

பேராதனையில் இருபது ஆண்டு காலம் காசிநாதன் மெய்யியல் போதித்த காலம், அத்துறையின் பொற்காலம் எனலாம். ஈழத்தில் தமிழில் மெய்யியல் துறையின் தளத்தைக் கற்பாறையில் நிர்மாணித்த பெருஞ் சிற்பி அவராவார். மெய்யியல் துறையில் இன்று புழக்கத்தில் உள்ள அனைத்துச் சொற்களும் காசிநாதன் அவர்கள் வனைந்த, பிரயோகித்த சொற்களாகும். மறைந்த

பேராசிரியர் சோ. கிருஷ்ணராஜா, பேராசிரியர் எம்.எஸ்.எம். அனஸ், க. ஆதவன் ஆகியோர் காசிநாதன் அவர்களிடம் பாடம் கேட்கும் பாக்கியம் பெற்றோர். பேராதனைப் பல்கலைக்கழகக் கருத்தரங்குகள், விரிவுரை மண்டபங்கள் காசிநாதனின் பிரசன்னத்தால் களைகட்டிய மகோன்னதமான காலம் ஒன்றிருந்தது. மெய்யியல் மாணவர்களுக்கு அப்பால், மருத்துவ பீட மாணவர்களும், பொறியியல், விஞ்ஞான பீட மாணவர்களும் என்று ஒரு மாணவர் பட்டாளம் எப்போதும் இவரைச் சூழ்ந்து நின்றது. கருத்தரங்கு களில் இவர் எழுப்பிய கேள்விகள் ராமபாணங்களாகத் துளைத்துச் செல் பவை. இனவன்முறையினை அடுத்து, காசிநாதன் அவர்கள் தன் துணைவி நளினியோடு இலங்கையைவிட்டு, ஆஸ்திரேலியாவிற்குப் புலம்பெயர்ந் தமை இலங்கைப் பல்கலைக்கழகத்திற்கு ஏற்பட்ட பெரும் நஷ்டம். எனினும், அப்பெரும் நஷ்டத்தை இந்நூலின் மூலம் அவர் ஈடுசெய்திருக்கிறார் எனல் வேண்டும்.

விற்கன்ஸ்ரைனைத் தன் சுவாசத்தில்கொண்டு திரிபவர் காசிநாதன் அவர்கள்.

எத்தகைய நுட்பமான சிந்தனை அவருடையது என்று மாய்ந்து போபவர். விற்கன்ஸ்ரைனை இன்னும் வாசிக்கும் இவர், எல்லாம் விளங்குவதற்குத் தன்னுடைய தவம் போதாது என்கிறார்.

மெய்யியல் உலகில் தனக்கு ஞான ஒளி வீசியவர் விற்கன்ஸ்ரைன் என்றே கருதுகிறார். விற்கன்ஸ்ரைனின் ‘மெய்யியல் ஆய்வுகள்’ நூலின் ஒவ்வொரு பக்கமும் அவருக்கு அத்துபடி. அவரின் கருத்துகளைப் பிழையாக விளங்கி, விளக்கம் தர முயல்வோரை, காசிநாதன் சடுதியாக இனங்கண்டு கொள்வார். லண்டன் பல்கலைக்கழக மெய்யியல் துறைப் பேராசிரியரும், பல மெய்யியல் நூல்களை ஆக்கியவருமான A.C. Grayling எழுதிய Wittgenstein: A Very Short Introduction என்ற நூலைத் தமிழில் மொழிபெயர்த்துத் தருமாறு காசி அவர்களிடம் கேட்டு, அவர் அந்நூலை வாசித்துவிட்டு, ஏ.சி. கிரேலிங் பிழையாக விற்கன்ஸ்ரைனைப் புரிந்துகொண்டிருக்கிறார் என்று அந்நூலைக் கிடப்பிலே போட்டிருக்கிறார். விற்கன்ஸ்ரைனைச் சரி யாகவே புரிந்து, அந்த மெய்யியல் ஞானியின் சிந்தனைப் பரப்பில் தோய்ந்து, அதனைத் தமிழில் தர வல்ல பெருமகன் காசிநாதன் அவர்கள். இந்நூல் தமிழருக்குக் கிடைத்திருக்கும் பெரும் பொக்கிஷம். ‘ஆதி கிரேக்க மெய் யியல்’ என்ற அரும்பெரும் நூலைத் தமிழில் தந்தவர் காசிநாதன் அவர்கள். விற்கன்ஸ்ரைனைத் தமிழுக்குக் கொண்டுவருவதில் காசிநாதன் அவர்களின் தமிழ் இலக்கியப் புலமையும், கம்பீரமான மொழிநடையும் நிறையவே கைகொடுத்திருக்கின்றன.

இந்நூல் மெய்யியலின் அடிப்படையான அம்சங்களை நோக்கித் தன் கவனத்தைக் குவித்திருக்கிறது.

மொழி, அர்த்தம், மனம் என்பன பற்றிய ஆழ்ந்த விசாரம் நூல் முழுதும் இழையோடுகிறது.

சொல்லின் அர்த்தம் என்பது என்ன?

அது குறிக்கும் பொருளா?

அது சுட்டும் பயன்பாடா?

அது குறிக்கும் அகநிகழ்வா?

அது எம் அகத்தே உருப்பெற்றிருக்கும் படிமமா?

சொல் என்பது அது சுட்டும் சாரமா?

ஒவ்வொரு சொல்லுக்கும் ஓர் அர்த்தம் உண்டா?

எல்லாச் சொல்லும் பொருள் குறித்தனவா?

அர்த்தம் என்று ஒரு வரைவிலக்கணம் தருதல் சாலுமா?

இந்தக் கேள்விச் சரங்கள் மொழியின் மூலத்தை நோக்கிப் பாய்கின்றன.

'மொழி ஒரு பரிவர்த்தனைச் சாதனம்' எனல் பொருந்துமா?

எமது மனதிலுள்ளவற்றைப் பிறருக்குத் தெரியப்படுத்துவதற்கே மொழி வேண்டும் என்று கூறுவது ஏற்புடையதா?

உங்கள் மனதில் என்ன உள்ளது என்று யாருக்குத் தெரியும்?

இரண்டு மனங்களுக்குக் கிடைக்கும் தரவுகள் ஒரே மாதிரி இருக்குமா?

மரம் ஒன்றைப் பார்க்கையில், அது பச்சை நிறம் என நாம் ஒப்புக் கொள்கிறோம் என்பது, உன்னுடைய பச்சை நிறமும் என்னுடைய பச்சை நிறமும் ஒன்று என நிரூபிக்குமா?

மொழி என்ற ஒன்று இல்லாமலேயே, புலன்களாலும் எமது மனத்தின் செயல்களாலும் ஏற்படும் அறிவு, உணர்ச்சி, எண்ணம், கற்பனை எல்லாம் எமக்குள் புதைந்துள்ளனவா?

மொழி இன்றி இம்மனநிகழ்ச்சிகளை ஒருவன் கொண்டிருத்தல் சாத்தியமா?

இத்தகைய எண்ணற்ற கேள்விகளை இந்நூல் எழுப்பி, விற்கன்ஸ்ரைனின் ஒளியில் பதில் காண முற்படுகிறது.

சடத்தாலாகிய உடல், சூக்குமமான மனம் என்ற காட்டீசிய இருமை அல்லது காட்டீசிய துவிதம் (Cartesian Dualism) என்ற கருத்தியலின் மீது இந்நூல் ஐயங்களை, கேள்விகளை எழுப்புகிறது.

சடமான உடல் எப்படி சூக்குமமான மனதுடன் தொடர்புகொள்கிறது?

உடலின் நிகழ்வுகளை எல்லாம் மனம் எப்படி அறிகிறது?

புலன்களால் அறிவது யார்?

கண் பார்க்கிறதா? அல்லது கண்ணும் பிறவும் சேர்ந்த உடலின் அகத்தே இருக்கும் நானா?

காலில் நோகிறதா? அல்லது உள்ளேயிருக்கும் எனக்கா?

'மனம், உடல் என இரண்டால் ஆனவர் நாம் என்பது உண்மையா? இல்லை, இல்லை. மனம், உடல் என இரண்டால் ஆனவர் நாம் என்பது பொய்யா? இல்லை, இல்லை. இந்நூலின் வாதங்கள் இட்டுச்செல்வது இந்த இடத்திற்கே. இறுதியில் விற்கன்ஸ்ரைன் சொல்வதுபோல, இது ஒன்றும் பெரிய கண்டுபிடிப்பல்ல; சென்ற வழியிற் கண்டவை சில நயமானவை. அவ்வளவே' என்று இந்நூல் கூற விழைவதற்கு முத்தாய்ப்பு வைக்கிறார் காசிநாதன் அவர்கள்.

'ஆயிரம் ஆயிரம் ஆண்டுகளாக வளர்ந்து வரும் மானுட மொழியாடல், திட்டமிட்டு அமைக்கப்பட்ட ஒன்றல்ல. வெவ்வேறு இயல்புடைய, வள முடைய, வளங்குறைந்த மக்கள், எப்போதும் ஒருமித்த திட்டமின்றி, ஆண்டாண்டு காலமாய் அந்தந்த நேரத் தேவைகளுக்கு ஏற்ப ஈடுபட்ட நட வடிக்கைகள், கண்ட கனவுகள், கொண்ட பயங்கள் என்பனவற்றால் எல்லாம் வளர்ந்த, சிதைந்த, சிக்கலான, பரந்த பெருநகர் இது. இங்கே விஞ்ஞானக் கல்லூரியும் இருக்கும், வேத பாடசாலையும் இருக்கும். கவிதையும் இருக்கும், விமர்சனம் எனப்படுபவையும் இருக்கும். அளந்து பார்க்கக்கூடிய ஆழமும் இருக்கும். அததற்குத் தேவையும் பயனும் மதிப்பும் உள; நமது பாட்டன், பாட்டிக்கும் முந்திய காலத்திலிருந்தே நிலைபெற்ற யதார்த்தங்கள் இவை' என்கிறார் காசிநாதன்.

நூற்று ஐம்பது பக்கங்கள் கொண்ட இந்நூல் எளிய வாசிப்பிற்கு உரிய தல்ல. ஆழ்ந்த கிரஹிப்பைக் கோருவது. ஒவ்வொரு வரியையும் நின்று, நிதானித்து வாசித்து விளங்கி மேற்செல்ல முயல்தல் உசிதமானது. சில அத்தியாயங்களை இடையே சென்று வாசித்தாலும் விளங்குவதற்கு வழி சமைப்பதாய் அமைந்திருப்பது இந்நூலின் பலம்.

க்ரியா வெளியீடாக வந்திருக்கும் இந்நூலின் அட்டைப்படம் ஓவியர் கே.கே. ராஜாவின் அசத்தலான வடிவமைப்பில் தூக்கலாகத் தெரிகிறது. நேர்த்தியான பதிப்பில், கெட்டி அட்டையில், சுதர்சன் கிரபிக்ஸ் அச்சகத்தின் செம்மையான வேலைப்பாட்டில் நூல் சிறப்பாகவே வந்திருக்கிறது. •

தாய்வீடு, அக்டோபர் 2021, கனடா

வீரகேசரி, 03.10.2021, இலங்கை

ஈழத்து நாவல் இலக்கிய வரலாற்றை மீள வரைதல்

1

ஈழத்தில், பாடசாலைக் கல்வியில் உயர்தர வகுப்பிலும், பல்கலைக்கழகக் கல்வியிலும், தமிழ் இலக்கிய வரலாறு என்ற கற்கை, முக்கியமான பாட அலகாகவும் பாட நெறியாகவும் 1940களிலேயே ஆரம்பிக்கப்பட்டுவிட்டது. பேராசிரியர் வி. செல்வநாயகம் எழுதிய 'தமிழ் இலக்கிய வரலாறு', அப்பாடப் போதனையின் மூலநூலாக அமைந்தது. அவரின் வாழ்நாளில் அந்நூல் நான்கு பதிப்புகளைக் கண்டது. ஒவ்வொரு பதிப்பும் திருத்தப்பட்டுப் பதிப் பிக்கப்பட்டதாயினும், ஈழத்து இலக்கிய வரலாறுபற்றி அந்நூல் கண்டு கொள்ளவே இல்லை என்பது துரதிர்ஷ்டமானது. ஈழத்துப் புலவர் மரபில் பதினைந்து பெயர்கள் பிரஸ்தாபிக்கப்பட்டிருக்கின்றனவே தவிர, நவீன இலக்கியம் குறித்து அவர் அந்நூலில் எதுவுமே பேசவில்லை. ஆனால், அவர் வாழ்ந்த காலத்திலேயே குறைந்தது ஐம்பது சிறுகதைத் தொகுப்புகளும், நூற்றுக்கும் மேற்பட்ட நாவல்களும் வெளியாகியிருந்தன.

1970களின் பின்னரேயே 'ஈழத்து இலக்கிய வரலாறு' பற்றிய கற்கை, இலங்கைப் பல்கலைக்கழகத்தின் முக்கிய பாடநெறியாக அமைந்தது. பேராசிரியர் அ. சதாசிவம், பேராசிரியர் க. கைலாசபதி ஆகியோர் ஈழத்து இலக்கிய வரலாறு ஒரு கற்கைநெறியாகக் கொழும்புப் பல்கலைக் கழகத்தில் அமைவதற்கு வழிவகுத்தனர். அதன் பின்னரே, ஈழத்து இலக்கிய வரலாறு குறித்தும், ஈழத்து எழுத்துக்களைக் குறித்துமான ஆய்வுகள் முனைப்புப் பெறத் தொடங்கின. இதன் தொடர்ச்சியாக, யாழ்ப்பாணப் பல்கலைக்கழகத்திலும், கிழக்குப் பல்கலைக்கழகத்திலும் ஈழத்து இலக்கிய வரலாறுபற்றிய கற்கையும் ஆய்வும் ஆழமான கவனத்தைப் பெற்றன. இதன் பேறாக, ஈழத்து இலக்கிய வரலாறு செழுமை பெற்றது. ஈழத்து இலக்கிய வரலாறு குறித்த ஆய்வுகளில் பேராதனைப் பல்கலைக்கழகத் தமிழ்த் துறை மிகக் கனதியான பங்கினை நல்கியுள்ளது.

ஈழத்து இலக்கிய வரலாறு குறித்த புலமை ஆய்வுகள், பல்கலைக்கழக ஆய்வு முயற்சிகளுக்கு இணையானதாக, ஈழத்துச் சுயாதீனப் புலமையாள ரிடமிருந்தும் வெளிப்பட ஆரம்பித்தன. ஈழத்து இலக்கியப் படைப்புகளின் தொகுப்பு, பதிப்பாக்கச் செயற்பாடுகள், வரலாற்று எழுத்தியலுக்கான விரிவானதும் பலமானதுமான அடித்தளத்தை ஏற்படுத்தின. இதன் நல்ல அறுவடைகளில் ஒன்றாக, தமிழ் நாவல் இலக்கியத்தின் நூற்றாண்டு விழாவைத் தமிழகம் கண்டுகொள்ளாமல் இருந்தபோது, அந்த நாவல் நூற்றாண்டு விழா, யாழ்ப்பாணப் பல்கலைக்கழகத்தில், பேராசிரியர் க. கைலாசபதியின் தலைமையில், காத்திரமான ஆய்வரங்காக நடந்தேறி யதையும் குறித்தல் தகும்.

2

ஈழத்தின் தமிழ் நாவல் இலக்கிய வளர்ச்சியைப் பொறுத்தவரை, சில்லையூர் செல்வராஜன் எழுதிய 'ஈழத்தில் தமிழ் நாவல் வளர்ச்சி' *(1967)* எனும் நூல், நுணுக்கமான ஆய்வுகள், தரவுகள் சகிதம் ஈழத்துத் தமிழ் நாவல் இலக்கி யத்தின் கையிருப்பைத் தொகுத்துத் திரட்டித்தந்த முதல் நூலாகும். பேராசி ரியர் க. கைலாசபதியின் 'தமிழ் நாவல் இலக்கியம்' *(1968)* நவீனப் புனைகதை இலக்கியத்தில் பரந்த அங்கீகாரத்தைப் பெற்ற நூலாகக் கருத்தப்பட்டது. 'படைப்புக்கும் சமூகத்திற்குமான உறவு முதன்முதலாகத் தமிழ் மொழியில் கைலாசபதியால்தான் அழுத்தம் பெற்றது' என்று சுந்தர ராமசாமி குறித்தது, கைலாசபதியின் 'தமிழ் நாவல் இலக்கியம்' பற்றியேயாகும். நா. சுப்பிரமணியன் எழுதிய 'ஈழத்துத் தமிழ் நாவல் இலக்கியம்' *(1978)*, ஈழத்தின் நாவல் இலக்கிய வளர்ச்சியை மேலுமொரு கட்டத்திற்கு இட்டுச்சென்ற புலமை ஆய்வாகும்.

தமிழ் நாவல் நூற்றாண்டு விழாவை முன்னிட்டு, *1977*இல் நா. சுப்பிர மணியன் தொகுத்தளித்த 'ஈழத்துத் தமிழ் நாவல்கள்: நூல் விபரப்பட்டியல் *(1885-1976)*' ஈழத்து நாவல் வரலாற்றில் முதன் முயற்சியான, முக்கிய மைல்கல்லாகும். நாவல்களை நுணுகி வாசித்து, அவை குறித்த விபரங்களை annotate செய்து, புலமைத் திறத்துடன் வெளிவந்த, முதலாவது ஈழத்துத் தமிழ் நாவல் விபரப் பட்டியலாக அது அமைந்தது. என். செல்வராஜா தொகுத் தளித்த 'ஈழத்தின் தமிழ் நாவலியல் – ஓர் ஆய்வுக் கையேடு' *(2020)* இற்றை வரை வெளியான அனைத்து நாவல்களையும் பற்றிய ஒரு தகவல் களஞ்சிய மாக அமைகிறது. ஆயினும், இந்நூலின் தலைப்பு 'ஈழத்தின் தமிழ் நாவலியல்' என்பது பொருந்தாது, ஏனெனில் இது ஈழத்தின் தமிழ் நாவல் வளர்ச்சிபற்றிய கற்கை நெறியன்று. இது ஒரு நூல் விபரப் பட்டியலே ஆகும். இவற்றை விட, தனித்தனி நாவலாசிரியர்கள்பற்றிய ஆய்வேடுகளும் கட்டுரைகளும் அறிமுகக் குறிப்புகளும் வெளிவந்துள்ளமையும் நோக்கத் தக்கது.

மேற்குறித்த பின்னணியில், தேவகாந்தன் கனடாவிலிருந்து எழுதியிருக்கும் 'இலங்கைத் தமிழ் நாவல் இலக்கியம்' என்ற இந்நூல், உலகில் நாவல் தோன்றிய காலத்திலிருந்து, மிக விரிந்த படுதாவில், ஈழத்து நாவல் வளர்ச்சியைப் பரிசீலிக்கிறது. இந்திய ஆரம்பக் கட்ட நாவல்களைக் கவனத்திற்கொண்டு, ஈழத்து நாவல்களை அணுகும் முதல் நூலாகவும் இந்நூல் விளங்குகிறது. தற்காலத் தமிழின் சிறந்த நாவலாசிரியர்களில் ஒருவரான தேவகாந்தனின் கூர்மையான விமர்சனப் பார்வையை இந்நூலில் அவதானிக்க முடிகிறது.

3

இருபதாம் நூற்றாண்டின் உன்னத இலக்கியப் பாணியமாக (Genre) நாவல் வடிவத்தை நாவாரக் கூவி வரவேற்றார், ரஷ்யச் சிந்தனையாளரான பக்தின் (M.M. Bakhtin). காப்பியத்தோடு ஒப்பிடும்போது, நாவல் மட்டுமே, தனது உருவாக்கத்தின்போதே தன்னை வளர்த்துக்கொண்டு, தன்னை முன் னெடுத்துச் செல்லும் ஒரே வடிவம் என்று, பக்தின் தனது The Dialogic Imagination என்ற நூலில் விவரிக்கிறார். நாவல் ஒருபோதும் பூரணமாவதில்லை; முடிவுக்கு வருவதில்லை. ஏனைய இலக்கியப் பாணியங்கள் அனைத்துமே ஏறத்தாழ, முன்முடிவுகளோடு தீர்மானிக்கப்பட்டு, நிலைப்படுத்தப்பட்ட வடிவங்களுக்குள், ஆசிரியன் தனது கலை அனுபவங்களை வார்த்து நிரப்பும் ஒன்றாக அமைகின்றன. காவியம் என்பது அதன் முழு வளர்ச்சியையும் பூரணப்படுத்திக்கொண்டுவிட்டது. எழுத்தைவிட, நூலைவிட அனைத்து இலக்கியப் பாணியங்களிலும் நாவலே இளமையானது. நாவல் எழுத்தாக வளரும்போதே யதார்த்தத்தைப் பிரதிபலித்து நகர்கிறது. எது தொடர்ந்து வளர்ந்துகொண்டிருக்கிறதோ, அதுவே அச்செயல்முறையில் வளர்ச்சி, அபி விருத்தி என்பதைக் கிரகித்துக்கொள்கிறது. புதிதாய் மலரப்போகும் உலகை நோக்கிச் செல்லும் திசைவழியில் நாவல் பயணிப்பதால்தான், நாவல் வடிவம் முதன்மைவாய்ந்த இலக்கியப் பாணியமாகத் திகழ்கிறது என்கிறார் பக்தின். அதனால்தான் நாவலை அணுகும்போது இலக்கியக் கோட்பாட்டின் போதாமை துலாம்பரமாகத் தெரிகிறது என்கிறார். நடைமுறை உலகின், யதார்த்தத்தின் சகல சாளரங்களையும் திறந்துவைத்து, உலகோடு உச்சபட்ச தொடர்பைப் பேணும் புதிய வலயத்திற்குள் நாவல் நுழைகிறது.

நாவலின் பன்முக மொழிக்கூறுகளை (heteroglossia) பற்றி பக்தின் அழுத்தம் தருகிறார். ஒரு பிரதியின் மொழிக்குள் பன்முகப்பட்ட மொழிக் கூறுகள் பொதிந்திருப்பதுபற்றிப் பேசும்போது, இது மொழியியல் தோற்றப் பாடு அல்ல என்கிறார், பக்தின். மாறாக, உலகை வெவ்வேறு வகையில் மதிப்பிடுவதிலும், அதனைக் கருத்தியலாக்குவதிலும், உலகை அனுபவித்துப்

பார்ப்பதிலும், மொழி எவ்வாறு பன்முகக் குரலை வெளிப்படுத்துகிறது என்பதனையே நாம் நோக்க வேண்டும் என்கிறார், அவர். நவீன நாவல் வடிவம் மட்டுமே தனி மொழிக்குள் புதைந்திருக்கும் பன்முக மொழிக் கூறுகளை வெளிக்கொணரக்கூடிய சக்திகொண்ட இலக்கியப் பாணியம் ஆகும். தனித்த மொழிக்குள் வெவ்வேறுபட்ட பேச்சு மொழிகள் முட்டியும் மோதியும், அதே சமயம் ஒருங்கிணைந்தும் இடைவெட்டியும் செயற்படும் தன்மையில்தான், நாவல் தன் வலிமையைப் பெறுகிறது என்பார் பக்தின். ஒரு நாவலில் பல்வகைக் கதை மாந்தர்களின் பேச்சு, நாவலில் வரும் எடுத் துரைஞரின் கூற்று, ஆசிரியரின் கூற்று போன்ற பல்வேறு குரல்கள் ஒலிக்கின்றன.

எல்லா மொழிகளுமே பல்வேறு குரல்களைத் தங்களுக்குள் கொண்டிருக் கின்றன. சமூகப் பேச்சு வழக்கு, ஒரு குழுவாகச் செயற்படும்போது வெளிப் படும் குணாம்சங்கள், தொழில்முறை jargons, இனப் பொதுவியல்பான மொழி (genetic language - அதாவது, நாரைகள் எல்லாம் வெண்மை யானவை என்று பொதுமைப்படுத்தும் மொழியாடல்), ஒரு குறிக்கோளைப் பரப்பும் சார்புவகைச் சொல்லாடல் (tendentious language), அதிகாரபூர்வமான மொழிகள், பல்வேறு வகைப்பட்ட குழாம்களின் மொழிகள், கடந்துபோய்க் கொண்டிருக்கும் பாணிகள் சார்ந்த மொழி என்று அவை பல திறத்தானவை. இவ்வாறு பன்முகப்பாங்கான குரல்களின் வெளிப்பாடுதான் நாவலை இலக்கியப் பாணியமாக நிர்ணயம் செய்கிறது என்கிறார் பக்தின்.

பக்தின் கல்வியறிவற்ற ஒரு விவசாயியை உதாரணம் காட்டுகிறார். அந்த விவசாயி, தேவாலயத்தில் பிரார்த்தனையின்போது பாவிக்கும் மொழியும், தனது குடும்பத்தினருடன் பேசும்போது அவர்களின் பேச்சு வழக்கில் பாவிக்கும் மொழியும், ஒரு கேளிக்கைக் கொண்டாட்டத்தின்போது அவர் பாடும் பாடல் களின் மொழியும், உள்ளூராட்சிச் சபையில் ஒரு குறைமனுவைச் சமர்ப் பிக்கும்போது பாவிக்க முனையும் அலுவலகபூர்வமான மொழியும் வெவ் வேறாக அமையும் இயல்பின.

நாவல் என்ற இலக்கியம், அது உருவாகும் தருணத்திலேயே, சுயவிமர் சனத்தையும் செய்துகொண்டு முன்செல்கிறது. அதிகாரபூர்வமான மொழி யாடல் (authoritative discourse) என்பதற்கு எதிர்முனையில் நாவல் நிற்கிறது. சமயக் கருத்தையோ விஞ்ஞானக் கோட்பாட்டையோ எவ்வித விமர்சனமும் இன்றி, எந்தக் கேள்வியும் இன்றி அப்படியே ஏற்றுக்கொண்டுவிடும் தன்மை நாவலில் இடம்பெறுவதில்லை என்கிறார் பக்தின். இத்தகைய அதிகார மொழியாடல், கடந்தகாலத்திற்குரியதாய், முற்றுப்பெற்றுவிட்டதாய், அதி காரப்படி முறையில் அதி உயர்ந்ததாய்க் கருதப்பட்டு, அவை நிபந்தனை யின்றி ஏற்றுக்கொள்ளப்பட வேண்டும் என்று கோருகிறது. நாவல் அதிகாரச் செயற்பாட்டைக் கேள்விக்குரியதாக்குகிறது. அது பன்முகமான குரல்களில்

வினாக்களை எழுப்புகிறது. முற்றுமுழுதான முடிவை அது வழங்கிவிட்டுப் போவதில்லை. நாவல் முடிவற்றது. அது பூரணப்படுத்தப்படுவதில்லை. அதுவே நாவலின் வலிமை என்கிறார் பக்தின்.

4

ஐரோப்பிய விஞ்ஞானங்கள், நவீன யுகத்தின் தோற்றம் என்று முழு உலகத்தையுமே தொழில்நுட்ப, இயந்திரவியல் விசாரணைக்கான ஆய்வுப் பொருளாகக் கருதிக்கொண்டபோது, இந்த விஞ்ஞானங்களின் எழுச்சி, அறிவியலாளர் கருதிய விசேடமான ஆய்வு ஒழுங்கிற்குள் மனிதனை உந்தித் தள்ளியது. அறிவைத் தேடுவதில் மனிதன் எவ்வளவு விசாலமான முன்னேற்றங்களை அடைந்தானோ, அந்த விசாலமான பரப்பில், உலகை முழுமையாகவோ அல்லது அவன் தனது சுயத்தையோ தெளிவாகப் புரிந்து கொள்ள முடியவில்லை. ஹைடேக்கரின் (Heidegger) வார்த்தைகளில் கூறப்போனால், இருப்பை - சுயத்தையே மறந்துபோகும் நிலைக்குள் அவன் தள்ளப்பட்டான். விஞ்ஞானமும் மெய்யியலும் மனித இருப்பையே மறந்து போனபோது, இந்த மறக்கடிக்கப்பட்ட மனித இருப்பினை ஆராய்வதை மட்டுமே இலக்காகக் கொண்டு, மகத்தான ஐரோப்பியக் கலை, இலக்கிய உலகம் எழுந்தபோது, ஸ்பானிய எழுத்தாளன் செர்வாண்டிஸ் என்பவன்தான் அதன் முகப்பில் நிற்கிறான் என்கிறார் மிலன் குண்டேரா (Milan Kundera).

நவீன யுகத்தின் ஆரம்பத்திலிருந்து மனிதனோடு தொடர்பறாது, அவனோடு விசுவாசமாக, துணையாக வந்தது நாவல்தான் என்கிறார் மிலன் குண்டேரா. அறிதலின் மீதான பேரவா, நாவலைப் பற்றிக்கொண்டது. இருத்தலை மறந்துபோகும் நிலையிலிருந்து மனிதனை மீட்டு, மனிதனின் ஸ்தூலமான வாழ்வு குறித்த தீர்க்கமான விசாரணையை நாவல் ஆரம்பிக்கிறது. நாவலால் மட்டுமே கண்டுபிடிக்கக்கூடியதை, கண்டுபிடிப்பதற்காக இருப்பதே, ‘நாவலின் ஜீவித நியாயம்’ என்கிறார் மிலன் குண்டேரா. வாழ்வினது இருப்பின் வெளித் தெரியவராத பகுதியைக் கண்டுபிடிக்க முடியாமல் போனால், நாவல் தனது நெறியிலிருந்து பிறழ்ந்து போகிறது என்கிறார் அவர். மிசேல் டி செர்வாண்டிஸ் எழுதிய நாவலான ‘டான் கிஹொத்தே’ (Don Quixote) உலகை எவ்வாறு தெளிவற்றதாக, ஐயத்திற்கிடமானதாக நோக்குகிறது என்று அலசுகிறார் மிலன் குண்டேரா. அந்நாவல் ஒற்றைப் படையான, முழுமுதல் உண்மையைத் தரிசிக்க நிர்ப்பந்திக்கப்படும் நிலையில், தனது கதாபாத்திரங்களுக்கூடாக மாறுபாடான, ஒன்றுக்குளொன்று முரண்படும் உண்மைகளின் கதம்பத்திற்குள் சிக்குண்டுபோகிறது. திட்டவட்டமான ஒரு பேருண்மைக்கு மாறாக உறுதியின்மையின் பேரறிவை (wisdom of uncertainty) அது முன்வைக்கிறது.

நல்லது எது? தீயது எது? என்பதைத் தெளிவாகக் கண்டறியக்கூடிய உலகையே மனிதன் என்றும் நாடி நிற்கிறான். எதனையும் அறிந்து, புரிந்து கொள்வதற்கு முன்னாலேயே, தீர்ப்புச் சொல்லிவிட வேண்டும் என்ற தாகம் அவனுக்குள் ஆழ வேரோடிப் போய்க் கிடக்கிறது. இந்த ஆசையில்தான் சமயங்களும் கருத்தியல்களும் உருப்பெறுகின்றன. யாரோ ஒருவர் செய்தது சரியாக இருக்க வேண்டும். ஒன்று அனா கெரெனினா (Anna Karenina) செய்தது சரியானதாக இருக்க வேண்டும் அல்லது கெரெனின் (Karenin) செய்தது சரியாக இருக்க வேண்டும். இது அல்லது அது என்ற நிலைப்பாடு, மனித உறவுகளில் இழையோடும் தொடர்புகள் ஒன்றுடன் ஒன்று சம்பந்தம் கொண்டிருப்பதைச் சகித்துக்கொள்ள முடியாத தன்மையையே வெளிப்படுத்துகிறது. இந்த இயலாத தன்மையே, நாவல் வெளிப்படுத்தும் உறுதியின்மையின் பேரறிவைப் புரிந்துகொள்ளவோ ஏற்றுக்கொள்ளவோ முடியாத நிலையை ஆக்குகிறது.

ஆனால், வெகு விரைவிலேயே நாவலின் மரணத்தை குண்டேரா பிரகடனம் செய்கிறார். வரலாற்று நீதியின் பேரில், வறுமையை முற்றிலும் ஒழிப்பது போலவோ, ஆதிக்க சக்திகளை அழிப்பது போலவோ, பழைய கார்கள், மோஸ்தரில்லாத பழந் தொப்பிகள் ஆகியவற்றை வீசி எறிவது போலவோ, நாவலும் புதைகுழிக்குள் போகும் நிலைக்கு வந்துவிட்டது என்கிறார். சர்வாதிகாரத்தின் கொடுங்கோன்மையின் கீழ், தனது வாழ்க்கையின் பெரும் பகுதியைக் கழித்த நிலையில், தத்துவார்த்த அழுத்தங்கள், தடை, தணிக்கை ஆகியவற்றால் நாவலானது வன்முறைச் சாவிற்குள்ளாகிவிட்டது என்கிறார் குண்டேரா. சர்வாதிகாரப் பொறிக்குள் சிக்கிக்கொண்டுவிட்ட உலகத்தில், நாவலுக்கு இடமில்லை. ஒரே ஒரு பேருண்மையைக் கொண்டியங்கும் உலகும் ஐயத்திற்கிடமான, ஒன்றையொன்று சார்ந்து நிற்கிற நாவலின் உலகும் முற்றிலும் வேறுபட்ட பதார்த்தங்களால் வனையப்பட்டவை. சர்வாதிகாரத்தை வலுப்படுத்தும் உண்மை என்பது, ஒன்றையொன்று சார்ந்திருக்கும் தன்மையை நிராகரிக்கிறது; ஐயத்தை அனுமதிக்காது; கேள்வி கேட்பதை அது ஒருபோதும் சகித்துக்கொள்ளாது. இது ஒருபோதும் நாவலின் ஆத்மாவோடு பயணிக்க முடியாது.

அவ்வாறாயின், இன்று குவிந்துகொண்டிருக்கும் நாவல்களின் அர்த்தந்தானென்ன? மனித இருப்பை வெல்லும் தேடலில் இவை புதிதாய் எதனையும் கொண்டுசேர்க்கப் போவதில்லை. ஏற்கனவே சொல்லப்பட்டவற்றைத்தான், அவை மீண்டும்மீண்டும் ஒப்புவிக்கின்றன என்கிறார், அவர். நாவல் மெல்ல இனிச் சாகும் என்று சொல்லும்போது, நாவலின் வலிமை நீர்த்துப்போய் விட்டது என்பதல்ல, தனக்கு முற்றிலும் அந்நியமான உலகிலே அது சஞ்சரிப்பதால்தான் அங்கு மூச்சுவிட முடியாமல் அது தத்தளிக்கிறது. மனித வாழ்க்கை என்பது ஒரு குறுகிய சந்திற்குள் வரையறுக்கப்பட்டுவிட்டது.

மனித வாழ்க்கையை அது வெறும் சமூகச் செயற்பாடாக மட்டுமே என்று தரக்குறைப்பு (reduction) செய்துகொண்டுவிட்டது. கலை ஆக்கங்களும் அவ் வாறே மலினமாக்கப்பட்டுவிட்டன.

நாவலின் ஆத்மார்த்தம் என்பது உட்சிக்கல்களை, வாழ்வின் மிகக் கலங்கலான பகுதிகளைத் தேடிப்பிடிக்கும் திமிங்கில வேட்டை. ஒவ்வொரு நாவலும் வாசகனுக்கு என்ன சொல்கிறது என்றால், 'நீங்கள் நினைப்பது போல் விஷயம் ஒன்றும் அவ்வளவு லேசானதல்ல' என்கிறார் மிலன் குண்டேரா.

இன்னும், ஐம்பது ஆண்டுகளில் நாவல், இலக்கிய அரங்கைவிட்டே வெளியேறிவிடும் என்று ஆரூடம் கூறும் இலக்கியவாணர்களும் இல்லாம லில்லை.

5

இந்தப் பின்னணியில், ஈழத்தின் 135 ஆண்டு கால நாவல் இலக்கிய வளர்ச்சியினை, வரலாற்று நோக்கிலும் திறனாய்வு நோக்கிலும் அணுக முற் படும் தேவகாந்தனின் இந்நூல் நமது முக்கிய கவனத்தைக் கோரி நிற்கிறது. ஒவ்வொரு இலக்கியக் காலகட்டத்தையும், அக்கால வரலாற்றினதும் அதற் குரித்தான பண்பினதும் போக்கின் அடிப்படையில் முப்பது ஆண்டுகள் என்ற காலவைப்பில் வெவ்வேறாகப் பகுத்திருக்கிறார் தேவகாந்தன்.

வரலாற்று வழியிலான படைப்பின் நிர்ணயமெனவும், படைப்பு வழி யமைக்கும் வரலாற்றின் அமைவெனவும் இரு வேறுபட்ட கூறுகளிலிருந்து, ஈழத்து நாவல் இலக்கியக் காலகட்டத்தை, தேவகாந்தன் வரையறை செய் கிறார். இலக்கியக் காலகட்டங்களை வரையறை செய்வதில், ஆங்கில இலக் கியத்தில், வாதப்பிரதிவாதங்கள் நிறையவே நடைபெற்றுள்ளன. ஈ.எச். கார் (E.H. Carr) சொல்வதுபோல உண்மைகள் புறநிலை சார்ந்தவைதாம். ஆனால், வரலாறு என்பது எப்போதுமே காலமாற்றங்களுக்கூடாக மாறி அகநிலைப் பட்டதாகி விடுகின்றது. மனிதன் நிலவில் கால்பதித்தமை, மனுக்குலத்தின் வரலாற்றில் மாபெரும் பாய்ச்சல் என்று கூறப்பட்டது. மிக முக்கியமான அந்த வரலாற்று நிகழ்வை இன்று அப்படி யாரும் கொண்டாடுவதில்லை. மனிதச் சமூகம் காலப் பெருவெளியில் நங்கூரம் போட்டு நிற்பதில்லை. ஆழ்ப்பெருங்கடலில் திசை தெரியாப் பயணம் அது. தொடுவானம் நோக்கிப் பரந்து வியாபிப்பது. நேர்கோட்டுக் காலக்கணிப்பு நிரல் இதற்கு ஒத்து வருவதில்லை. இயல்பாய்ப் புரண்டோடும் கால நதியில் செயற்கை எல்லை வகுப்புகள் எவ்வளவு தூரம் காலத்தைப் பிரதிநிதித்துவம் செய்யும் என்ற கேள்வி, எப்போதும் உள்ளதுதான். ஆனால், ஒரு சகாப்தத்தின் நிர்ணயகர மான தருணத்தில் காலமும் வெளியும் இலக்கியக் கருவும் ஒன்றிணையும் போது நேர்த்தியான ஒரு இலக்கிய வெளிப்பாடு சாத்தியமே.

மார்க்சிய அறிஞர் பிரெடெரிக் ஜேம்சன் (Fredric Jameson) 'எப்போதுமே அனைத்தையும் சரித்திரமயப்படுத்துங்கள்' (Always historicize) என்கிறார். சரித்திரத்தைத் துண்டங்களாக்கித் திட்டவட்டமான எல்லை வரையறை களை ஆக்கினால்தான் வரலாற்றுப் பின்னணியில் ஒரு படைப்பை அணுகுதல் சாத்தியம் என்கிறார், அவர்.

தேவகாந்தன் ஒவ்வொரு முப்பது ஆண்டு கால வரையறையைத் தந்து, அக்காலப் பகுதியின் இலக்கிய நாடித்துடிப்பை உணர்த்துவதில் தன்னளவில் வெற்றி கண்டிருக்கிறார். வெறும் நாவல்களின் பட்டியலைத் தராமல், trend setter எனக் கருதத் தக்க நாவல்களையே, தனது ஆய்வுப் பரப்பிற்குள் எடுத் தாண்டிருக்கிறார். இருபது ஆண்டுகளாகத் தனது இடையறாத நாவல் வாசிப்பின் மூலமும், தனது நிர்ணயங்களை மீண்டும்மீண்டும் உரசிப் பார்த்துப் பெற்ற அனுபவத்தின் சாரத்திலும் இந்த நூலைச் செழுமை யாக்கியிருக்கிறார். ஒரு நாவலின் தரநிர்ணயத்தில் வெவ்வேறு இலக்கிய ஆசிரியர்கள், எத்தகைய மதிப்பீடுகளை மேற்கொண்டிருந்தனர் என்பதை அவர் நுணுகி ஆராய்ந்திருக்கிறார். இந்த விரிந்த தளத்தில், தனது பார்வை யைப் பதிவுசெய்கிறார். தேவகாந்தன் தமிழகத்தில் வாழ்ந்த நீண்ட காலப் பகுதியில், அவர் கொண்டிருந்த காத்திரமான இலக்கிய ஊடாட்டமும் அவரது இலக்கியப் பார்வையைச் செப்பனிட்டிருக்கிறது. ஆய்வுநிலையில் முற்சாய்வுகளுக்கு இடம் தராமல் தன்னால் இயன்றவரை புறநிலையில் நின்று, வரலாற்றுப் பின்புலத்தில் எடைபோடும் பண்பு தேவகாந்தனுக்குச் சித்தித்திருக்கிறது.

6

இலங்கை நாவல் வரலாற்று எழுத்தில், இலங்கையின் ஆரம்ப கால நாவல்களோடு, இந்திய ஆரம்ப கால நாவல்களையும் ஒப்பிட்டுப்பார்க்கும் முதல் நூல் இது. முதல் நாவல்களை நிர்ணயம் பண்ணுவதில் ஏகப்பட்ட பிரச்சினைகள் உள்ளன. முதல் நாவல்களில் எவற்றைத் தவிர்ப்பது, எவற்றை ஏற்பது என்று அந்தந்த நாவல்களின் மொழிசார் விமர்சகர்களே மாறுபட்ட கருத்துகளை முன்வைத்துள்ளனர்.

வங்க மொழியில் முதல் நூலெனச் சொல்லப்பட்ட 'கருணா ஓ புல்மொனிர் விபரண்' (Karuna o Phulmonir Bibaran, 1852) என்ற நாவல் மொழிபெயர்ப்பு என்பதால் அது வங்க மொழியின் முதல் நாவலென்ற முடிவிலிருந்து நீக்கப் பட்டது என்பது விசாரணைக்குரியது. இந்நூலை எழுதிய ஹனா கெத்தரின் முலென்ஸ் (Hana Catherine Mullens) சுவிட்சர்லாந்தைச் சேர்ந்த மிஷனரிப் பெண்மணி ஆவார். கல்கத்தாவில் வளர்ந்த அவர் சமஸ்கிருதத்திலும் வங்காள மொழியிலும் நிறைந்த புலமை பெற்றவர். இந்த நூல் அவரது மொழிபெயர்ப்பு நூலன்று.

ஹனா, வங்காள மொழியில் எழுதிய தனது நாவலின் ஆங்கில மொழி யிலமைந்த முன்னுரையில் சுதேசிய கிறிஸ்தவப் பெண்களை மையமாகக் கொண்டே இந்நூல் எழுதப்பட்டது என்கிறார். வங்காளப் பெண்மணிகளின் குடும்ப வாழ்க்கையின் பல்வேறு அம்சங்கள்பற்றி அவர் இந்நூலில் பேசு கிறார். இவை எனது சொந்த அனுபவத்திலிருந்து பெறப்பட்டவை என்றும், ஏனையவை இங்கு வாழும் மிஷனரிகளின் மனைவிமாரிடமிருந்து கேட் டறிந்த கதைகளை அடிப்படையாகக் கொண்டவை என்றும், அவற்றைச் சின்னக் கதைகளாக, புனைவுகளாக எழுதினேன் என்றும் பதிவுசெய்கிறார்.

ஒருவரை ஒருவர் அறிந்தும், புரிந்தும் கொள்ளாமல் செய்துவைக்கப்படும் திருமண பந்தத்தில் நிலவும் கணவருடனான அணுகுமுறை, பெண்களின் கடமை, ஏழைகள்மீது அன்பு காட்டுதல், பைபிளை வீட்டில் வாசித்தல் போன்றன பற்றி அவர் இந்நூலில் எழுதுகிறார். பெண்களை வீட்டிற்குள் ளேயே அடைத்து வைக்கும் நிலை, நோயாளிகளைப் பராமரிப்பதில் அசட்டை, வீட்டை நிர்வகித்தல், வீட்டைச் சுத்தமாக வைத்திருத்தல் போன்ற அம்சங்களைப் பற்றியே, இந்த நூலில் எழுதியிருப்பதாக அவரே இந்நூலின் முன்னுரையில் எழுதுகிறார். எனவே, இந்நாவல் வங்கத்தின் முதல் நாவலெனினும் மொழிபெயர்ப்பு என்ற ரீதியில் அந்நிலையிலிருந்தும் நீக்கப்பட்டமை ஏற்புடைமையன்று எனக் கருதலாம்.

இலங்கையில் சிங்கள மொழியில் முதல் நாவலாகக் கருதப்படும் 'வாச னாவந்த சா காலக்கன்னி பவுல' அல்லது 'இரு குடும்பங்களின் கதை', மொறட்டுவையைச் சேர்ந்த ஐசாக் டி சில்வா அவர்களால் 1888இல் எழுதி, வெளியிடப்பட்டது. The Happy and Miserable Families என்று ஆங்கிலத் தலைப்புடன் வெளியான இச்சிங்கள நாவலில், சார்ள்ஸ், லூஸி ஆகிய புதுமணத் தம்பதிகள் கத்தோலிக்க மதத்திற்கு மாறி, மேற்கத்தியக் கலாசாரம் எனக் கருதப்பட்ட கலாசாரத்தை எந்தக் கேள்வியுமின்றி ஏற்றுக்கொண் டவர்கள். இவர்களில் லூஸி, சிங்களச் சமூகத்தில், பெண்ணின் சமத்துவத்தை வலியுறுத்தும் கதாபாத்திரமாகச் சித்திரிக்கப்பட்டிருக்கிறாள். நாற்காலியில் கணவனுக்குச் சமமாக அமர்ந்து தனது கணவனை 'நீ' என்று விளிக்கக்கூடிய முற்போக்குப் பெண் பாத்திரமாகப் படைக்கப்பட்டிருக்கிறது.

'ஆண், பெண் இருபாலாருக்குமான சமத்துவம்பற்றிய எண்ணக்கரு, ஐசாக் டி சில்வாவின் 'இரு குடும்பங்களின் கதை'யில் மையமாக அமைகிறது. பத்தொன்பதாம் நூற்றாண்டின் இறுதிக்காலம்வரை, பாரம்பரிய சிங்களச் சமூகத்தின் முக்கியமான அம்சம், தமிழ்ச் சமூகம் போலவே கணவனுக்குக் கீழ்ப்படிந்தவளாகப் பெண்ணை வைத்திருந்ததுதான். 'இரு குடும்பங்களின் கதை' நாவலில் இப்பாரம்பரிய வழமை கடுமையான விமர்சனத்திற்குள்ளாக் கப்பட்டிருக்கிறது. தன் எதிர்காலக் கணவனைத் தேர்ந்தெடுப்பதற்கான

சுதந்திரம் இல்லை என்று லூஸி என்ற பெண் பாத்திரம் இந்நாவலில் பேசு கிறது என்று சிங்கள இலக்கிய ஆய்வாளர் மனோஜ் ஆரியரட்ன, The British Education System and the Cultural Dilemma: in the light of the Depiction In Early Sinhala Fictions (1866 - 1906) என்ற தனது ஆய்வுக் கட்டுரையில் குறிப்பிடுகிறார்.

தனது விருப்பத்தின்பேரில், கணவனைத் தெரிவு செய்யும் உரிமை இல்லாது போனதால், ஒரு பெண்ணுக்குக் கணவன் தொடர்பான கடமைகள் எவை என்பதில் பிரச்சினைகள் ஏற்படுகின்றன என்று இந்நாவலில் ஒரு கதாபாத் திரம் பேசுகிறது. இதே கருத்து வங்காளத்தின் முதல் நாவலாகக் கருதப்படும் 'கருணா ஓ புல்மொனிர் விபரண்' நூலிலும் வலியுறுத்தப்படுவதும் இங்கு ஒப்புநோக்கத் தக்கது.

'இரு குடும்பங்களின் கதை' நாவல், சமகால கலாசார, சமூக, சமயச் சூழலை நேர்மையாகவும் யதார்த்தமாகவும் பிரதிபலித்த நாவல் என்றும், நாவலின் பிரதான கரு சமூகத்தில் அன்றாடம் காணக்கூடிய யதார்த்தமான கதாபாத்திரங்களை மையமாகக் கொண்டுள்ளது என்றும் சிங்கள விமர் சகர்கள் கூறுகின்றனர். அவ்வாறு நோக்குகையில், ஈழத்து முதல் தமிழ் நாவலான அசன்பே சரிதத்தைவிட, ஆரம்ப காலச் சிங்கள நாவலான 'இரு குடும்பங்களின் கதை', மண்ணின் கதை மாந்தர்களைக் கொண்ட வகையில், இலங்கை மண்ணில் வேரூன்றி நின்றிருக்கிறது என்பது தெரியவருகிறது.

7

தமிழ்நாட்டில் வெளியான ஆரம்ப காலத் தமிழ் நாவல்களின் கதையினை விபரித்து, அவற்றின் பண்புநலனைத் தெளிவுபடுத்துவதிலும் தேவகாந்தன் மிகுந்த அக்கறையெடுத்திருக்கிறார். தேவகாந்தனின் இந்த அக்கறையை, பேராசிரியர் க. கைலாசபதியின் அக்கறையின் நீட்சியாகக் கொள்ளலாம். கொழும்புப் பல்கலைக்கழகத்தில், தமிழ்ப் பாடத்திட்டத்தில், பாட நூலாக அமைந்த அ. மாதவையாவின் 'பத்மாவதி சரித்திரம்' என்ற நாவல் குறித்த விரிவுரைகளைப் பேராசிரியர் க. கைலாசபதி ஆற்றியிருந்தார் என்ற வரலாற்றுச் செய்தி, ஈழத்தில் நாவல் இலக்கியம்பற்றிய கற்கை, ஆய்வு போன்றன தமிழக ஆரம்ப கால நாவல்களையும் கவனத்திற்கொண்டிருந்ததைப் புலப்படுத்து கிறது.

தமிழில், தனித்து ஒரு நாவலாசிரியர்பற்றி மேற்கொள்ளப்பட்ட அதி சிறந்த ஆய்வு நூலாக ராஜ் கௌதமன் எழுதிய 'அ. மாதவையாவின் தமிழ் நாவல்கள்' **(2019)** என்பதை மட்டுமே கூற முடிகிறது. தேவகாந்தன் தமிழின் ஆரம்ப கால நாவல்களை இந்நூலில் அறிமுகப்படுத்தியிருப்பது இந்நூலுக்கு ஒரு கனதியைச் சேர்க்கிறது. தமிழில் நாவல் வளர்வதற்கான சூழ்நிலைகள்

குறித்து ஆராயும் தேவகாந்தன், தமிழ் உரைநடை வளர்ச்சிபற்றியும் நிதான மான பார்வையைச் செலுத்தியிருக்கிறார் என்று கருதலாம்.

ஆனால், 'அச்சியலுக்கான ஒரு எழுத்துத் தமிழ் வளர்ச்சியின் ஓரெல்லையை, தமிழ் உரைநடை அடைந்துவிட்டமையின் திருஷ்டாந்த அடையாளத்தை, 'பரமார்த்த குரு கதை'களிலும் காணக்கூடியதாக இருக்கிறது' என்று தேவ காந்தன் கூறுவது விளக்கத்தை வேண்டி நிற்கிறது. உண்மையில், 'பரமார்த்த குரு கதை' தமிழ் மண்ணின் இயல்பான உரைநடை வளர்ச்சியின் ஒரு கட் டத்தைப் பிரதிபலிக்கவில்லை. மதுரை அமெரிக்கன் கல்லூரியின் உதவிப் பேராசிரியரான ந. கோவிந்தராஜன் தனது 'மொழியாகிய தமிழ் - காலனியம் நிகழ்த்திய உரையாடல்கள்' *(2021)* என்ற நூலில், 'பரமார்த்த குருவின் கதை, எளிய மக்களிடம் பேசுவதற்கு மிஷனரிகளைத் தயார் செய்யும் பயிற்சி நூலாகவே வீரமாமுனிவரால் எழுதப்பட்டிருக்கிறது' என்கிறார். 'இந்தக் கதையை, பேச்சுத் தமிழ் இலக்கணத்தை ஆங்கிலேயர்கள் கற்றுக்கொள்ள வேண்டும் என்பதற்காக மொழிபெயர்த்தார்' என்றும், 'சொற்களைப் பிரித்து வாசிப்பதற்கு அதிகாரிகளைப் பழக்குவதுதான் இந்நூலின் முக்கிய நோக்கம்' என்றும் பெஞ்சமின் கை பாபிங்டன் என்ற மொழியியலாளர் கூறுவதை, கோவிந்தராஜன் அவர்கள் எடுத்துக்காட்டுகிறார். வீரமாமுனிவர் கிறித்தவ மிஷனரிகளுக்காக எழுதினார் என்றும் பாபிங்டன் சக அதிகாரிகளுக்காக மொழிபெயர்த்திருக்கிறார் என்றும் கோவிந்தராஜன் உறுதிசெய்கிறார். ஆயினும், தமிழின் உரைநடை வளர்ச்சியில் இந்நூலின் முக்கியத்துவதைக் குறைத்து மதிப்பிடுவதற்கு இல்லை என்பதையும் நாம் மனதில் கொள்வது பொருந்தும்.

8

'ஊசோன் பாலந்தைக் கதை' *(1891)* என்ற ஈழத்து ஆரம்ப கால நாவல் களில் ஒன்றினை வாசகப் பரப்பிற்குள் மிக அவதானமாகக் கொண்டுவந்திருக் கிறார் தேவகாந்தன். இந்த நாவல் குறித்து மேலும் சில விளக்கங்களைத் தருவது உகந்தது என்று கருதுகிறேன்.

'ஊசோன் பாலந்தை கதை' எந்தவொரு நாவலினதும் நேரடி மொழி பெயர்ப்பு அல்ல. 'இஃது முன் வழங்கிவந்த ஏட்டுப் பிரதிகளுக்கிணங்க, திருகோணமலை அ. இன்னாசித்தம்பியவர்களால், யாழ்ப்பாணம் அச்சுவேலி இயந்திரசாலையிற் பிரசுரிக்கப்பட்டது' என்று நூலில் குறிப்பிடப்பட்டிருப் பதால், இந்நூலிற்கான மூலப்பிரதிகள் பல இருந்திருக்கின்றன என்பது தெளி வாகிறது.

'அலெக்சாந்தர் எம்பரதோரின் விவாகம்', 'பெப்பேஞராயர் தம்பதிக் கேகல்', 'எம்பரதோர் றோ மாபுரிக்கேகல்', 'பாலசுரத்தானின் துர்க்கிரியை' ஆகிய அத்தியாயங்களைக் கொண்டு இந்நாவல் அமைகிறது.

இந்நாவலின் வசன நடைக்குப் பின்வரும் பகுதியை உதாரணமாகக் காட்டலாம்:

'றோம் மாநகரை றோமன் வேதக்காரர் அரசாட்சி செய்துவருகையில், இஸ்லாம் மார்க்கத்தானாகிய, துர்க்கு ராயன் என்கிறவன் வந்து, அந்த நகரியைச் சேர்ந்த சத்தியவேதக்காரரைத் தமது மார்க்கத்திற்கு வரச் சொல்லி மெத்த நெருக்கம் பண்ணுகிறது கண்ட மகாசங்கை போந்த கிறிஸ்திஸ் தானியாகிய சந்தப்பாப்பானவர் மிகுந்த வியாகூலப்பட்டாலும்,' அந்த வேத சத்துராதிகளால் மீள ஆரால் கூடுமென்று யோசித்து, 'அலெக்சாந்தர் எம்பரதோரல்லாது வேறொருவராலுஞ் செயங்கொள்ளக் கூடாது' என்று எண்ணி காகிதம் எழுதி அனுப்பினார்.'

'என் சப்பாத்தாலுன் பல்லையுடைத்துப் போடுவேன்' என்றும், 'இப்படிக் கொத்த ஆக்கினைகளைக் குமாரத் திக்குச் செய்வது நீதியல்ல' என்றும் வரும் இடங்களில் சாதாரண பேச்சு வழக்கைப் பாவித்திருக்கிறார்.

இந்நூலின் மூலக்கதையை தேவகாந்தன் மிகத் தெளிவாக விபரித்திருப்பது பாராட்டுதற்குரியது.

9

தமிழ்நாட்டிற்கும் ஈழத்திற்கு இடையிலான சாதி, சமய இறுக்கங்களின் நுண்ணிய வேறுபாட்டை தேவகாந்தன் வெளிப்படுத்துவதும், அதன் தாக்கங்கள் எவ்வாறு இலக்கிய வெளியில் முகம் காட்டின என்று அவர் விளக்குவதும் சுவையானதாகும். அதே போன்று ஈழத்து நாவல் இலக்கி யத்தின் தோற்றத்திற்கு யாழ்ப்பாணம், திருகோணமலை போன்ற அமை விடங்களின் வரலாற்றுப் பின்னணி எவ்வாறு தாக்கத்தைச் செலுத்தியிருக்கும் என்ற விபரமும் புதிய பார்வையைக் கோடிகாட்டுகிறது. சி.வை. சின்னப்ப பிள்ளை, மங்களம் தம்பையா, இடைக்காடர் ஆகிய மூவரது நாவல்களைத் தொகுத்து, சற்றே விரிவாக ஆராய்கிறார். 1826 - 1955 காலப் பகுதியில் வெளிவந்த நாவல்கள் பெறுமதியற்ற நாவல்கள் என்று ஒரு முப்பது ஆண்டு கால நாவல் எழுத்துகளைச் சுலபமாக நிராகரித்துவிட்டுப் போகவும் அவரால் முடிகிறது.

தேசிய இலக்கிய உணர்வு என்று அவர் எழுதுகையில், இலங்கை முற் போக்கு எழுத்தாளர் சங்கத்தின் (1954) சாதனைகளை வரன்முறையாகப் பதிவுசெய்கிறார்.

ஈழத்துத் தேசிய இலக்கியம்பற்றிய சிந்தனைகள் 1920களிலேயே யாழ்ப்பாண இளைஞர் காங்கிரஸ் மூலம் தீர்க்கமாக வெளிப்பட்டிருந்தன என்பதையும் நாம் இங்கு நினைவுகூர்தல் தகும். யாழ்ப்பாண இளைஞர் காங்கிரஸ் 1924ஆம் ஆண்டு டிசம்பர் மாதம் நடாத்திய முதல் மாநாட்டில், தேசிய இலக்கியங்களைப் படிப்பதற்கும், விருத்தி செய்வதற்கும் குறைந்த பட்சம் வாரத்தில் மூன்று மணித்தியாலங்களையேனும் அர்ப்பணிப்பது என்றும், தேசிய இலக்கியம், தேசிய கலை அல்லது தேசிய இசையின் மறுமலர்ச்சிக்குக் கைகொடுத்துள்ள எவர் ஒருவருக்கும் காங்கிரஸ் ஒரு பரிசு அல்லது பதக்கத்தை அல்லது வேறொரு வடிவத்திலான ஊக்குவிப்பினை அளித்தல் வேண்டும் என்றும், விஞ்ஞானம், கற்பனைக் கதைகள், சமூக வரலாறு மற்றும் வாழ்க்கை வரலாறு போன்ற தேசிய இலக்கியங்களை மேம்படுத்தும் வழிவகைகள் வகுக்கும் பொருட்டாக உறுப்பினர் ஐவரைக் கொண்ட ஒரு குழு நியமிக்கப்பட வேண்டும் என்றும் முக்கிய தீர்மானங்களை நிறைவேற்றியிருக்கிறது. இலங்கை முற்போக்கு எழுத்தாளர் சங்கம் தோன்று வதற்கு முப்பது ஆண்டுகளுக்கு முன்னரேயே தேசிய இலக்கியக் குரல்கள் யாழ்ப்பாணத்தில் முகிழ்த்திருக்கின்றன!

10

தேவகாந்தன் 1895 - 1925 காலகட்டத்தை மத இலக்கியத் தோற்றகால மாகக் குறித்து, சி.வை. சின்னப்பப்பிள்ளை, மங்களம் தம்பையா, இடைக் காடர் ஆகியோரின் நாவல்களை ஆராய்கிறார். இந்நாவல்கள் மத, இலக்கியத் தோற்ற காலத்தைச் சுட்டி நிற்கிறதா என்பது ஒரு விவாதப் புள்ளியாக அமை தலுங்கூடும்.

ஈழத்து நாவல் இலக்கியத்தைப் பற்றிச் சுட்டிப்பாகப் பேசும் 129 பக்கங் களில், 135 ஆண்டு கால நாவல் வளர்ச்சியில் 1983 - 2020 காலகட்ட நாவல் களைப் பேச 50 வீத இடத்தை தேவகாந்தன் எடுத்துக்கொண்டிருக்கிறார். ஈழத்து நாவல் இலக்கியத்தை ஒவ்வொரு காலகட்டமாக வகைப்படுத்தி, தேவகாந்தன் முன்வைத்திருக்கும் கால வைப்புமுறை, அவ்வக்கால இலக்கிய மதிப்பீடுகளைத் துல்லியமாக அறியத் துணைபுரிகிறது. ஆனால், அக்கால கட்டத்தின் மையமான போக்கை அது சுட்டி நிற்கிறதா என்பது குறித்துக் கருத்து வேறுபாடுகள் தோன்றக்கூடும்.

இக்காலகட்டத்தைப் புலம்பெயர் இலக்கியக் காலகட்டமாக இனங் காணும் தேவகாந்தன், புலம்பெயர் இலக்கியத்தை, ஈழத்து இலக்கியத்தின் நீட்சியாகக் கருதுபவராதலால் இக்கால்வைப்பு அவருக்கு இலகுவாகியிருக் கிறது.

ஈழத்திலிருந்து தமிழகத்திற்குப் புலம்பெயர்ந்தவர்கள் மத்தியிலிருந்து எழுந்த படைப்புகளை முதல் தடவையாக, புலம்பெயர் இலக்கியத்திற்குள் நிலைப்படுத்தும் முன்னோடியான இலக்கியப் பணியை தேவகாந்தன் இந்த நூலில் செய்திருக்கிறார்.

தனது மண்ணிலேயே வேரூன்றியவன் ஆழ்ந்து வேரோடிய ஆலமரத்தைப் போன்றவன். அந்த இடத்தைவிட்டு அவன் பெயர்ந்ததும் அவன் தூசியாகிப்போகிறான். Exile என்பது எந்தத் திணைக்குள்ளும் அடங்காது. உலக வரைபடத்தில் அதை நீங்கள் காண முடியாது. நீங்கள் வெறுமனே அரசியல் எல்லைகளைக் கடக்கிறீர்கள் என்றில்லை. மோதல் நிறைந்த - முரண்பாடுகள் மலிந்த வலயத்திற்குள் நீங்கள் நுழைகிறீர்கள். அங்கு நீங்கள் யாருமில்லை. 'நீங்கள் யார்? இந்த இடத்தில் ஏன் நீங்கள் காணப்படுகிறீர்கள்?' என்ற கேள்விகளுக்கு நீங்கள் சொல்லும் பதில், கேள்வி கேட்பவனைத் திருப்தியடையச் செய்யாது. தங்கள் அரசியல் எல்லைக்குள் யாரும் வந்துவிடாமல், அரசு ஆயிரம் எல்லைத் தடுப்புக்களைப் போட்டிருக்கும் நிலையில், அதனை மீறி அந்த நாட்டிற்குள் நுழைந்திருக்கும் கிரிமினல் நீங்கள். உங்களுக்கு அந்த நாட்டில் எந்த உரிமையும் இல்லை. மேலை நாடுகளில் அகதி அந்தஸ்து கோரிப் போராடுவதற்குச் சட்டபூர்வ ஏற்பாடுகள் உள்ளன. இந்தியாவில் ஈழத்து அகதிகள் நிலை பயங்கரமானது. அவர்கள் தடுத்து வைக்கப்பட்டிருக்கும் அகதி முகாம்கள் கொடிய சிறைக்கூடங்கள்தாம். அந்த அகதி முகாம்களில் உள்ளவர்களை வெளியார் சென்று பார்ப்பதற்கு அனுமதி இல்லை. தமிழகத்திற்கு மறுவாழ்வு தேடிப்போன மலையக மக்களின் நலனுக்காக உழைத்த இர. சிவலிங்கம் அவர்கள் கைதுசெய்யப்பட்டு, இப்படி ஒரு முகாமில் தடுத்து வைக்கப்பட்டார். 'இது தடுப்பு முகாம் கிடையாது. ஒன்று, உங்களை யாரும் வந்து இங்கே பார்க்க முடியாது. அவ்வளவுதான்' என்று அவருக்கு விளக்கம் கொடுத்திருக்கிறான் அந்த முகாமிற்குப் பொறுப்பு வகிக்கும் கிராமத் தலைவன். அது ஒரு சிறைக்கூடம். ஜியோர்ஜியா அகம்பென் என்ற நவீனச் சிந்தனையாளன் இம்மாதிரி (camps) முகாம்களை bio-political paradigm of modernity என்றழைக்கிறார்.

நீங்கள் தப்பிப் போகலாம் என்று நினைத்திருந்த கற்பனாவுலகம் சிதைந்து போய், நீங்கள் தப்பவே முடியாத கொடுஞ் சூழலுக்குள் மேலும் சிறைப் பட்டிருக்கும் நிலை அது. தமிழகத்தில் போல வேறெங்கும் நீங்கள் அந்த அனுபவத்தைப் பெற முடியாது. ராஜீவ் காந்தி படுகொலை செய்யப்பட்ட காலத்திற்குப் பின் இலங்கைத் தமிழர்கள் அங்கு வேட்டையாடப்பட்டார்கள். உங்களின் தற்காலிக அனுமதிப் பத்திரத்தைப் புதுப்பிப்பதற்காக போலீஸ் நிலையங்களுக்குப் போனால் நாய்களைப் போல நடத்தப்படுவீர்கள். டேவிட் ஐயா, சென்னை அண்ணா நகரில், திருமங்கலம் போலீஸ் நிலையத்தில்

நடத்தப்பட்ட விதம் யாரையும் ஆத்திரப்படுத்தும். தமிழகத்தின் தடுப்பு முகாம் ஒன்றில் சிறைவைக்கப்பட்ட இர. சிவலிங்கம் தனது சிறை அனு பவம்பற்றி எழுதியிருக்கும் கட்டுரை, கொடியவர்களின் முகத்திற்குப் போட்டிருக்கும் தார்க்கோல் சூடு. முப்பது ஆண்டுகளுக்கு மேல் அங்கு வாழும் ஈழத் தமிழர்கள் இன்றுவரை எந்த உரிமையும் இல்லாத ஜீவிகள்.

இந்த நிலையில் வாழ்க்கை நடத்த நிர்ப்பந்திக்கப்பட்ட தமிழகத்து அகதிகள் மத்தியில் எழுந்த இலக்கியம் எப்படிப் புலம்பெயர் இலக்கியம் இல்லாமல் போகும்? தேவகாந்தன் தமிழகத்திலிருந்து எழுதப்பட்ட ஆக்கங் களுக்கு உறுதியான புகலிட இலக்கிய அந்தஸ்தை இந்நூலில் வழங்கியிருக் கிறார்.

புலம்பெயர் இலக்கியத்தில் 30 நாவல்களை இனங்காணும் தேவகாந்தன், புகலிடத்திலிருந்து எழுதும் யாரையும் தவிர்த்துவிடக் கூடாது என்பதில் தீவிர மாக இருந்திருக்கிறார் என்பது தெளிவாய்த் தெரிகிறது.

கனடா, பிரான்ஸ், லண்டன், ஜெர்மனி, டென்மார்க், ஆஸ்திரேலியா ஆகிய நாடுகளில் வாழும் பதினைந்து எழுத்தாளர்களின் நாவல்களைப் பாகு பாடின்றி எடுத்தாண்டிருக்கிறார். புகலிட நாவல்கள்பற்றிய பரந்த பார் வையை இது வாசகர்களுக்கு வழங்குகிறது. ஆனால், இந்தத் தாராள மனப் பாங்கு ஈழத்தின் முன்னைய காலகட்டங்களில் எழுதிய நாவலாசிரியர் களுக்கு வழங்கப்படவில்லை என்றே கருதத் தோன்றுகிறது. அங்கு தெரிவு செய்யப்பட்ட சில நாவலாசிரியர்களே கவனத்திற் கொள்ளப்பட்டுள்ளார்கள்.

புலம்பெயர் இலக்கியம் கடந்த முப்பது ஆண்டு காலப் பகுதியில், நாவல் இலக்கியப் பரப்பில் தலைமைப் பீடத்தை எடுத்திருந்தாலும், இலங்கையில் இக்காலப் பகுதியில் நாவல்கள் எழுதிய பத்து நாவலாசிரியர்களை தேவ காந்தன் கவனத்தில் கொண்டிருப்பதைக் குறித்தாக வேண்டும்.

'போர்க் கால நாவல்கள் பொறுத்து, தமிழில் வெறுமையே எஞ்சுகிறது' என்றும், 'இலங்கையின் போர்க் காலப் புலிகள் ஆதரவு, எதிர்ப்பு மற்றும் போரின் நடுநிலை என்ற எந்தத் தளத்திலிருந்தும் வெளிவந்த நாவல்கள் திருப்தியைத் தரவில்லை' என்றும் நிர்ணயமான விமர்சனப் பதிவை தேவ காந்தன் இந்நூலில் மேற்கொண்டிருக்கிறார்.

ஆங்கிலத்தில் எழுதப்பட்ட நாவல்கள் குறித்து எழுதும் தேவகாந்தன், அ. சிவானந்தன் எழுதிய When Memory Dies என்ற முக்கிய நாவலின்மீது உயர் கவனக் குவிப்பைக் கொண்டிருக்க வேண்டும் என்று நினைக்கிறேன்.

ஈழத்து நாவலின் 135 ஆண்டு கால வரலாற்றை, கடந்த இருபத்தைந்து ஆண்டுகளாகத் தேடி வாசித்து, அவை பற்றிய விமர்சனங்களைக் கருத் தரங்குகளில் முன்வைத்து, மாறுபட்ட அபிப்பிராயங்களை எதிர்கொண்டு,

அவற்றால் தன்னைச் செழுமைப்படுத்திக்கொண்ட ஒருவரிடமிருந்து இத் தகைய நூல் வெளிவருவது பெரும் பாராட்டிற்குரியது. ஈழத்துத் தமிழ் நாவல்களில் அக்கறை கொண்டோருக்குப் பயன் மிகுந்த ஒரு நூலை தேவ காந்தன் தந்திருக்கிறார்.

இது ஈழத்துத் தமிழ் நாவல் இலக்கியப் பரப்பின் ஒரு முத்துக்குளிப்பு. எமது நாவல் இலக்கியக் கையிருப்பையும் அதன் தாரதம்மியத்தையும் ஒரு சேரத் தொகுத்தளித்திருக்கும் பெரும் படையல். ஒரு சிருஷ்டி எழுத்தாளன் தேர்ந்த விமர்சகனாகவும் முகிழ்த்து, தனது வாசிப்பு என்ற உலைக்களத்தில் வார்த்தளித்த பனுவல் இதுவாகும். ●

இலங்கைத் தமிழ் நாவல் இலக்கியம்,
அக்டோபர் 2021, நாகர்கோவில்

அரசியல் எழுத்து

அச்சிட்ட தாளின் மைகூட உலராத அவசர நிர்ப்பந்தத்தில் அச்சகத்திலிருந்து எடுத்திருந்த தனது 'புதியதோர் உலகம்' என்ற நாவலோடு சென்னை அடையாறில் ஒரு நள்ளிரவில் என்னைச் சந்தித்தார் நோபர்ட். கோவிந்தன் அவரது புனைபெயர். பிரான்சிஸ் சேவியர் என்ற பெயரிலும் அவர் எழுதியிருக்கிறார். நோபர்ட் என்ற பெயரிலும் தினகரனில் அவருடைய சிறுகதையை வாசித்ததாக ஒரு மங்கலான நினைவு.

நோபர்ட் தான் சார்ந்திருந்த இயக்கத்திலிருந்து வெளியேறி, ஆபத்தான சூழலில் ரகசியமாக எழுதியும் அச்சிட்டும் வெளியான நாவல் அது. நிதி பலம், ஆளணி, ஆயுத செளகரியங்கள், தொடர்புப் பின்னல், உளவுக் குழுக்கள் போன்ற இன்னோரன்ன அதிகார ஆதிபத்தியம் கொண்டிருந்த ஒரு இயக்கத்திலிருந்து வெளியேறிய நிலையில் சென்னையில் தலைமறைவு வாழ்க்கை மேற்கொண்டிருந்த நெருக்கடியான மனோநிலையில் - ஒரு கலைஞனின் தகிப்பில் எழுதப்பட்ட நாவல் அது. மரணம் தன்னை நிழல்போலத் தொடரும் துர்ச்சூழலில் அவர் பிரசவித்த நாவல்.

ஒரு பத்தாண்டு காலத்திற்கு மேற்பட்ட இடைவெளியில் நிகழ்ந்த சந்திப்பு. அதுவே அவனைக் கடைசியாகச் சந்திக்கும் நேரம் என்று நான் நினைத்ததில்லை. பல்கலைக்கழகத்தில் நாங்கள் ஒன்றாகப் பயின்றவர்கள். வஞ்சகமில்லாத இனிய மனத்தின் சொந்தக்காரன். கரவில்லாதவன். கலகலவென்று சிரிப்பவன். கீதப்பொன்கலமும் நோபர்ட்டும் நானும் நெருக்கமான நண்பர்களாகி இருந்தவர்கள்.

சென்னையில் அந்தச் சந்தர்ப்பத்தில் தலைமறைவு வாழ்க்கை வாழ்வது என்பது நிறையக் காசு பிடிக்கும் விவகாரம். சென்னையில் பகலில் இவர்கள் பயணம் செய்ய முடியாத நிலை. அடிக்கடி தங்குமிடங்களை மாற்றிக்கொண்டிருக்க வேண்டும். தவிர்க்க முடியாமல் தற்பாதுகாப்புக் கருதி ஆயுதங்களையும் சுமந்து திரிய வேண்டியிருந்தது. தனியாக எங்குமே சஞ்சரிக்க முடியாது. இருவராக அல்லது மூவராகத் துணையுடனேயே திரிய வேண்டிய நிலை. இந்த நாவலை சென்னையிலிருந்து யாழ்ப்பாணத்திற்குக் கொண்டு

சேர்ப்பதற்கு அவர் வேறொரு இயக்கத்தின் துணையை நாட வேண்டி யிருந்தது. நிழல் தரும் விருட்சம் என்று எதனைக் கருதினாரோ அதுவே ஒக்டோபஸாக அந்த இனியவனை விழுங்கிக்கொண்டுவிட்ட கதை துயர மானது.

*1991*இல் நோபர்ட் கொல்லப்பட்டிருக்க வேண்டும் என்று ஊகிக்க முடிகிறது.

இதற்கு இரண்டு வருஷங்களுக்கு முன் - *1989* செப்டம்பர் *21*ஆம் திகதி The Broken Palmyra என்ற நூலை எழுதிய ஆசிரியர் குழுவில் ஒருவர் என்பதற்காக ராஜினி திராணகம என்ற யாழ்ப்பாணப் பல்கலைக்கழக மருத்துவபீட விரிவுரையாளர் பல்கலைக்கழகத்திலிருந்து சைக்கிளில் தனது வீட்டுக்குச் சென்றுகொண்டிருந்தபோது நடுத்தெருவில் சுட்டுக்கொல்லப் பட்ட கதை ஒரு சரித்திர நிகழ்வு. எழுத்திற்காக - தனது அரசியல் விமர்சனத்துக்காகச் சுட்டுக்கொல்லப்பட்ட முதல் பெண் விமர்சகியாக ராஜினி தமிழர் தம் சமூக வாழ்வில் நிலைபெறுகிறார்.

'அக்கா, அழுவதற்கு என்னிடம் கண்ணீர் இல்லை' என்ற தலைப்பில் யாழ்ப்பாணத்துப் பெண்களின் போர்க் கால அனுபவங்களை அவர் பதிவு செய்திருப்பது பெண்ணிய வரலாற்றுக்குரியது. யாழ்ப்பாணப் பெரியாஸ் பத்திரியில் இந்திய அமைதிப்படை நடத்திய ஈவிரக்கமற்ற இராணுவ அட்டூழியங்களை வெளிப்படுத்தும் நுட்பமான ஓர் ஆவணத்தை அவர் இந்த நூலிலே வழங்கியிருக்கிறார்.

மருத்துவ உடற்கூற்றியல் துறையில் தனது கலாநிதிப் பட்டத்தை முடித் துக்கொண்டு யாழ்ப்பாணத்திற்கு அவர் திரும்ப முயன்றபோது லண்டனி லேயே தங்கிவிடுமாறு பலர் வலியுறுத்திய நிலையிலும் தனது மக்களுக்குத் தான் ஆற்ற வேண்டிய பணியுண்டு என்று செயற்பட்டு நேர்மையான பணி புரிந்த ராஜினி சுட்டுக் கொல்லப்பட்ட நிகழ்வினை யார் ஏற்றல்கூடும்? அநீதிக்கு அஞ்சாத மனவுறுதியுடன் உரிமைக்காக எங்கும் போராடத் தயங்காத யாழ்ப்பாணத்தின் உன்னத புத்திரி அவள். அழகிய கண்களை உருட்டியும், நெஞ்சை நிமிர்த்தியும், கைகளை வீசியும் அந்தப் பெண் வாதங் களில் பேசும் அழகு யாரின் நெஞ்சைத்தான் அள்ளாது? லண்டனிலிருந்து ஒல்லாந்து செல்வதற்கு அவருக்கு விசா நிராகரிக்கப்பட்டபோது, 'எங்கள் நாட்டிற்கு நீங்கள் வந்தபோது யாரிடம் விசா வாங்கிக்கொண்டு வந்தீர்கள்?' என்று நெதர்லாந்து தூதரகத்தில் கேள்வி கேட்ட துணிச்சல்காரி அவள்.

ஆளுமையும் துணிச்சலும் எழுத்து நேர்மையும் கொண்டிருந்த அவளின் செங்குருதியில் யாழ் மண் சிவந்திருக்கிறது.

தங்கள் எழுத்திற்காகவும் தாங்கள் எழுத்திலே குறித்த இலட்சியங்களுக் காகச் செயற்படவும் முனைந்த இரண்டு ஜீவன்களின் கொலையின் கதை இது.

ஆயுதக் கொடூரத்தின் நிழலில் சமூகம் அஞ்சிப்போயிருந்தது. விமர்சனக் குரல்கள் குழி தோண்டிப் புதைக்கப்பட்டன. சமூகத்தின் ஒவ்வொரு நபரும் தாம் கண்காணிக்கப்படுகிறோம் என்ற பீதியில் வாழத் தலைப்பட்டனர். சந்திகளில் சுட்டு வீசப்பட்ட உடலங்களைக் கண்டும்காணாதது போலப் போய்விட மக்கள் பழகிக்கொண்டுவிட்டனர். மின்கம்பங்களில் சுட்டுக் கொல்லப்பட்டிருந்தவர்களின் முகங்களை உற்று நோக்கிப் பார்க்க மனம் அஞ்சியது. எழுத்தின் மீது கடுமையான கண்காணிப்பு அரசியல் நடந்தேறியது. தணிக்கை எழுதா விதியாகிவிட்டது. அபிப்பிராயங்களுக்கு இடமில்லை. பிரச்சார எழுத்துக்கு வெளியே வேறு எழுத்துகளுக்கு இடமிருக்கவில்லை. Gestapo சூழல். தாங்கள் அழைத்திருந்த ஒரு கூட்டத்திற்குச் சமூகமளிக்க வில்லை என்பதற்காக ஒரு யாழ்ப்பாணப் பாடசாலையின் அதிபராக இருந் தவர் இரவில் அந்தக் கிராமத்தைச் சுற்றி லாந்தர் விளக்கைத் தூக்கிக்கொண்டு வர வேண்டுமென்று பணிக்கப்பட்டிருக்கிறார். சமூகம் வன்முறையில் பொசிந்துபோயிருந்தது. ஆயுதபாணிகள் சொல்வதே சட்டமாகியது. சிவில் சமூகம் சிதைக்கப்பட்டிருந்தது.

‘தன்னைப் பொறுத்தும், தனது மக்களையும் தனது சரித்திரத்தையும் பொறுத்தும் சுதந்திரம் என்ற சொல்லின் பரந்த அர்த்தத்தில் சுதந்திரம் இல்லாத நிலையில் ஒரு உண்மையான கலைஞனை நினைத்தும் பார்க்க முடியாது; அந்த சுவாசக் காற்று இல்லாமல் மூச்சுவிடுவதுகூடச் சாத்தியமில்லை’ என்று எழுதினார் துர்கனீவ்.

வாழ்க்கை எவ்வாறு அமைந்ததோ அவ்வாறே அமைவதைச் சித்திரிக்கும் எழுத்து துப்பாக்கிகளின் ஆணைகளுக்குப் பணிய நேர்ந்தது.

நோர்பட்டும் (கோவிந்தன்) ராஜினியும் எழுத்துக்குக் கொடுத்திருக்கும் விலை அளப்பரியது. தங்கள் உயிரின் விலையை எழுத்திற்காக ஒரு எழுத் தாளன் வழங்கும் நிலை தமிழகத்தில் இல்லை.

ஒரு யுத்த சூழல் மக்கள் வாழ்நிலையின் சகல தளங்களிலும் ஏற்படுத்தி யுள்ள தாக்கங்கள், பிரதிபலிப்புகள், எதிர்வினைகள் என்பன பற்றிய அச்ச மில்லாத விசாரணைக்கான ஒரு வெளி தேவையாகிறது. விடுதலைப் போராட்டமும், வீரமும் பெருந்தியாகங்களும் திடச் சித்தமும் அரசியல் நிலைமைகளின் ஒரு பரிணாமமாய் அமைந்த நிலையில் ஈவிரக்கமற்ற கொலைகளும் வதை முகாம்களும் சர்வாதிகார அகங்காரமும் மறுபுறம் செழிக்கலாயின. மாறுபட்ட அபிப்பிராயங்கள், மாற்றுக் கருத்துகள் என்பன சகித்துக்கொள்ள முடியாதனவாகிவிட்டன. விடுதலைப் போராட்டத்தின் நீண்ட பயணத்தில் இவை தடைக்கற்கள் எனக் கருதப்பட்டு இவற்றை அழித்தொழிப்பது இன்றியமையாத பணியாக்கப்பட்டது. சமூகத்தின் புரட்சி கரமான மாற்றங்களின்போது இத்தகைய விமர்சனங்களுக்குக் காதுகொடுத்து

பதில் அளிக்க அவகாசமில்லை என்று சொல்லப்படுவதைக் கேட்பது சரித்திரத்தில் நமக்கு மிகவும் பழகிப்போன விவகாரம். இத்தகைய ஒரு கருத்துநிலைப்பாட்டால் ஏற்பட்ட சமூக அனர்த்தங்கள், உயிர் அழிப்புகள் எவ்வளவு என்பதை நாமறிவோம். கறுப்புக்கும் வெள்ளைக்கும் இடையே வேறு நிறங்கள் இல்லை என்ற அதிகாரப் பீட வரையறைகள் வண்ணங்களில் கோலம்காட்டும் கலைஞனுக்கு உதவப்போவதில்லை. இந்த மண்ணில் உயிர் வாழ்வது சாத்தியமில்லை என்று வெளியேறியோர் கணக்கற்றோர். செழியனின் 'ஒரு மனிதனின் நாட்குறிப்பிலிருந்து' ஒரு துகள் மட்டுமே. குமார் மூர்த்தியின் 'முகம் தேடும் மனிதன்' இன்றுமொரு பொறி. தீட் சண்யமான - துருவித்துருவிக் கேள்விகள் கேட்கும் ஒரு இலக்கிய நெஞ் சிற்கு மொன்னைத்தனமான பதில்கள் உரம் சேர்ப்பதில்லை. மிகப் பலர் மௌனிகளாகினர். சமூகத்தை அதன் உள்ளிருந்தே விசாரணைகள் மேற் கொள்ளும் வாயில்கள் அடைபட்டுவிட்டன. இத்தகைய சூழலில் கலைஞனும் சிறைவைக்கப்பட்டவனாகிறான்.

லெனின்கிராட்டில் சிறைவைக்கப்பட்ட தனது மகனைப் பார்ப்பதற் காகப் பதினேழு மாதங்கள் நீண்ட கியூவில் நின்று தன் நெஞ்சிலே எழுதிய கவிதையை ஐந்து ஆண்டுகளாக நெஞ்சிலே தேக்கி வடித்த அனா அக்மத் தோவாக்கள் இத்தகைய நெருக்கடியின் நெருப்பிலேயே ஜனிக்கிறார்கள் என்பதையும் நாம் மறந்துபோவதற்கில்லை. உண்மையான இலக்கியம் இந்த யதார்த்த நிலைமைகளை மீறி அல்ல - இந்த நிலைமைகளின் மூர்ச்ச னையிலேயே திரட்சி கொள்கிறது. 'காத்திரமான கலா சிருஷ்டிகள் சரித்திர பூர்வமான எல்லைக்கட்டுகளை மேவி அல்ல, அந்த வரையறைகளின் பலத்தி லேயே உருவாக்கம் பெறுகின்றன' என்று டெரி ஈகிள்டன் கூறிச்செல்வது இத்தகைய நிலைமை பற்றித்தான்.

கடந்த இருபது ஆண்டு கால ஈழத்தின் உரிமைப் போராட்ட இயக்கம் உலக அரங்கில் நன்கு கவனம் பெற்றுவிட்டபோதும் இந்த மாற்றங்கள், பிரச் சினைகளை மையமாகக் கொண்ட சிறந்த நாவல்கள் வெளிவரவில்லை என்ற அவதானிப்பு நாம் கவனத்தில் கொள்ள வேண்டியதுதான்.

ஒரு உன்னத கலாசிருஷ்டியின் தோற்றத்திற்கும் அந்த சிருஷ்டி தோற்றம் கண்ட சமுதாயச் சூழலுக்கும் பொருளாதாரத் தளத்திற்கும் புரட்சிகர மாற்றங்களுக்கும் நேர்கோட்டுத் தொடர்பு இருப்பதில்லை. புஷ்கினும் டால்ஸ்டாயும் தோஸ்தோயெவ்ஸ்கியும் மிகவும் பின்தங்கிய ரஷ்யாவின் பொருளாதாரச் சூழல்களிலேயே தோற்றம் தந்திருக்கிறார்கள். ரஷ்யாவில் ஏற்பட்ட மாபெரும் சமூக, பொருளாதாரப் புரட்சிகர மாற்றங்களின் பின் தோன்றிய எந்த எழுத்தும் இந்த இலக்கிய மாமேதைகளின் உன்னத சிருஷ்டி களுக்கு இணையாவதில்லை. புரட்சிப் பெருமகன் லெனினுக்கு இலக்கியக்

கொடுமுடிகளாகத் தெரிந்தவை ஷேக்ஸ்பியர், புஷ்கின், டிக்கன்ஸ், டால்ஸ்டாய் ஆகியோரின் படைப்புகள்தான்.

ஈழத்தின் இன்றைய சமூக, அரசியல் மாற்றங்களை உள்வாங்கி அவற்றைச் சரித்திரப் பிரக்ஞையுடன் கிரகித்து, இந்த வரலாற்று அனுபவங்களைத் தனது சுயமான வாழ்வின் தளத்தில் உணர்ந்து வெளிப்பாடு கொள்ளும் எழுத்துக்காக இன்றும் பல காலம் காத்திருக்க வேண்டும் என்றுதான் எனக்குத் தோன்றுகிறது.

இந்தச் சமூக மாற்றங்களை ஒரு வரலாற்றாசிரியன் நுணுக்க விபரத்தோடு ஒரு சரித்திர ஆவணமாகத் தயாரித்தளித்துவிட முடியும். ஆனால், ஒரு வரலாற்றாசிரியன் சமூக விவரணப் பிராந்தியத்தில் நுழைய முடியாத பல தடங்கள் உள்ளன. இந்தத் தடங்களிலும் தளங்களிலும் உள் நுழைந்து ஒரு சமூகத்தின் ஆத்ம ராகங்களை மீட்டும் உயர்ந்த பணியை இலக்கியாசிரியன் தான் சாதிக்க முடிகிறது.

நோபெல் பரிசு பெற்ற நாவலாசிரியை நடீன் கோர்டிமர் ஒரு சந்தர்ப்பத்திலே பின்வருமாறு கூறினார்:

'1812இல் மாஸ்கோவிலிருந்து பின்வாங்கிய நிகழ்ச்சி சம்பந்தமான உண்மைகளை அறிய வேண்டுமானால் நீங்கள் ஒரு சரித்திர நூலை வாசித்துக் கொள்ளலாம். ஆனால், யுத்தம் என்றால் என்ன, ஒரு குறிக்கப்பட்ட பின்னணியில் - ஒரு குறித்த நேரத்தில் மக்கள் இதனை எவ்வாறு தமது சுயமான சூழலில் எதிர்கொண்டனர் என்பதை நீங்கள் அறிய வேண்டுமானால் (டால்ஸ்டாயின்) 'யுத்தமும் சமாதானமும்' என்ற நாவலை நீங்கள் வாசித்தாக வேண்டும்'

ஒரு சமூகத்தின் நாடி பிடித்தறிந்து எழுத வல்ல கலைஞன் இந்த மாபெரும் சரித்திர மாற்றத்தைத் தனது சுய அனுபவத்திலே தரிசனம் காணும் பக்குவம் சித்திக்கும்போதுதான் இத்தகைய உன்னத சிருஷ்டியைத் தருவது சாத்தியமாகிறது.

நிகழ்கால நடப்பியலைச் சித்திரிப்பதற்குக் கடந்தகாலத்தின் மீதான விசாரணைகள், அதன் தாக்கங்கள், அதன் மீதான தீர்ப்புகள், கடந்தகாலம் முடிந்தேறிவிட்ட ஒன்றா அல்லது அது இன்னும் நிகழ்காலத்தின் மீது நிழல் விழுத்தி நிற்கிறதா என்பதுபற்றிய தெளிவு என்பனவெல்லாம் அவசியமானவை. நடைமுறை யதார்த்தத்தை அகநிலை சார்ந்த அனுபவமாய்க் கொள்ளும் அதே நேரம் அதனைத் தூரப்படுத்திப் பார்க்கிற மன விசாலமும் சேரும் போதுதான் உயர்ந்த கால சிருஷ்டி வடிவம் பெறுகிறது.

வித்தியாசமான வாழ்க்கை நெறிகளும் பாரம்பரிய விழுமியங்களும் செறிந்த நிலபிரபுத்துவச் சமூக அமைப்பில் இராணுவமயமாக்கமும் இராணுவப் பார்வை சார்ந்த பெறுமானங்களுமே சர்வாதிபத்தியம் கொண்ட நிலையில்

எழுந்த கலாசார நெருக்கடியில் நிதானமான பார்வையும் எண்ணற்ற வாயில்களைத் திறந்து வைக்கும் விசால நோக்கும் அவசியமாகிறது.

இத்தகு சூழலில் சடுதியான ஒரு கலைப்படைப்பு உருவாகிவிடும் என்று எதிர்பார்ப்பதற்கில்லை. ஒரு நூற்றாண்டு கால நாவலின் வளர்ச்சிப் போக்கிலேயேகூட ஒரு உன்னத நாவல் என்று எடுத்துச்சொல்ல ஒரு நாவல் தோன்றாமல் போய்விடவும்கூடும். ஒரு விமர்சகர் சொல்லும் முதல் பத்து நாவல் பட்டியல் இன்னொருவருக்கு அர்த்தமற்றதாகப் படவும் கூடும். ஆனால், ஈழத்தில் சிறந்த அரசியல் நாவல்கள் எழுவதற்கான சகல அனுகூலமான நிலைமைகளும் கனிந்து காணப்படுகின்றன. சீரிய எழுத்துகளை நோக்கிய தீவிர தேடலும், கலை வெளிப்பாட்டின் பல்வேறு துறைசார் விழிப்பும் ஈழத்தில் சிறந்த சிருஷ்டிகளின் உற்பவத்திற்குக் கட்டியம் கூறி நிற்கின்றன.

அமிர்தலிங்கம்: ஒளியில் எழுதுதல்

வடசைபீரியப் பழங்குடிகள் புகைப்படம் எடுப்பதனை ஒருவரின் நிழலைக் கல்லில் வடித்துவிடுவது என்று தங்களின் மொழியில் அர்த்தப் படுத்தியிருக்கிறார்கள்.

Graphos, phos என்ற கிரேக்க மூலத்திலிருந்து உருவான photography என்பது writing in light என்று அர்த்தம் கொள்கிறது.

'ஒளியில் எழுதுதல்' என்ற இத்தொகுப்பின் தலைப்பு இந்த மூலத்தி லிருந்தே பெறப்பட்டிருக்கிறது.

புகைப்படங்கள் காலத்தின் ஒரு கணத் துகளைச் சாசுவதமாகச் சிறைப் பிடித்துவிடுகின்றது; காலத்தை உறைநிலையில் வைத்திருக்கும் அசாத்திய வேலை அது. அழிவின் இருளில் இருந்து மீட்கப்பட்ட வரலாற்றுப் படி மங்களாகப் புகைப்படங்கள் தனிச் சிறப்புப் பெறுகின்றன.

முப்பரிமாணத்தில் இயங்கும் வெளியை இருபரிமாண அசையா நிலைப் படிமங்களாக்கிவிடும் புகைப்படங்கள் இந்த இயல்பான பலவீனத்தை மேவி வரலாற்றின் உன்னத சாட்சியங்களாக அங்கீகாரம் பெறுகின்றன.

ஒவ்வொரு படமும் ஒரு சிந்தனைத் துகள்தான். எழுதத்தில் வடிக்கப்படும் நூற்றுக் கணக்கான பக்கங்கள் எழுப்ப முடியாத அரசியல் உணர்வலைகளை ஒரு படம் ஒரு கணத்துள் எழுப்பிவிட வல்லது.

புகைப்படங்களை 'சங்கேதக் குறிகள் இல்லாத செய்தி' (Message without a code) என்கிறார் ரோலண்ட் பார்த்.

புகைப்படங்கள் தம்மளவில் வெளிப்படுத்தும் செய்தியைவிட, சமூகம் தனது இருப்பிலுள்ள பாரம்பரிய சங்கேதக் குறிகளின் அர்த்தத்திலிருந்து புகைப்படங்களை வாசிப்புச் செய்கின்றது. இத்தகைய சமூக ஊடாட்டத் திற்கூடான செய்தியைப் பெறுதல் என்பது (connoted message) ஓர் அமைப் பினைப் பிறிதோர் அமைப்பாக மாற்றுவதாக அமைவதாயினும் யாந்திரீக மான ஒரு பிம்பத்தினைச் சமூக நிறுவனத்தின் அந்தஸ்திற்கு உயர்த்தும் பலமும் இதிலிருந்தே உருவாகிறது.

ஈழத் தமிழர் சமூகம் ஆவணப்படுத்துதலில் அக்கறை கொள்ளாத சமூக மாகவே இருந்திருக்கிறது. ஈழத் தமிழர்களின் சமூக வாழ்வு புகைப் படங்கள், ஓவியங்கள், உருவப்படங்கள் ஆகியவற்றுக்கூடாக வெளிப் படுத்தப்பட்டிருப்பது மிகவும் குறைவாகும்.

ஆறுமுகநாவலரின் அசலான ஒரு படமேனும் எம்மிடம் இல்லை. நாவலர் கால சமூக, சமயச் செயற்பாடுகள்பற்றிய எந்தப் புகைப்படமும் கிடையாது. கல்வி ரீதியிலும் அகஉலகத் தொடர்பிலும் விஞ்ஞான நுட்பங் களின் வளர்ச்சியிலும் முன்னிலையிலிருந்த யாழ்ப்பாணச் சமூகத்தில் புகைப் பட ரீதியான ஆவணங்களின் வெறுமை வியப்பூட்டுவதாகும். புகைப்படங் களுக்கூடாக ஈழத் தமிழர் சமூக வாழ்வை ஆராயும் முயற்சி எதுவும் இதுவரை மேற்கொள்ளப்படவில்லை.

புகைப்படங்கள், அரசியல் கார்ட்டூன்கள், சுவரொட்டிகள், வரைபடங்கள், கைவினைப் பொருட்கள், துண்டுப் பிரசுரங்கள், சுவர்களில் எழுதப்பட்ட அரசியல் வாசகங்கள், ஓவியங்கள், டைரிகள், கடிதங்கள், சொற்பொழிவு களின் ஒலிநாடாக்கள், பாடல்கள், அரசியல் நாடகங்கள், அரசியல் விவாத மேடைகள், போலீஸ் அறிக்கைகள், செய்தி நறுக்குகள் போன்ற ஆதாரங் களுக்கூடாக தமிழர் சமூக வாழ்வைக் கட்டமைக்கும் புலமை முயற்சிகளும் மேற்கொள்ளப்படவில்லை.

இந்தப் பின்னணியில், இலங்கை ‘சுதந்திரம்’ அடைந்ததைத் தொடர்ந்து சிங்களப் பேரினவாத அரசு தமிழ் மக்கள்மீது நடாத்திய இன அழிப்பு நட வடிக்கைகள் போதுமான முறையில் ஆவணப்படுத்தப்படவில்லை. அந்த வகையில் ‘சிறீ’ எதிர்ப்பு இயக்கத்திலிருந்து சாத்வீகப் போராட்டத்துக்கூடாக ஈழத் தமிழர் நடாத்திய போராட்ட வரலாற்றினை இந்நூல் புகைப்படப் படிமங்களுக்கூடாக முதன்முறையாக ஆவணப்படுத்துகிறது.

இலங்கைப் பாராளுமன்றத் தேர்தல்கள், அரசியல் மேடைகள், விவா தங்கள், பேச்சுவார்த்தைகள், பேரம் பேசல்கள், வாக்குறுதிகள், ஒப்பந்தங்கள், பேரினவாத இறுமாப்புகள், புறக்கணிப்புகள், இனவாத வெறிக் கூச்சல்கள், இனக்கலவரங்கள், அரசின் அடக்குமுறைகள், அமைச்சுப் பதவிகள் என்ற எல்லைகளுக்குள்ளேயே ஈழத் தமிழர் போராட்டம் முகிழ்த்த காலப் பகுதியின் மீது இந்த நூல் ஒளி பாய்ச்சுகிறது.

புகைப்படங்களுக்கூடாக இந்த வரலாற்றை மீளப்புனையும் இந்தப் பணி மிகவும் கடினமானது. இலங்கையின் பிரபல ஆங்கிலப் பத்தி ரிகைகளோ, சிங்களப் பத்திரிகைகளோ ஈழத் தமிழர் அரசியல் நடவடிக் கைகள் குறித்துப் பெரும் அக்கறை கொண்டது கிடையாது. இந்நிலையில் தமிழ்ப் பத்திரிகைகளும் புகைப்படங்களுக்கு வழங்கிய முக்கியத்துவம் மிகக் குறைவாகும். பத்திரிகை நிருபர்கள் புகைப்படப் பிடிப்பாளர்களாக

இருப்பதில்லை. பிற ஆதாரங்களிலிருந்தே இவர்கள் புகைப்படங்களைப் பெற வேண்டியவர்களாக இருந்தனர். புகைப்படம் எடுப்பதென்பது செலவு மிகுந்த விவகாரமாகவும், செலவிட்ட பணத்தை மீளப்பெறும் உத்தரவாதம் இல்லாததாகவும் திகழ்ந்தது. நேருவின் இலங்கை விஜயத்தின்போது அவரைக் காண்பதற்காகச் சுவரேறிக் குதித்த ஒருவரைப் படமெடுத்து அனுப்பியதற்காக 'வீரகேசரி' அந்தக் காலத்தில் வழங்கிய எழுபத்தைந்து ரூபாய் சன்மானம் மிகப் பெரிய தொகையாகும்.

புகைப்படங்களுக்குக் காசு கொடுத்து, அவற்றை 'புளொக்' செய்து அச்சிடுவது பத்திரிகைகளின் தரப்பில் செலவு அம்சமாகும். பிரபலமான அரசியல் தலைவர் ஒருவரின் புகைப்படத்தின் ஒரு புளொக்கை வைத்துக்கொண்டு வருடக் கணக்கில் செய்தி வெளியிட்டுக்கொண்டிருப்பது வழக்கமான நிகழ்ச்சியாகும். யாழ்ப்பாணத்தில் புளொக் தயாரித்தல் மிகப் பிந்தித்தான் அறிமுகமானது. நீண்ட காலமாகக் கொழும்பிலிருந்துதான் புளொக் செய்து தருவித்துக்கொண்டிருந்தனர். அரசியல் கட்சிகளும் தத்தமது அரசியல் செயற்பாடுகளைப் புகைப்படங்கள் எடுத்துப் பேணுவதில் அதிக அக்கறை கொண்டிருக்கவில்லை.

'தமிழனுக்குச் சுயநிர்ணய உரிமை வேண்டும்' என்ற தலைப்பில் 'சுதந்திரன்' பத்திரிகையில் எழுதிய *(29.09.48)* அரசியல் கட்டுரை மூலம் திரு. எஸ்.ஜே.வி. செல்வநாயகம் அவர்களின் கவனத்தை ஈர்த்து அரசியலில் தளம் பதித்த திரு. அ. அமிர்தலிங்கத்தின் 40 ஆண்டு கால அரசியல் வாழ்வு, ஈழத் தமிழர் அரசியல் வாழ்விலே பின்னிப் பிணைந்தது. தமிழ்ப் பிரதேசங்களின் மூலைமுடுக்கெல்லாம் அவர் பயணித்திருக்கிறார். பொது மேடைகளே அரசியல் போதனையின் களமாக அமைந்த நிலையில் அமிர்தலிங்கத்தின் பொருள் பொதிந்த பேச்சுகள் அவரைத் தமிழ் மக்களின் தன்னிகரற்ற தலைவனாக நிலைநிறுத்தின.

ஈழத் தமிழர் பிரச்சினை இந்தியாவின் அனுசரணையுடன்தான் தீர்க்கப்பட முடியும் என்பது அமிர்தலிங்கம் அவர்களின் அரசியல் சிந்தனையாக இருந்தது. தமிழகத் தலைவர்களுடனும் மத்திய அரசுடனும் தொடர்ந்து ஈழத் தமிழர்களின் போராட்ட நியாயங்களை ஆணித்தரமாகவும், அவர்கள் அதனைப் பூரணமாக ஏற்றுக்கொள்ளும் பாங்குடனும் எடுத்துரைத்திருக்கிறார். ஈழத் தமிழர் பிரச்சினையைச் சர்வதேசச் சமூகத்தின் முன்வைக்கும் பொறுப்பினை அவர் வெற்றிகரமாகச் சாதித்திருக்கிறார்.

பத்திரிகையாளர்களுடன் அவர் என்றும் அணுகுவதற்கு எளியவராக - இனியவராக இருந்திருக்கிறார். அவருடைய பன்முகப்பட்ட ஆளுமையின் பரிமாணங்களை இப்புகைப்படத் தொகுப்பு தர முனைகிறது.

கடந்த **20** ஆண்டு கால யுத்தம் தமிழ்ப் பகுதிகளில் மேற்கொண்ட நாச கார அழிப்பு நடவடிக்கைகளில் தமிழரசுக் கட்சி சார்ந்த அரிய ஆவணங்களும் அழிந்துபோயின. ஒவ்வொரு முறையும் இலங்கை இராணுவம் முன்னோக்கி நகரும்போது தம் கைவசமிருந்த அரசியல் புகைப்படங்களை நிலத்தில் புதைத்துப் பாதுகாக்க முயன்றும் அவை அழிந்துவிட்டன.

1986இல் திரு. அமிர்தலிங்கம் அவர்களின் இல்லம் ஆயுததாரிகளால் சூறையாடப்பட்டு அங்கு அவர் சேர்த்துவைத்திருந்த ஆவணங்கள் அனைத் தும் எரிக்கப்பட்டன.

ஆவரங்கால் சின்னத்துரை அவர்களின் வீட்டினையும் இராணுவம் சேதப் படுத்தி, அவரது சேகரிப்பிலிருந்த அனைத்து ஆவணங்களையும் தீயிட்டுக் கொளுத்தினார்கள். வல்வெட்டித்துறை குலநாயகம் அவர்கள் சேர்த்து வைத்திருந்த புகைப்படங்களும் ஏனைய ஆவணங்களும் ஆயுததாரிகளால் பாதுகாப்பாக வைக்கப்படும் என்று எடுத்துச்செல்லப்பட்டு அழிக்கப்பட்டன.

லட்சக் கணக்கில் தமிழ் மண்ணைவிட்டு மக்கள் புலம்பெயர்ந்த சூழலில் இந்த ஆவணங்களும் கவனிப்பாரற்று பேணிப் பாதுகாக்கப்படாமலேயே போய்விட்டன.

இவ்வளவு அழிவுகளையும் கடந்தநிலையில், நம் கைக்குக் கிட்டிய புகைப் படங்களிலிருந்து தேர்ந்து தொகுக்கப்பட்ட நூல் இது. பல நூற்றுக் கணக் கான படங்கள் பரிசீலிக்கப்பட்டன. பாவிக்க முடியாத நிலையிலிருந்த படங்கள் மிகப் பல. புகைப்படங்களின் அழகியல் சிறப்பு என்பதனைவிட சரித்திர நிகழ்வுகளின் ஆவணங்கள் என்பதற்காகவே பல படங்கள் இங்கு பதிவு பெறுகின்றன. இத்தகைய புகைப்படத் தொகுப்புகளை உருவாக்கும் பணி தொடர்ந்து மேற்கொள்ளப்பட வேண்டியதாகும். மேலும் பழைய படங்கள் கிடைக்கும்போது அவை சேர்க்கப்பட்டு விரிவுபடுத்தப்பட வேண்டும். சமூக அக்கறை மிகுந்தவர்கள் தத்தமது தனித்த சேகரிப்பில் உள்ள வற்றைத் தந்து உதவுவதன் மூலம் இந்த உயரிய பணிக்கு உதவ முடியும்.

தமிழீழ விடுதலைப் புலிகள் தமது போராட்ட வரலாற்றை புகைப்படங்கள், வீடியோப் படங்கள் மூலம் பதிவுசெய்வதில் காட்டிவரும் கரிசனை குறிப் பிடத் தக்கது.

நூறு பேராளிகள் கொண்ட விடுதலைப் புலிகளின் ஒவ்வோர் இராணுவப் பிரிவிலும் இரண்டு நிதர்சன வீடியோ படப்பிடிப்பாளர்கள் செயற்படு கிறார்கள்.

இத்தொகுப்பில் காலத்தின் அழியாத படிமங்களாகப் பதிவு பெற்றிருக்கும் இந்த அபூர்வமான படங்களை எடுத்த, பேணி வைத்திருந்த அனைத்து புகைப்பட கலைஞர்களும் ஈழத் தமிழர்களின் சமூக, அரசியல் வரலாற்றில் கௌரவத்திற்குரியவர்கள்.

இத்தொகுப்பினை முழுமைப்படுத்துவதற்குப் பல்வேறு இடங்களிலு மிருந்து புகைப்படங்களைத் தேடி அனுப்பிய திரு. த. முகுந்தன் (யாழ்ப் பாணம்), திருமதி சாந்தினி ஞானாகரன் (சிட்னி), டாக்டர் டபிள்யூ. பஞ்சாட்சரம் (நியூயோர்க்), திரு. த. சுகந்தன் (கொழும்பு) ஆகியோரின் முயற்சிகள் கௌரவத்தோடு நினைவுகூரப்படுகின்றன.

இத்தொகுப்பின் படங்களில் இடம்பெற்றிருப்போரை அடையாளம் காண்பதில் திருமதி மங்கையர்க்கரசி அமிர்தலிங்கம், ஆவரங்கால் சின்னத் துரை ஆகியோர் உதவிபுரிந்திருக்கின்றனர்.

ஓவியக் கலைஞர் திரு. கே. கிருஷ்ணராஜாவின் புகைப்பட ரசனையும், கணனி 'போட்டோஷொப்' நுண்ணறிவும், ஈடுபாடும், அயராத உழைப்பும் இத்தொகுப்பினை வாழும் படிமமாக்குவதில் பெரும் பங்கு வகித்திருக் கின்றன.

'முடிவற்ற ஏமாற்றுகளின் வலைப்பின்னலில் நாம் வாழ்ந்துகொண்டிருக் கிறோம். அதிகாரத்தின் கட்டளைகளாலேயே வடிவமைக்கப்பட்டிருக்கும் இந்தச் சமூகத்தில், உண்மைகள்தான் மிக எளிதாக நழுவிப்போய்விடு கின்றன' என்று அறிஞர் நோம் சொம்ஸ்கி அறிவுறுத்துகிறார்.

சுதந்திரத்திற்குப் பிற்பட்ட தமிழர்களின் சாத்வீகப் போராட்ட வரலாற் றினை முதல் தடவையாக அபூர்வமான புகைப்படங்களுக்கூடாகத் தொகுக் கும் முயற்சி இந்நூலின் மூலமாக நிறைவேறி இருக்கிறது. ஈழத் தமிழர் அரசியல் வரலாற்றில் இத்தொகுப்பு அத்தியாவசியமான ஆவணமாக நிலைபெறும் என்று நம்புகிறோம். •

அமிர்தலிங்கம்: ஒளியில் எழுதுதல்
ஆகஸ்ட் 2002, சென்னை

யாழ்ப்பாணத்தின் புத்தகப் பதிப்புச் சூழல்

தமிழியல் ஈழத்தின் பதிப்புத் துறையில் தன் காலடிகளைப் பதித்தபோது ஈழத்து வெளியீட்டுலகம் அவ்வளவு பிரகாசமாக இருக்கவில்லை. அத்திப் பூவாய் ஆங்காங்கே எழுதியவர்களின் அரும்பெரும் முயற்சியால் நூல்கள் வெளியாவதும் அவையும் சேற்றில் விழுந்த கல்லாய் எதிர்வினையற்று முடங் கிப் போவதுமே இயல்பாய் இருந்தது. இலங்கை முற்போக்கு எழுத்தாளர் சங்கம் ஈழத்து நூல்களைப் பதிப்பிக்க ஸ்தாபன ரீதியாக மேற்கொண்ட செயற்பாடுகள்கூடப் பலிதமாகவில்லை. அச்சிடும் செலவு, நிதி நெருக்கடி, நூல்களை வாங்கி ஆதரிக்க அமைப்புகள் இன்மை, வாசக ஆதரவின்மை என்ற காரணங்களுக்கப்பால் ஈழத்தின் பதிப்புத் துறைபற்றிய நீண்ட கால நோக்கிலான தரிசனமின்மையும் நிலவியது.

தமிழியல் இலக்கியம், சமூகம், அரசியல் சார்ந்த ஆக்கபூர்வமான உணர்வு கொண்டவர்களின் தார்மீக பலத்துடன் ஈழத்து நூல் வெளியீடுபற்றிய இருப்பு நிலை குறித்தும், வெளியீட்டை வேண்டிநிற்கும் படைப்புகள் குறித்தும் திட்டவட்டமான நோக்கினைக் கொண்டிருந்தது.

எண்பதுகளின் ஆரம்பத்தில் தமிழியலின் தோற்றத்திற்கு முன்னரான பூர்வாங்க முயற்சிகள் போன்று தத்துவம், இலக்கிய வரலாறு, சிறுகதைகள், கவிதைகள், விமர்சனங்கள் என்று பல்துறை சார்ந்தும் ஏறத்தாழ இருபது நூல்களைத் தமிழகத்தில் பிரசுரிக்க மேற்கொண்ட முயற்சிகள் பதிப்புத் துறையில் எமது நம்பிக்கை வேருக்கு நீர் பாய்ச்சின.

ஈழத்து ஆக்கங்களைத் தமிழகத்தில் பதிப்பிக்கும் பணியில் செ. கணேச லிங்கனின் பங்கு கவனத்திற்கொள்ளப்பட வேண்டிய ஒன்றாகும். கலாநிதி க. கைலாசபதியைத் தமிழகத்தில் அறிமுகப்படுத்திய நூலான அவரின் 'தமிழ் நாவல் இலக்கியம்' (1968) செ. கணேசலிங்கனின் முயற்சியினாலேயே பாரி நிலையம் வெளியீடாகத் தமிழகத்தில் பிரசுரம் பெற்றது. அ.ந. கந்தசாமி, யோ. பெனடிக்ற் பாலன் ஆகியோருடைய நூல்களுடன் செ. கணேசலிங்கனின்

அனைத்து நாவல்களும் தமிழகத்திலேயே வெளியாகின. செ. கணேசலிங்கனின் 'நீண்ட பயணம்' (1965), 'செவ்வானம்' ஆகிய நாவல்கள் தமிழகத்தில் நன்கு அறியப்பட்ட நாவல்களாகத் திகழ்ந்தன. சோ. சிவபாதசுந்தரத்தின் 'மாணிக்க வாசகர் அடிச்சுவட்டில்' (1947) என்ற நூல் தமிழகத்தில் வெளியானபோது பயண இலக்கியத்தில் புதிய பாதையை அது திறந்துவைத்தது என்று கூறலாம்.

'கௌதம புத்தர் அடிச்சுவட்டில்' (1960), 'சேக்கிழார் அடிச்சுவட்டில்' (1978) ஆகிய சோ. சிவபாதசுந்தரத்தின் நூல்கள் தமிழகத்தில் பெருங்கணிப் பினைப் பெற்ற நூல்கள். ராஜாஜியின் முன்னுரையுடன் தமிழகத்தில் வெளி யான அவரின் 'ஒலிபரப்புக்கலை' (1954) ஒலிபரப்புத் துறையில் வெளி யான மிகச் சிறந்த நூலாக இன்றளவும் பேசப்பட்டு வருகிறது. கி. லக்ஷ்மண ஐயரின் 'இந்திய தத்துவஞானம்' என்ற நூல் பழனியப்பா பிரதர்ஸ் வெளி யீடாக வந்து பல பதிப்புகளைக் கண்டது.

ஈழத்து நூல்களை வெளியிடுவது என்ற நோக்குடன் தமிழகத்தில் ஈழத்து சிருஷ்டிகளை அறிமுகப்படுத்தும், பரவலாக்கும் நோக்கும் தமிழியலின் பதிப்பு முயற்சிகளின் அடிநாதமாக இருந்தன. கே. கணேஷ், கந்தையா நவரேந்திரன், கா. கைலாசநாத குருக்கள், எம்.ஏ. நுஃமான், என்.கே. மகாலிங்கம், சேரன், குப்பிளான் ஐ. சண்முகன், சி. சிவசேகரம், மு. தளையசிங்கம், அ. யேசுராசா, சி.வி. வேலுப்பிள்ளை ஆகிய ஈழத்து எழுத்தாளர்களின் படைப்புகள் தமிழ கத்தின் வாசிப்புப் பரப்பிற்குக் கொண்டுவரப்பட்டன. தமிழகத்தின் க்ரியா, நர்மதா பதிப்பகம், பொதுமை வெளியீடு, காவ்யா, கோவிந்தனின் சமுதாயப் பிரசுராலயம், மீனாட்சி பிரசுராலயம் ஆகிய முன்னனிப் பதிப்பாளர்கள் எமது நூல்களை வெளியிட்டு எமது பதிப்பு முயற்சிக்கு மிகுந்த ஆதரவு தந்தனர். அமரர் கோவிந்தன் தனது சமுதாயப் பிரசுராலயத்திற்கூடாக மு. தளைய சிங்கத்தின் ஐந்து நூல்களைப் பதிப்பித்து எமக்குப் பேரூக்கம் தந்ததை நாம் நன்றியோடு நினைவுகூர்கிறோம்.

கம்பனும் மில்டனும் போன்ற நூல்களைத் தந்த அமரர் எஸ். ராமகிருஷ்ணன், சுந்தர ராமசாமி, கி. ராஜநாராயணன் போன்றோர் ஈழத்து நூல்களைத் தமிழகத்தில் பதிப்பிக்கும் முயற்சிக்குப் பெருந்துணையாக இருந்திருக் கிறார்கள். சி. சிவசேகரத்தின் 'நதிக்கரை மூங்கில்' (1983) காவ்யா சண்முக சுந்தரத்தின் இனிய ஒத்துழைப்பின் நல் அறுவடையாகும். கே. கணேஷின் தமிழாக்கத்தில் உருவான 'போர்க்குரல்' (1981) (லூ சுன் சிறுகதைகளின்) தொகுதியையும், சேரனின் 'இரண்டாவது சூரிய உதயம்' (1983) கவிதைத் தொகுப்பையும் தமிழகத்தில் பதிப்பிக்கும் முயற்சிக்கு எஸ்.வி. ராஜதுரை நிறைந்த ஆதரவு நல்கினார்.

1970களின் பிற்பகுதியில் யாழ்ப்பாணத்தின் கலாசார வெளியில் ஏற் பட்ட மாற்றங்கள் தமிழியலின் செயற்பாடுகளுக்கு உரமூட்டின. யாழ்ப்

பாணப் பல்கலைக்கழகத்தின் தோற்றமும் அதனையொட்டி மட்டக்களப்பு, மலையகம் சார்ந்த இலக்கியவாதிகளின் வருகையும் இலக்கியப் பரிவர்த் தனைகளும் காத்திரமான சூழலை உருவாக்கின. பல்கலைக்கழகச் சமூகத் திற்கும் இலக்கிய உலகிற்கும் இடையிலான உறவுகள் பல்வேறு தளங்களில் பலம் கொண்டன.

கலை, இலக்கிய, நாடக மையமாகக் கொழும்பு திகழ்ந்த நிலையிலிருந்து யாழ்ப்பாணம் அரங்கச் செயற்பாடுகளின் தளமாக மாறியது. நாடக உலகின் சர்ச்சைகள் இலக்கிய உலகில் முதன்மை பெற்றுத் திகழ்ந்தது. 'மல்லிகை', 'அலை', 'சமர்' ஆகிய சஞ்சிகைகள் இக்காலத்தின் முக்கிய இலக்கிய வெளியீட்டுக்களங்களாக அமைந்தன. 'வைகறை', 'அலை', முத்தமிழ் வெளி யீட்டுக் கழகம் ஆகியன புதிய இலக்கியப் பரப்புகளில் தமது வெளியீடுகளைத் துணிச்சலோடு கொணர்ந்தன. யாழ்ப்பாணத்தில் Saturday Review என்ற ஆங்கில வாரப் பத்திரிகையின் வரவும், கொழும்பில் இருந்து வெளியான Lanka Guardian இதழும் இந்தக் கலாசாரவெளியில் தாக்கத்தை ஏற்படுத்தவே செய்தன. சிங்களத் திரைப்பட இயக்குநர் தர்மசேன பத்திராஜா, ஆங்கில இலக்கிய விமர்சகர் ரெஜி சிறிவர்த்தன, ஏ.ஜே. கனகரட்னா ஆகியோரின் கலை, இலக்கிய ஆளுமைகளும் இக்காலகட்டச் சூழலைப் பாதித்திருந்தன. இக்காலகட்டத்தில் 'அலை' வெளியீடாக வெளியான ஏ.ஜே. கனகரட்னாவின் தமிழாக்கத்திலான இரு நூல்கள் 'மைக்கேல் லோவியின் மார்க்சியவாதிகளும் தேசிய இனப் பிரச்சினையும்' (1978) மற்றும் 'மார்க்சியமும் இலக்கியமும்: சில நோக்குகள்' (1981), தீவிர வாசிப்புக்குள்ளாகின.

அரசியல், சமூகத் தளங்களில் சிங்களப் பெருந்தேசியவாதத்தின் ஒடுக்கு முறை எழுபதுகளில் கூர்மையுற்றது. 1977இன் இனக்கலவரம், தமிழர்கள் மீதான அரசின் உதாசீனம், 1978இல் பல்கலைக்கழகங்களில் தமிழ் மாண வர்களின் அனுமதிபற்றிய சிறில் மத்தியூவின் இனத்துவேசக் கருத்துகள், 1978இல் மட்டக்களப்பு புயலால் உருக்குலைந்தபோது வெளிநாட்டு அரசு கொடுத்த நிவாரண உதவிகளைக்கூட அங்கு வழங்க மறுத்த அரசின் காழ்ப்புணர்ச்சி, மலையகத் தோட்டப் பகுதிகளில் சிங்களக் காடையர்கள் தமிழ்த் தொழிலாளர்கள்மீது நடத்திய வெறியாட்டங்கள் என்பன தமிழ் அரசியலில் அதிர்வலைகளை எழுப்பின. 1979இல் பயங்கரவாதத் தடைச் சட்டம் நிறைவேற்றப்பட்டு, தமிழ்ப் பகுதிகளில் இராணுவம் நினைத்ததைச் செய்வதற்குக் கட்டற்ற சுதந்திரம் வழங்கப்பட்டது. பயங்கரவாதத்தை ஒழிப்பதற்கென்று யாழ்ப்பாணத்திற்கு அனுப்பிவைக்கப்பட்ட பிரிகேடியர் வீரதுங்கவின் கொடூரமான இராணுவ அடக்குமுறைகள் தமிழ் மக்கள் நெஞ்சில் ஆறாத ரணமாகப் பதிந்தன. பயங்கரச் சித்திரவதைக்குட்பட்ட நிலையில் துப்பாக்கிச் சூட்டுக் காயங்களுடன் இன்பம், செல்வம் என்ற இளைஞர்களின் சடலங்கள் பண்ணைக் கடற்கரையில் வீசப்பட்டுக் கிடந்தன.

ஊரடங்குச் சட்டத்தை அமுல்படுத்திவிட்டு சிங்கள இராணுவம் யாழ்ப் பாணப் பொதுஜன நூல்நிலையத்தைத் தீக்கிரையாக்கிய கொடூர சம்பவம் உலகெங்கும் வாழும் நூல் அபிமானிகளின் நெஞ்சிலே கனல் பரப்பியது. யாழ்ப்பாணப் பல்கலைக்கழக மாணவர்கள் சேகரித்த ஒரு நாள் நிதியில் தமிழகத்திலிருந்து புத்தகங்களைப் பெற்றுவரும் பொறுப்பை திரு. பத்மநாப ஐயரிடம் ஒப்படைக்கலாம் என்று நான் பல்கலைக்கழக மாணவர்களுக்கு ஆலோசனை கூறியபோது மாணவருலகமும் அதை அங்கீகரித்தது. தமிழகத் திலிருந்து தனியே புத்தகப் பொதிகளை யாழ்ப்பாணத்திற்குக் கொண்டு வந்து சேர்த்த பத்மநாப ஐயரின் உழைப்பு அரியது.

1983இல் இலங்கையில் ஏற்பட்ட இனசங்காரத்தின்போது தமிழ் மக்களது இருப்பும் வாழ்வும் கேள்விக்குறியாகின. அரச பயங்கரவாதத்தின் கோரம் தமிழ் மக்களின் மனதில் ஆழமாகப் பதிந்தது. ஈழத்து அரசியலின் பின்புல மாகத் தமிழகம் மாறிய காலகட்டத்தில் தமிழியல் தீர்க்கமான முன்னோக் குடன் தமிழகத்தில் பதிப்பு முயற்சிகளை மேற்கொண்டது. யாழ்ப்பாணம் நூல்நிலையம் தீக்கிரையாக்கப்பட்ட கலாசாரப் பேரழிவின் பின் ஈழத் தமிழரின், அரசியல், இலக்கிய, கலாசாரச் செயற்பாடுகள் பதிவாக வேண்டும் என்ற சிந்தனை வலுப்பெற்ற நிலையில் தமிழியல் வேகம் கொண்டது.

ஈழத் தமிழரின் படைப்பு முயற்சிகளுக்கும் அவை நூல் வடிவம் பெறு வதற்கும் இடையிலான பாரிய இடைவெளியைத் தமிழியல் இனங்கண்டது. முப்பதுகளிலும் நாற்பதுகளிலும் எழுத்துலக முன்னோடிகளாகத் திகழ்ந்த வர்கள்பற்றி இளைய தலைமுறைக்கு எடுத்துக்கூற, அவர்களின் படைப்புகள் நூல் வடிவம் பெற வேண்டிய தேவையைத் தமிழியல் உணர்ந்தது. வரலாற்று முக்கியத்துவம் கொண்ட நூல்கள் பல மறுபிரசுரம் நாடி நின்றன.

சிறுகதை, நாவல், கவிதைக்கு அப்பால் அரசியல் எழுத்துகள், வரலாறு, சமூகவியல், பண்பாடு, ஓவியம் போன்ற பன்முகப்பட்ட துறைகளிலும் நூல் வெளியீடுகள் விரிவாக்கம் பெற்றாக வேண்டிய தேவையைத் தமிழியல் பிரக்ஞைபூர்வமாக உணர்ந்தது. ஈழத்துத் தமிழரின் தலையாய பிராந்தியப் பத்திரிகையாக வெளிவந்த 'ஈழ நாடு' இதழில் ந. சபாரத்தினம் அவர்கள் எழுதிவந்த ஆசிரியத் தலையங்கங்கள் தமிழ் மக்களது தார்மீகக் குரலின் வெளிப்பாடாகவே அமைந்தன. ஒரு நாளிதழின் தலையங்கங்கள் ஒருநாள் சாம்ராஜ்யத்தில் விகசித்து மங்கிவிடுபவை. ஆனால், தமிழர்தம் அரசியல் வாழ்வின் நெருக்கடியான காலப் பகுதியின் அசலான பதிவுகளாக அமைந்த சபாரத்தினத்தின் ஆசிரியத் தலையங்கங்கள் தொகுக்கப்பட்டு நூலாக வருவது முன்னோடி முயற்சியாகும். 'ஊரடங்கு வாழ்வு' (1985) என்ற இந்த அரசியல் பத்தி எழுத்துகளை நூலாக்கி உதவ அமரர் கோவிந்தன் இசைந்திருந்தார் என்பதை நன்றியுடன் நினைவுகூர்கின்றோம்.

பொ. ரகுபதியின் Early Settlements in Jaffna என்ற ஆய்வேடு பத்மநாப ஐயரின் துணிச்சலான செயற்பாடுகளால்தான் நூல் வடிவம் பெற்றது என்பதும் இங்கு பதிவு பெறுவதற்குரிய செய்தியாகும். அவ்வாய் வேடு நூல் வடிவம் பெற வேண்டும் என்ற பெருவிருப்புடன் அவ்வாய் வேட்டை இயக்கப்படகு வழியாகத் தமிழகம் கொண்டுசென்றதிலிருந்து, சென்னையில் போதிய பண வசதி இல்லாத நிலையிலும் அதனை ஒளிப் பதிவில் எழுத்துருவாக்கி அந்நூல் பூரண வடிவம் பெறும்வரை அவர் அந்நூலாக்கத்தில் காட்டிய சிரத்தை அசாதாரணமானது.

எண்பதுகளின் பின் யாழ்ப்பாணக் குடாநாடு யுத்த பூமியாக மாறிய நிலையிலும் ஈழத்தின் தனித்துவத்தைக் குறிக்கும் கலைப் பரிமாணங் களிலும் தமிழியல் காட்டிய அபூர்வ அக்கறையின் வெளிப்பாடு 'தேடலும் படைப்புலகமும்' *(1987)* என்ற ஓவிய, சிற்பத் துறை நூலாகும். ஈழத்தின் நவீன ஓவிய முன்னோடியான மாற்குவின் ஓவியங்களை முன்வைத்து வெளி யான 'தேடலும் படைப்புலகமும்' என்ற தொகுப்பிற்காக பத்மநாப ஐயர் தமிழகத்தில் ஓவியக் கலைஞர்களின் ஆக்கங்களைத் திரட்டிய சந்தர்ப் பத்தில் நானும் அவருடன் சென்றிருக்கிறேன். பத்மநாப ஐயரின் தொலை நோக்குடன்கூடிய அயராத தேடலின் அறுவடை அது. யாழ்ப்பாணத்தில் கைகூடி வரக்கூடிய ஒரு மட்டுப்படுத்தப்பட்ட அச்சக வசதிகளுடனும் பொருளாதாரக் கஷ்டங்களுடனும் தேடலும் படைப்புலகமும் வெளியான போது தமிழகத்திலும் அது ஓவியக் கலைஞர்களால் வெகுவாகச் சிலாகிக்கப் பட்டது.

சாந்தி சச்சிதானந்தனின் 'பெண்களின் சுவடுகளில்...' *(1989)* தாய்வழிச் சமூகத்தின் பரிணாம வளர்ச்சியை விளக்கும் முக்கிய நூலாகத் தமிழில் மிகுந்த வரவேற்பைப் பெற்றது. புதியபுதிய துறைகள் சார்ந்தும், பரவலான கவன ஈர்ப்பைப் பெறாத சீரிய எழுத்துகள் குறித்தும் தமிழியல் விசேட அக்கறை கொண்டிருக்கிறது. கைலாசநாத குருக்களின் 'வடமொழி இலக்கிய வரலாறு' *(1981)* நூலிலிருந்து சண்முகம் சிவலிங்கத்தின் 'நீர்வளையங்கள்' *(1988)* வரை இது பரந்து விரிந்திருக்கிறது.

தமிழகத்தில் தமிழியலின் பதிப்பு முயற்சிகளில் உறுதுணையாக இருந்த வர்கள் இருவர்: ஒருவர், தமிழ்ப் பதிப்புத் துறையினைப் புதியதோர் திசையில் இட்டுச்சென்ற க்ரியா எஸ். ராமகிருஷ்ணன்; 'பதினொரு ஈழத்துக் கவிஞர்கள்' *(1984)*, 'ஏழாண்டு இலக்கிய வளர்ச்சி' *(1984)* முதலான ஐந்து ஈழத்து நூல்களை க்ரியா வெளியீடாகக் கொணர்ந்தவர். மற்றவர் 'வயல்' சி. மோகன்; விமர்சனம், புனைகதை, ஓவியம், சினிமா, உலக இலக்கியம் எனப் பல்துறை ஆளுமை மிக்கவர்.

ஈழத்து இலக்கியத்தை ஆங்கிலத்திற்கும் ஏனைய மொழிகளுக்கும் எடுத்துச் செல்லும் பெரும் இலக்கையும் தமிழியல் கொண்டிருக்கிறது. மொழி பெயர்ப்பு ஆக்கங்களை இனங்கண்டும், தகுதிகண்டும் உரிய எழுத்துகளை அடையாளப்படுத்தியும் முன்னெடுக்கப்பட வேண்டிய பெரும் இலட்சியத் திலும் தமிழியல் ஆழ்ந்த சிரத்தையை வெளிப்படுத்துகிறது.

தமிழியல் பதிப்பு முயற்சிகள் பத்மநாப ஐயரின் பேருழைப்பின் அறு வடை. அவரின் இலக்கியக் கனவுகள் விசாலமானது, தொடுவான எல்லையில் விரிவது.

வாசகர் வட்டம் வெளியீடாகத் தமிழகத்தில் வெளியான 'அக்கரை இலக் கியம்' (1968) தொகுப்பு முயற்சியிலிருந்து இன்றுவரை அயராது பதிப்புப் பணிகளில் ஈடுபட்டுவரும் பத்மநாப ஐயரின் செயற்பாட்டால் ஈழத்து நூலாக்க முயற்சிகள் பலம் பெற்றுள்ளன.

மாறுபட்ட சிந்தனைப்போக்குகளையும் அங்கீகரிக்கும் மன விசாலமும் நூல் தேட்டத்தின் மீதான தணியாத தாகமும் சர்வதேசத் தொடர்பாடல் ஒழுங்கும் அவரின் பதிப்பு முயற்சிகளுக்குக் கௌரவம் சேர்ப்பவை. எழுத் தாற்றல்களை மிகத் துல்லியமாக இனங்கண்டு அவற்றை ஊக்குவிப்பதில் ஐயர் சளைத்துப் போவதேயில்லை. ஐயரின் உலகம் எழுத்தாளர்களின் உலகம்தான்; புத்தகங்களின் உலகம்தான். இதுதான் அவரின் மிகப் பெரும் பலம் என்று படுகிறது.

அனைத்துலகு தழுவிய நோக்கில் அவர் தொகுத்து வெளியிட்ட லண்டன் தமிழர் நலன்புரி சங்க ஆண்டுத் தொகுதிகளான '10ஆவது ஆண்டுச் சிறப்பு மலர்' (1996), 'கிழக்கும் மேற்கும்' (1997), 'இன்னுமொரு காலடி' (1998), 'யுகம் மாறும்' (1999), 'கண்ணில் தெரியுது வானம்' (2001) ஆகிய தொகுதிகள் சமகாலத் தமிழ் இலக்கியச் செல்நெறியினை நாடி பிடித்துப்பார்க்க உதவுவன. ஓவிய வெளிப்பாடுகளையும் அவர் பிரக்ஞைபூர்வமாகவே தனது நூல் தொகுதிகளிலே இணைத்திருக்கிறார்.

லண்டனில் பத்மநாப ஐயரின் இலக்கிய வெளியீட்டுக் கனவுகள் ஓவியர் கே.கே. ராஜாவின் தூரிகையின் சாதுரியத்தில் வண்ணங்களின் கலவையில் - கோட்டோவியங்களின் அழுத்தங்களில் - வடிவமைப்பின் ஒழுங்கில் - பரீட்சார்த்த மனோலயத்தில் - கணனியின் அசல் பரிச்சயத்தில் - இரவுக்கும் பகலுக்கும் பேதம் தெரியாத உழைப்பின் வியர்வையில்தான் சாத்தியப் பட்டன என்றால் அது மிகையாகச் சொல்வது ஆகாது. நியூஹாம் தமிழர் நலன்புரி சங்க வெளியீடாக வெளிவந்த அனைத்துத் தொகுப்புகளின் ஒவ் வொரு பக்கமும் ராஜாவின் பேருழைப்பில் ஊறித் தோய்ந்தது. இவை

ராஜாவின் விளக்கப்படங்கள் என்றாலும் - எழுத்துப் பிரதியின் கற்பனார்த்த கட்புல மொழியில் அவை சுயத்துவமான ராஜாவின் கம்பீரமான கலைப்படைப்புகளாகவும் பிரசவம் கண்டிருக்கின்றன. ரெம்ப்ராண்ட்டும் மைக்கேல் அஞ்சலோவும் தீட்டிய உன்னத ஓவியங்கள் பைபிள் சித்திரங்கள் தான் என்றாலும் அவை அக்கலைஞர்களின் சுயத்துவ வெளிப்பாடாகவே பாராட்டுப் பெறுகின்றன. பத்மநாப ஐயரின் மலர்களில் இடம் கிடைக்கப் பெற்ற படைப்பாளிகள் பாக்கியசாலிகள்தான். தன் நுணுகிய வாசிப்பில் எழுத்துருக்களின் ஆத்மாவைத் தரிசித்து அதனைக் கோடுகளில், வண்ணங்களில், தனது கற்பனையின் விகசிப்பில் தீட்டி வெளிப்படுத்திய ராஜாவின் விளக்கப்படங்கள் தனித்துவ கலை ஆய்வுக்குரியன. பிரார்த்தனைக்கு இனிய கீதங்கள்போல இந்நூல் தொகுதிகளின் பெரு வெற்றிக்கு ராஜாவின் ஓவியங்கள் ஆதாரமாக அமைந்திருக்கின்றன.

இன்று தமிழில் பதிப்புத் துறை கணிசமான வளர்ச்சி கண்டிருக்கிறது என்பதில் சந்தேகமில்லை. புதிய பதிப்பாளர்களின் வரவும், புதுமை முயற்சிகளில் நாட்டமும் இந்தப் புதிய வளர்ச்சியின் முக்கிய அம்சங்கள். வன்னியிலிருந்து வெளியாகும் நூல்களின் வடிவ நேர்த்தி நம்மைப் பிரமிக்கவைக்கின்றது. கனடாவிலும் ஐரோப்பிய நாடுகளிலும் காத்திரமான நூலாக்க முயற்சிகள் மேற்கொள்ளப்பட்டு வருகின்றன. சுவாமி விபுலானந்த அடிகள் இயற்றி **1947**இல் முதற்பதிப்புக் கண்ட ‘யாழ் நூல்’, வி.சீ. கந்தையா எழுதி, **1964**இல் முதன்முதலில் வெளிவந்த ‘மட்டக்களப்புத் தமிழகம்’ போன்ற பழைய நூல்கள் வெகு சிரத்தையோடு மீள் பதிப்பிக்கப்பட்டு வருவது சிலாகிக்கத் தக்கது.

ஈழத்து எழுத்துலகில் புத்தகச் சந்தை வியாபாரிகளின் பிரவேசமும் அதிகரித்துள்ள சூழலில் தமிழியல் பதிப்புத் துறையில் தன் பணியை விசாலித்திருப்பது நம்பிக்கை தருகிறது. இது பவுண்டுகளாலும் டொலர்களாலும் உருவாவதில்லை. திரண்ட நோக்கு, அயராத தேடல், பாரிய உழைப்பு, கூட்டு ஒத்துழைப்பு ஆகிய ஆதார தளங்களில் எழுப்பப்படும் இலட்சிய வேள்வி இது.

***

தமிழியல் மீண்டும் நடைபோட நேசக் கரம் தருபவர்கள் இன்று முன்னனியில் நிற்கும், விரைந்து செயற்படும் காலச்சுவடு பதிப்பகத்தினர். அவர்களுடன் இணைந்து புதிய சில எல்லைகளைத் தொடுவோம் என்பது எமது ஆவல்; நம்பிக்கையும்கூட.

இன்று மீண்டும் புதிய அனுபவங்கள், தரிசனங்களுடன் தமிழியல் தொடங்கும் பயணம் கவிஞர் மு. புஷ்பராஜனின் கவிதைத் தொகுப்புடன் கம்பீர ஆரம்பத்தைக் காட்டி நிற்கின்றது.

'அம்பா' (1976) என்ற குருநகர் மீனவ நாட்டார் பாடல்களின் தொகுப்பின் மூலம் தமிழ் இலக்கிய உலகின் தனித்துவ கவனத்திற்குள்ளானவர் புஷ்பராஜன். உலகில் கடல்சார் நாட்டுப் பாடல்கள் எங்குமே மிகமிக அபூர்வமாகவே காணக் கிடைக்கின்றன. தமிழில் மீனவ நாட்டார் பாடல் பற்றி எழுந்த முதல் தொகுப்பு என்ற உயரிய பெருமையை 'அம்பா' வகிக்கிறது.

'அலை' ஆசிரியர் குழுவிலும் செயற்பட்டிருந்த புஷ்பராஜன் ஆரவார இலக்கியச் சந்தையிலிருந்து வெகுதூரம் விலகி இருப்பவர்.

மு. தளையசிங்கம், ஏ.ஜே. கனகரட்னா ஆகியோரின் சூழலில் தன் சமூக, இலக்கியப் பார்வையைச் செதுக்கிக்கொண்டவர். இலக்கியத்தின் மனுக்குல தரிசனத்தின் உயர்ந்த, விரிந்த சாத்தியப்பாடுகள்பற்றிய நம்பிக்கை மிக்கவர். சோவியத் எழுத்துகளில் இருந்து கம்பூலாவின் கரையிலிருந்த லத்தீன் அமெரிக்க அரசியல்வரை புஷ்பராஜனின் பார்வை அகன்றது. திரைப்பட ரசனையும் புஷ்பராஜனின் பிறிதொரு பலமான தளமாகும்.

'குருநகர்: கடலோரத்தில் ஒரு கல்வாரி' என்னும் தீபம் தொலைக்காட்சியின் குருநகர் விவரணப்படத்திலும் புஷ்பராஜன் உழைத்திருக்கிறார்.

கவிதையுடன் சிறுகதை, நூல் விமர்சனம் ஆகியவற்றிலும் புஷ்பராஜன் தடம் பதித்திருக்கிறார்.

இன ஒடுக்குமுறைக்கு எதிரான கனற்பொறிகளைக் கவிதையிலே தூவி விட்டிருக்கும் புஷ்பராஜனின் தார்மீக ஆவேசம் மெய்யானது. 'காவலுக்கு வந்தவர்கள் கதிரறுத்த கதையை' ஒப்ப மறுக்கும் நெஞ்சம் அவருடையது. புகலிட வாழ்வின் சோகங்களை மெல்லிய நீர் வட்டங்களாய் விரித்துப் பேசும் அவரின் கவிதைகள் உள்ளொளியின் விகசிப்புகள்.

ஈழத்துக் கவிதையுலகில் நன்கு அனுபவப்பட்டிருக்கும் புஷ்பராஜனின் கவிதைகளில் சில ஆங்கிலத்திலும் கன்னடத்திலும் மொழிபெயர்க்கப்பட்டுள்ளன. எனினும் தொகுப்பாகக் கனிந்து வருவதற்கு நீண்ட காலம் எடுத்திருக்கிறது என்றுதான் கூற வேண்டும். ●

மீண்டும் வரும் நாட்கள், 2004, நாகர்கோவில்

சி. வைத்தியலிங்கம்: ஈழத்துச் சிறுகதை முன்னோடி

சி. வைத்தியலிங்கம் போன்ற நவீன இலக்கிய நுண்ணுணர்வும் புலமையும் மிக்க ஒருவர் ஈழத்துச் சிறுகதை முன்னோடியாய்த் திகழ்ந்திருக்கிறார் என்பது நமக்கெல்லாம் பெருமை சேர்ப்பதாகும்.

தமிழ், ஆங்கிலம், சமஸ்கிருதம் ஆகிய மும்மொழிகளில் புலமைமிக்க ஒருவர் சிறுகதை உலகை உவகையுடன் ஏற்று செழுமைப்படுத்தித் தந்திருக்கிறார்.

யாழ்ப்பாணம் பரமேஸ்வராக் கல்லூரியில் அவர் இன்டர்மீடியட் வகுப்பில் சமஸ்கிருதம் படித்திருக்கிறார். கொழும்பில் எழுதுவினைஞராகப் பணியேற்க கொழும்பு சென்ற பின்னர் மீண்டும் தொடர்ந்து சமஸ்கிருத இலக்கியங்களை வாசித்து அம்மொழியின் நயங்களை ரசிக்கத் தொடங்கினார். ‘காளிதாசனின் சாகுந்தலமும், குமார சம்பவமும் மேகசந்தேசமும் என்னைக் கவர்ந்ததுபோல் வேறோரு நூலும் இன்றுவரை கவர்ந்ததில்லை. அவைகளிலே ஊறி வரும் காவியச் சுவையே, தெவிட்டாத இன்பம் அது’ என்கிறார் சி. வைத்தியலிங்கம்.

‘பெரியபுராணம்’, ‘சிலப்பதிகாரம்’, ‘வில்லிபாரதம்’, ‘ஆண்டாள் பாடல்கள்’ ஆகிய தமிழ் இலக்கியப் பரப்பில் ஆழ்ந்து தோய்ந்தவர் சி. வைத்தியலிங்கம் அவர்கள்.

‘அந்நாட்களில் டி.ஜே. விஜயசிங்க என்ற ஒரு சிங்கள நண்பரின் தொடர்பு எனக்கு ஏற்பட்டது. அவர் ஒரு சிறந்த ரசிகன். ஐரோப்பிய இலக்கியத்தில், எந்தப் பாஷையில் எந்த நூல் சிறந்தது என்பதைத் தெரிந்துவைத்திருக்கிறார். அந்த இலக்கியப் பரப்பை முதன்முதல் எனக்கு அறிமுகம்செய்துவைத்தவர் இவரே’ என்றும் சி.வை. குறிக்கிறார். தாகூர், கல்ஸ்வோதி, துர்கனீவ் ஆகியோரின் சிறுகதைகளை சி. வைத்தியலிங்கம் அவர்கள் ஆங்கிலத்திலிருந்து தமிழில் மொழிபெயர்த்து ‘ஈழகேசரி’யில் வெளியிட்டிருக்கிறார்.

துர்கனீவ் எழுதிய நாவல் ஒன்றினை ‘மாலை வேளையில்’ என்ற தலைப்பில் ‘ஈழகேசரி’யில் தொடராக மொழிபெயர்த்து எழுதினார்.

'என்னைப் பொறுத்தவரையில் கு.ப. ராஜகோபாலனின் சிறுகதைகளும் ஓற்றையங்க நாடகங்களும் என்னை மிகவும் கவர்ந்தன. புதுமைப்பித்தன், மௌனி, பிச்சமூர்த்தி, த.நா. குமாரஸ்வாமி, க.நா. சுப்ரமணியம், சி.சு. செல்லப்பா, சிதம்பர சுப்பிரமணியம் ஆகியோரின் எழுத்துகளையும் நான் ஆர்வத்துடன் படித்தபோதிலும், எனக்கும் கு.ப. ராஜகோபாலனுக்கு மிடையில் ஏதோ ஓர் ஆத்மார்த்த உணர்வு இருப்பதாகவே உணரலானேன். அவ்வளவு தூரம் அவருடைய கதைகளில் ஈடுபாடு இருந்தது. நான் சிறு கதை எழுதுவதற்கு ஆதர்ச புருஷனாக அவரே எனக்கு உத்வேகம் கொடுத் தார் என்று சொன்னாலும் மிகையாகாது' என்று 'எழுத்துலகில் நான்' (கலைச்செல்வி, ஆண்டு மலர், 1959) என்ற கட்டுரையில் எழுதுகிறார் சி. வைத்தியலிங்கம்.

'எனக்கு அவர் (கு.ப.ரா.) இலக்கிய வாழ்விலே ஒரு லட்சிய புருஷன் மாதிரி. என் உள்ளம் எதை விரும்பியதோ அதை அவருடைய சிறுகதை களிலும் இலக்கிய விமர்சனங்களிலும் கண்டுகளித்தேன். தமிழ் இலக்கியத் திலே சாதிக்க முடியாமல் எந்தப் பசியினால் வாடியிருந்தேனோ, அவர் தன் மந்திரக்கோலால் அதற்கு உருக்கொடுத்து என் மனசுக்கு நிறைவு கொடுத்தார். அவர் ஆண்ட தமிழ் மொழியின் நடையில் ஒரு தனி சாதுரியத்தையும், லாவகத்தையும் புதுமையையும் கண்டு நான் மனம்பூரித்து வந்தேன். நிலா வுடன் கூடிய இரவில் மல்லிகைப் பந்தலின் கீழ் இருந்து அனுபவிக்கும் ஓர் இன்பம் போன்றது அவருடைய கதைகளிலே நான் அனுபவித்த இன்பம்' என்று கு.ப.ரா.வின் மறைவையடுத்து சி. வைத்தியலிங்கம் எழுதிய அஞ்சலிக் குறிப்பிலே கூறுகிறார்.

'தாமரை இலையில் ரோஜாப் புஷ்பத்தின் சாற்றைப் பிழிந்து சித்திரம் வரைவதுபோல் 'பாமதி', 'மின்னக்கலை' என்ற இரு கதைகளையும் அவ் வளவு அழகுணர்ச்சியுடன் சிருஷ்டித்திருக்கிறார்' என்று 'கலாமோகினி' (1.6.1944) இதழில் கு.ப.ரா.வை சி. வைத்தியலிங்கம் உச்சியில் வைத்துக் கொண்டாடுகிறார்.

'கங்காகீதம்' என்ற சி. வைத்தியலிங்கம் அவர்களின் சிறுகதைத் தொகுப்பில் பல கதைகளில் கு.ப.ரா.வின் தாக்கத்தை நாம் உணர முடியும்.

கலைமகளுக்கு ஒரு கதை எழுத வேண்டும் என்ற விருப்பத்தில் ஒரு கதையை எழுதி, அதற்குத் தகுந்த பெயர் கொடுக்க முடியாமல், வருவது வரட்டும் என்று தனது கதையை அனுப்பி, பொருத்தமான தலைப்புடன் வெளியிடுமாறு சி.வை. கேட்டுக் கதையைக் கலைமகளுக்கு அனுப்பிவைத் திருக்கிறார். 'ஏன் சிரித்தார்?' என்ற தலைப்பிடப்பட்டு அக்கதை கலை மகளில் பிரசுரம் பெற்றது.

'அந்தக் கதையைப் பலர் மெச்சியதாக நான் இந்தியாவுக்குப் போன சமயத்தில் கி.வா. ஜகந்நாதன் அவர்களே தெரிவித்தார். 'இந்து' பத்திரிகை யிலும் He has portrayed with delicacy and power the psychological conflict between fidelity and temptation என்று விமர்சனம் செய்திருந்தார்கள். இந்த வாசகங்கள் மதுவின் வேகத்துடன் எனக்கு உற்சாகம் தந்தன. இதைத் தொடர்ந்து களனிகங்கைக் கரையில், அசோகமாலா, அழியாப்பொருள், நெடுவழி முதலிய கதைகள் வெளிவந்தன' என்கிறார் வைத்தியலிங்கம்.

சி. வைத்தியலிங்கம் ஏறக்குறைய 25 சிறுகதைகள் வரையில் எழுதியிருக் கிறார் என்று க. குணராசா, 'ஈழத்துச் சிறுகதை வரலாறு' என்ற நூலில் எழுதுகிறார். அவற்றுள் பன்னிரண்டு சிறுகதைகள் ஈழகேசரியில் வெளி யாகியுள்ளன. மேலும் பத்துக் கதைகள் கலைமகளில் வெளியாகின. அவர் எழுதிய பெரும்பாலான சிறுகதைகளை 1939 – 1942 காலப் பகுதியில், கிட்டத்தட்ட நான்கு ஆண்டு காலப் பகுதிலேயே எழுதி முடித்திருக்கிறார்.

'இப்போ சில வருஷங்களாக என் கற்பனை ஊற்றுத் தூர்ந்து போய்க் கிடக்கிறது. முடுக்கிவிட்ட ஜப்பான் பொம்மைபோல் எழுத்து அரங்கில் கொஞ்சக் காலம் ஆடிவிட்டு ஓய்ந்துபோனேன்' என்று சிறுகதைத் துறை யிலிருந்து தான் ஓய்வு பெற்றுவிட்டதைக் குறிக்கிறார். வல்லிக்கண்ணன் போன்ற சீரிய தமிழ் எழுத்தாளர்கள் சி. வைத்தியலிங்கம் தொடர்ந்து எழுத வேண்டும் என்று கேட்டிருக்கிறார்கள்.

இலங்கையர்கோன், சம்பந்தன், சி. வைத்தியலிங்கம் ஆகிய மூன்று எழுத் தாளர்களின் சிறுகதைகளை மதிப்பிடும்போது, 'இவர்கள் மறுமலர்ச்சி இலக் கியத்தையோ, இலக்கியத்தின் உட்பிரிவுகளையோ, புதியபுதிய பரிசோதனை களையோ அதிகம் வளர்த்தனர் என்று கூறுவதற்கில்லை. ஆங்கில விமர் சகர்கள் கூறும் ரொமாண்டிசம் என்னும் கனவுலகக் காட்சிகளில் ஈடுபடச் செய்யும் இலட்சியபூர்வமான சிந்தனைகளிலும் உணர்ச்சிகளிலும் மயங்கி எழுதினர் என்றுதான் சொல்லலாம்' என்று பேராசிரியர் க. கைலாசபதி அவர்கள் கூறிச் செல்வதை மறுக்கும் வலிமை வாய்ந்த கூற்றுகளாக சி. வைத்தி யலிங்கம் எழுதியிருக்கும் 'நானும் என் எழுத்தும்' என்ற கட்டுரை அமைகிறது.

ஈழத்துக் கிராமிய மண்ணின் வாசத்தைத் தனது கதைகளில் படரவிட்டவர் சி.வை. எண்பதாண்டு காலத்திற்கு முன்னைய யாழ்ப்பாணக் கிராமத்தின் எளிமையான வாழ்க்கைக் கோலங்களைத் தன் தூரிகையில் காவியமாக்கி யிருக்கிறார் சி. வைத்தியலிங்கம்.

'கிராமச் சூழ்நிலையிலே வளர்ந்தவன் நான். கள்ளங்கபடமில்லாத கிராம வாசிகளுடன் ஒன்றி வாழ்ந்திருந்தவன். தோட்டந்துரவுகளிலும், வயல் வெளிகளிலும், வெயிலிலும் மழையிலும் இரவிலும் பகலிலும் அவர்களுடன் சேர்ந்து உழைத்திருக்கிறேன். அங்கே அசையும் காற்றும், வீசும் நிலாவும்

ஊறும் நீரும் என்னை இன்ப லாகிரியிலே ஆழ்த்திவிடுகின்றன. வீடுகளின் முன்னால் இருக்கும் மல்லிகைப் பந்தலும் சாணி போட்டு மெழுகி மணியாசு போட்ட திண்ணைகளும், கோலம் போட்ட முற்றங்களும் என்னை என்னவோ செய்கின்றன. அந்த மண்ணிலே வீழ்ந்து புரள வேண்டும்போல் தோன்றுகிறது' என்று தன் கிராமிய வாழ்வின் சோபனத்திலே தோய்ந்து போகிறார் சி.வை.

'சென்ற 25, 30 வருஷங்களாய் நான் பட்டணத்தில் குடியேறியும், அச் சூழ்நிலையில் வாழ்ந்துவந்தும் என் கதைகளில் அந்த வாசனை ஏறவில்லை என்பதைக் காணும்போது வியப்பாக இருக்கிறது. நான் சமீபத்தில் எழுதிய 'உள்ளப்பெருக்கு' என்ற கதையிலும் நாட்டுப்புற மண்ணின் வாசனைதான் வீசுகிறது. அப்படியான கதைகளே எனக்கு இயற்கையாய் அமைந்து, அனாயாசமாய் உருவம் எடுப்பதைப் பார்க்கும்போது எவ்வளவு தூரம் கிராமப் பண்பாடு என் இரத்தத்தில் ஊறி எனக்கு ஆதர்சமளிக்கிறதென்பது தெரிய வருகிறது' என்கிறார் சி. வைத்தியலிங்கம்.

அவரின் அனைத்துக் கதைகளும், விமர்சனங்கள், பத்தி எழுத்துகள், வானொலிப் பேச்சுகள் யாவும் தொகுக்கப்பட வேண்டிய காலம் இன்று கனிந்துள்ளது.

இந்நிலையில் சி. வைத்தியலிங்கம் அவர்களின் 'கங்காகீதம்' சிறுகதைத் தொகுப்பினை ஆங்கிலத்தில் மொழிபெயர்த்து, ஈழத்துச் சிறுகதை முன் னோடியின் படைப்புகளை உலக அரங்கில் எடுத்துவைக்கும் அரிய இலக் கியப் பணியினை ஆற்றலோடு நிறைவுசெய்திருக்கிறார் அறிஞர் செ. சிறீக் கந்தராசா அவர்கள். தமிழிலும் ஆங்கிலத்திலும் இயல்பாக எழுதும் ஆற்றல் கைவரப் பெற்றவர் சிறீக்கந்தராசா அவர்கள்.

ஆங்கிலத்திலும் தமிழிலுமாக அவர் ஆக்கிய முப்பது நூல்கள் அவரது இலக்கிய ஆற்றலுக்குச் சான்று பகர்வன. London School of Economicsஇல் சட்டத் துறையில் முதுகலைமாணிப் பட்டத்தை நிறைவுசெய்த சிறீக்கந்த ராசா அவர்கள் தான் எழுதப் புகுந்த எதனையும் நுணுக்கமாக ஆய்ந்து, தெளிந்து, செய்யும் பணியைத் திருந்தச் செய்பவர்.

மஹாகவி பாரதியின் தேர்ந்த கவிதைகளைத் தொகுத்து, அன்னாரின் நூற்றாண்டு நிறைவையொட்டி வெளியான A Random Selection of Extracts from The Collected Works of Maha Kavi Bharatiyar (Discovery Publication, 2021) என்ற நூல் தமிழகத்தில் பெரும் வரவேற்பினைப் பெற்றுள்ளது. பாரதியியலுக்குப் புலம்பெயர்ந்த தமிழர் வழங்கியுள்ள பெருங்கொடை யாய் காலத்தில் அது நிலைகொள்ளும் தகையது.

'சிலப்பதிகாரம்', 'மணிமேகலை' ஆகிய இரு பெருங்காவியங்களை ஆங்கிலத்தில் உரைநடையில் Alastair McGlashan அவர்களுடன் இணைந்து சிறீக்கந்தராசா ஆக்கிய நூல் அற்புதமான படைப்பாகப் பாராட்டப்பட்டது.

யாழ்ப்பாண வாழ்வியலில் தோய்ந்த நல்லனுபவமும், மொழிபெயர்ப் பாற்றலும், தமிழ் இலக்கிய, இலக்கணப் புலமையும், ஆங்கிலத்திலும் எழுத்து வளமும் வாய்க்கப் பெற்ற சிறீக்கந்தராசா அவர்களின் மொழியாக்கத்தில் சி. வைத்தியலிங்கம் அவர்களின் எழுத்துச் சிறக்கிறது. சி. வைத்தியலிங்கத்தின் எழுத்து சமஸ்கிருதச் செழுமையிலும் கிராமியச் சூழலிலும் பின்னிப் பிணைந்து உருப்பெற்றவை. அவரது எழுத்து அழகானது. சித்திரத் தூரிகையின் வார்ப்பு. போதை தருவது. சிந்தாமல் சிதறாமல் வார்க்கப்பட்ட சிற்பம் அது. தமிழில் சிறப்புச் சேர்க்கும் அவரின் கதைகளை அந்த அழகு சிதையாமல் ஆங்கிலத்தில் கொண்டுசேர்க்கும் பெரும் சவாலை வெற்றியோடு சந்தித்திருக்கிறார் சிறீக்கந்தராசா. யாழ்ப்பாணக் கிராமிய வாழ்வினை, மகாவலி கங்கையின், களனி கங்கை நதி தீரத்தின் கரைகளில் மலர்ந்த காதலை, தத்துவ விசாரங்களை, மலரினும் மெல்லிய காமத்தின் மென்மையை ஆங்கிலத்தில் சுவைபட மொழிபெயர்த்திருக்கிறார் அவர். தெளிந்த நீராய் கோலம்காட்டும் சி. வைத்தியலிங்கத்தின் கதைகள் மொழிபெயர்ப்பிற்கு அத்துணை இலகுவாய் வசப்படுவதில்லை. சங்க இலக்கியத்தில், 'புறநானூறு', 'அகநானூறு', 'கலித் தொகை' என்ற தொகைநூல்களின் மொழிபெயர்ப்பில் தோய்ந்த சிறீக்கந்த ராசா அவர்களின் செழுங்கரங்களில் சி. வைத்தியலிங்கத்தின் சிறுகதைகள் பேரழகு பெற்றிருக்கின்றன. ஈழத்து எழுத்தாளர்களின் படைப்புகள் அண் மைக் காலத்தில் உலக அரங்கில் பேசப்படும் தகுதி கொண்டு அமைகின்றன. ஈழத்துச் சிறுகதைக்குச் சிறந்த உருவமும் உள்ளடக்கமும் தந்து தனிப்பாதை காட்டிய பெருமகனின் சிறுகதைகள் உலக அரங்கில் சிறப்புற ஆங்கிலத்தில் வடிவமைத்த சிறீக்கந்தராசா வைத்துவிட்டிருக்கும் நூல் இங்கு வாழும். அவரின் பெயரைச் சரித்திரம் சொல்லும். ●

வீரகேசரி, 03.04.2022, இலங்கை

ஸ்ரீதரனின் படைப்புலகம்

ஸ்ரீதரனின் இந்தச் சிறுகதைத் தொகுப்பு ஈழத்துத் தமிழ் இலக்கிய உலகிற்குக் கிடைத்திருக்கும் அபூர்வமான பழைய - புதிய வரவு.

1973இல் 'மூலஸ்தானம்' என்ற சிறுகதையோடு எழுத்துத் துறைக்குள் கால்பதிக்கும் ஸ்ரீதரனின் எழுத்துலகப் பயணம் நின்றும் தொடர்ந்தும் ஒரு 40 ஆண்டு காலப் பயணத்தைக் குறித்து நிற்கிறது.

பேராதனைப் பல்கலைக்கழக வெளியீடாக வந்த 'தரிசனங்கள்' என்ற சிறு கதைத் தொகுப்பில் இடம்பெற்ற ஸ்ரீதரனின் முதல் கதையான மூலஸ் தானம், பிறந்த மென் சூட்டுடன் பேராசிரியர் க. கைலாசபதியின் சிலாக் கியம் பெற்ற கதையாகும். இவரின் சொர்க்கம் என்ற நீண்ட கதை திசையில் வெளிவந்தபோதே க. சட்டநாதன், அநு.வை. நாகராஜன் ஆகிய எழுத்தாளர்களின் சிறந்த பாராட்டினைப் பெற்றிருக்கிறது. லண்டனிலிருந்து இ. பத்மநாப ஐயர் வெளியிட்ட இலக்கியத் தொகுப்புகளில் இவரின் பின்னைய ஆக்கங்கள் இடம்பெற்று, புகலிட இலக்கியத்திற்குப் புதிய பரி மாணங்களைச் சேர்த்திருக்கின்றன. ஆனால், 'அலை', 'மல்லிகை', 'கணை யாழி', 'திசை' ஆகிய சீரிய இலக்கிய இதழ்களில் எழுதிவந்திருக்கும் ஸ்ரீதரன், ஈழத்து இலக்கிய உலகில் 'பேசாப்பொருளாக' இருந்திருப்பது நமது துர திர்ஷ்டம். ஈழத்துச் சிறுகதை வரலாற்றை நுணுகி ஆராய்ந்து அண்மையில் வெளியான ஒரு நூல் பட்டியலிடும் 400 ஈழத்துச் சிறுகதை எழுத்தாளர்களின் வரிசையில் ஸ்ரீதரனைக் காண முடியவில்லை என்பது ஆச்சரியமானதுதான். எனவேதான், இந்த எழுத்தாளரின் தொகுப்பு நமக்கு ஒரு அர்த்தத்தில் புதிய வரவாக அமைந்திருக்கிறது.

கதை தயாரிக்கும் அவசரமோ, எழுதியதை உடனடியாகவே அச்சிலேற்றிப் பார்க்கும் அந்தரமோ, வெளிவந்த கையோடு அவற்றைத் தொகுத்து நூலாக வெளியிடும் நிர்ப்பந்தமோ, அடிக்கடி எழுதி வாசகர் மனதில் தன் பெயரை நிலைநிறுத்திக்கொள்ளும் அக்கறையோ இல்லாத எழுத்தாளர் ஸ்ரீதரன். நாவலாக எழுத ஆரம்பித்து, பின் நீண்ட கதையாகப் பிய்த்துக்கொண்டு வந்திருக்கும் 'கமலம்' என்ற நீண்ட கதை எழுதி முடிக்கப்பட்டு, பிரசுர உலகத்தையே காணாமல் 35 ஆண்டுகளுக்கும் மேலாக உறங்கிக் கிடந்து,

இந்தத் தொகுப்பிலேதான் அது பிரசுரம் பெறுகிறது. ஸ்ரீதரன் இலங்கையில் இருந்தபோது எழுதிய எட்டுக் கதைகளும், 1977இல் சிறிது காலம் டெல்லியில் இருந்தபோது எழுதி, பின் 'கணையாழி' இதழில் வெளியான 'நிர்வாணம்' எனும் நெடுங்கதையும், புலம்பெயர்ந்து அமெரிக்காவில் வாழ்ந்துகொண் டிருக்கும் காலப் பகுதியில் எழுதிய ஆறு கதைகளுமாக மொத்தம் பதினைந்து கதைகள் இத்தொகுப்பில் இடம்பெறுகின்றன.

ஸ்ரீதரனின் எழுத்து அபூர்வமானது. சமூக வாழ்வின் இருண்ட மூலைகளில் அவர் கூர்மையான பார்வையைப் பதித்திருக்கிறார். வாழ்வின் குரூர யதார்த் தங்களுடன் போராடும் மனித ஜீவன்களின் ஆத்மத் துடிப்பை அவர் தனது கதைகளில் அற்புதமாக இசைத்திருக்கிறார். மாங்குளம் சந்தியில் வெயிலில் வேகும் ராமசாமி, 1941இல் லொறி லைசென்ஸ் வாங்கிக்கொண்ட பேதிரிஸ் அப்புஹாமி, கத்தியால் கங்கணத்தை அறுத்தெறிந்துவிட்டு, 'நீர் செய்யறதைச் செய்யும்' என்று திரும்பும் கந்தசாமிக் குருக்கள், கொழும்பில் ஒரு தகரப் பொந்தில் போய்ப் படுத்துக்கொண்டுவிடும் கரீம், கொழும்பு நகர சுத்திகரிப்பில் அழுக்காகிப் போகும் எசக்கி, செவுத்தி, 'ஏற்கனவே நான் சொல்லவில்லையா? இது ஒரு பெரிய மனிதர் மாதிரி இருக்கிற மிருகக் கூட்டம். இதற்குள் போகாதே' என்று சாராயம் போடாத நிலையிலும் உப தேசம் பண்ணும் மணி, என்று சமூகத்தின் விளிம்புநிலைக்குத் தள்ளிவிடப் பட்ட மனித ஜீவன்கள் ஸ்ரீதரனின் விசேட கவனிப்பிற்குள்ளாகுகிறார்கள்.

ஒழுங்குறுத்தப்பட்ட அமைப்பிற்குள்ளிருந்து வெளியே வீசப்பட்ட உதிரி மாந்தர்கள் இவரது கதைகளை ஆக்கிரமித்துக்கொண்டிருக்கிறார்கள்.

ஸ்ரீதரனுக்கு எழுத்து என்பது வாழ்வின் மீதான குறுக்கு விசாரணை. அன்றாட வாழ்வில் புதைந்துபோயிருக்கும் அபத்தங்களை, பொய்மைகளை, ஏமாற்றுகளைத் துருவித் தேடும் கூர்மையான விசாரம் இவருடையது. ஆழ மான, பரந்த, பல்துறை சார்ந்த வாசிப்பு, இவருக்கு வாழ்வின் பல்வேறு பரிமாணங்களைக் காட்டி நிற்கிறது. அழுத்தமான மனிதாபிமான உணர்வு சமூகத்தில் வீசி எறியப்பட்டுவிட்ட விளிம்புநிலை மாந்தர்கள் மீதான கவனக் குவிப்பைத் தூண்டியிருக்கிறது. நிர்க்கதியாய் நிற்கும் மனிதர்கள், அவல வாழ்வையே இயல்பாகச் சுமக்கப் பழகிக்கொண்டுவிட்ட மனித ஜீவன்கள் இவரின் கதைகளில் உலா வருகிறார்கள். மெல்லிய துயரம் இவரின் கதை களில் எல்லாம் கசிகிறது. லொரி டிரைவர்கள், டிபன் கேரியர்கள் விநி யோகிப்பவர்கள், நடைபாதை வியாபாரிகள், நகரசுத்தித் தொழிலாளர்கள், கூலி விவசாயிகள், பாதாள உலகக் கோஷ்டியினர், கிளார்க்கர்மார் என்று இவரின் கதைகளில் வரும் பாத்திரங்கள் நமக்கு வித்தியாசமான, புதிய உலகைக் காட்டுகிறார்கள். நமது அனுபவ எல்லைக் கட்டுகளை இந்த மாந்தர்கள் விஸ்தரித்துப் போடுகிறார்கள். போலிகளும் பிரசங்கிகளும்

இவரின் கூர்மையான விசாரணையில் வெளிறிப்போகிறார்கள். பணத்தையும் வசதிகளையும் தவிர வேறெதுவும் பற்றியுமே சிந்தையற்ற மனிதர்களை இவர் வியப்போடு பார்க்கிறார். உயர் தொடர்புகளைப் பேணும் கவனத்தில், மனிதாபிமான இழைகள் உதிர்ந்துபோகும் நிலையை இவரது சில பாத்திரங்கள் பிரதிபலிக்கின்றன. உயர் தத்துவ விசாரத்தில் ஆழ்ந்துபோகும் பாதிரிமார் கதையின் கனதிக்குப் பலம் சேர்க்கிறார்கள். ஆழ்ந்த தத்துவப் படுதாவில் இவரது சில பாத்திரங்கள் நகர்கின்றன. 'ராமசாமி காவியம்', 'நிர்வாணம்', 'தொடர்புகள்' ஆகிய கதைகளில் விபரிக்க முடியாத மெல்லிய துயர உணர்வு கதை பூராவிலும் படர்ந்து கிடக்கிறது. சமூக ஏற்றத்தாழ்வுகளின் கொடூரம் இவரது மனத்தை, சிந்தனையைப் புண்ணாக்கியிருக்கிறது.

இவரது கதைக்களங்கள் வித்தியாசமான பிராந்தியங்களில் தோற்றங் கொள்கின்றன. மாங்குளம், கேகாலை, கொட்டாஞ்சேனை, அமெரிக்கா என்று வேறுபடும் உலகங்கள். சிங்களக் கிராமங்களும், சிங்களக் கதாபாத்திரங்களும் ஸ்ரீதரனின் கதைகளில் உயிர்ப்போடு வெளிவருகின்றன. சிங்களக் கதாபாத்திரங்களை மையங்கொண்டு, தமிழில் சுயமாக எழுதப்பட்ட அபூர்வமான கதைகள். மொழி, இனம் என்ற எல்லைகளுக்கு அப்பால் மனித ஜீவன்களை எழுத்தில் தரிசிக்கும் கம்பீரம் ஸ்ரீதரனின் பெரும் பலம். வெவ்வேறு அனுபவங்களின் பின்னணியில் வார்ப்புப் பெற்றிருக்கும் கதா பாத்திரங்கள் ஸ்ரீதரனின் கதைகளுக்குச் செறிவையும் செழுமையையும் தேடிக்கொடுக்கிறார்கள். எவ்வளவு வேலைப் பளுவிற்கு இடையிலும், இவரது மனக் குகையில் இடையறாது உயிர்ப்போடு இயங்கிக்கொண்டிருக்கும் பாத்திரங்கள் சிறிய அவகாசத்திலும்கூட, இரத்தமும் சதையுமாய்ப் பிரசவிக்கப் படுகிறார்கள். நீண்ட இடைவெளிகள் என்பது இவரது எழுத்தில் எந்தக் குறையையும் விட்டுச்செல்வதில்லை.

அசுர உழைப்பையும், தொடர்ந்த ஆராய்ச்சியையும் வேண்டி நிற்கும் அமெரிக்கப் புலமைத்துவ பிரமாண்டத்தின் மத்தியில், தமிழ் மொழியே பயிலாத, முற்றிலும் அந்நியச் சூழலுக்குள்ளும் அவர் வளமான, கம்பீரமான நடையில் தந்திருக்கும் சிறுகதைகள் பிரமிப்பூட்டுபவை.

ஈழத்து எழுத்தாளர்களில் கர்நாடக சங்கீதம் குறித்து ஸ்ரீதரனைப் போல் இவ்வளவு ஆழ்ந்த ஞானம் கொண்டவர்கள் வேறு எவரும் இல்லை என்றே கூற முடியும். 'மணக்கால் ரங்கராஜன் வாழ்க்கை விவரண ஒளிக்குறிப்புகள்' என்று ஸ்ரீதரன் எழுதியுள்ள கர்நாடக இசை விமர்சனமானது, அவரது இசை ஞானத்தின் ஒரு தெறிப்பு.

ஈழத்து எழுத்தில் இருப்பியல்வாதப் பின்னணியில் எழுதப்பட்ட அழகிய கதையாக நிர்வாணம், தனி முக்கியத்துவம் பெறுகிறது. சிங்களக் கிராமியச் சூழலில், சிங்களக் கதாபாத்திரங்களைக் கொண்டு கதை நகர்கிறது.

பேதிரிஸ் அப்புஹாமி என்ற அனுபவம் மிகுந்த லொறி டிரைவரின் மகன் லயனலுக்கூடாக இடம்பெறும் இருப்பியல்வாத விசாரம், கதை நிகழ்வுடன், கதைமாந்தரின் அன்றாட வாழ்க்கை இழையுடன் இறுகப் பின்னி மிளிர்வது தனிச் சிறப்பு.

'என் வாழ்க்கை இத்துடன் முற்றாக வேண்டும்' என்று கடிதம் எழுதி விட்டுத் தற்கொலை செய்துகொண்டுவிடும் லயனலின் முடிவு, கதையின் ஆரம்பத்திலேயே சொல்லப்பட்டுவிடுகிறது. ஆனாலும், கதை நகர்த்தப்படும் பாணி, கதை முடியும்வரை ஆவலையும் ஆதங்கத்தையும் மனதில் அழுத்தி இழைத்துச் செல்கிறது.

மனிதன் அவாந்தரத்திலிருந்து கருக்கொள்வதில்லை. அவன் இயற்கை வனைந்த மண் குடமுமல்ல. அவன் இறைவன் அமைத்து வைத்த மேடையில், யாரோ எழுதிய வசனத்தை அப்படியே ஒப்புவித்துச் செல்லும் நாடக மேடை நடிகனுமல்ல. மனித இருப்புத்தான் மனிதனைப் புனைகிறது. இந்த மனித இருப்பின் அர்த்தம்தான் என்ன என்பது காலாந்தரமாகத் தத்துவவாதிகளின் விசாரணைப் பொருளாக இருந்திருக்கிறது. இந்த வாழ்வின் அர்த்தமின்மையை, அபத்தத்தை The Myth of Sisyphus என்ற நூலில் விசாரணை செய்கிறார் ஆல்பெர் காம்யு.

'நிர்வாணம்' கதையில் வரும் லயனலின் பாடசாலை ஆசிரியர், சிஸிபஸ் கதையை அவனுக்குச் சொல்கிறார்.

அறிவுபூர்வமான விளக்கத்தை அவாவும் மனிதனுக்கும், அர்த்தமோ நியாயமோ அற்ற உலகிற்கும் இடையில் நிலவும் முரண்பாட்டின் அபத்தத்தை வலிமையோடு பேசுகிறார் காம்யு. இந்த அபத்த வாழ்வை முடிவுக்குக் கொண்டுவருவதற்காகத் தற்கொலை செய்துகொள்வது என்பதை காம்யு திட்டவட்டமாக நிராகரிக்கிறார். மனிதன் இல்லாமல் அபத்தம் இல்லை. இந்த முரண்பாடு வாழ்ந்து தீர்க்கப்பட்டாக வேண்டும். இந்த முரண்பாட்டை எதிர்த்து, அவன் தொடர்ந்த கிளர்ச்சியை மேற்கொண்டாக வேண்டும் என் கிறார் காம்யு.

கடவுளர்களை எதிர்த்து மரணத்தைச் சங்கிலியால் பிணைத்த சிஸிபஸிட மிருந்து மரணம் இறுதியில் விடுதலை பெற்றுவிடுகிறது. தெய்வங்களின் சாபத்திற்கு ஆளான சிஸிபஸ், ஜீவிதம் முழுதும் தண்டனைக்குட்படுத்தப் படுகிறான். ஒரு பெரும் பாறாங்கல்லை அவன் மலையுச்சிக்கு உருட்டிச் செல்ல வேண்டும், மலையுச்சியைச் சென்றடைந்ததும் அந்தப் பாறை மீண்டும் கீழே உருண்டு சென்றுவிடும். சிஸிபஸ் மீண்டும் அந்தப் பாறையை மேலே உருட்டிச் செல்ல வேண்டும். சிஸிபஸ் மரணத்தை வெறுப்பவனாகவும், வாழ்க்கையை முழுவதுமாக வாழ்ந்து தீர்ப்பவனாகவும், அர்த்தமற்ற இலக்கை நோக்கிப் பயணிப்பவனாகவுமே வார்க்கப்பட்டிருக்கிறான்.

'இந்த சிஸிபஸ் சாதிக்கிறது என்ன? கல்லை மேலே உருட்டிக்கொண்டு போய்விட, அது திரும்பவும் கீழே வந்துவிடுகிறது. அவன் பிரயத்தனம் முழுக்க வீணாகப் பிரயோசனமில்லாமல் போகிறது. எங்கள் வாழ்க்கையெல்லாம் இப்படித்தான். இதை உணர்ந்தவனுக்கு... ஆழமாக உணர்ந்தவனுக்குத் தன் வாழ்க்கையை முடித்துக்கொள்ளத் தோன்றும். நான் இதைத் திருப்பிச் சொல்ல வேண்டும். வாழ்க்கை... மனித வாழ்க்கை நெருக்குவாரமானது; அபத்தமானது... பிரயோசனமில்லாதது' என்று இக்கதையில் பேசுகிறார் லயனலின் ஆசிரியர்.

'என் வாழ்க்கை இத்துடன் முற்றாக வேண்டும்' என்று லயனல் தற் கொலை செய்துகொண்டுவிடும்போது, ஒரு பரிதாபமான மரணத்தின் சோகம் நம் மனதைக் கௌவிக்கொள்கிறது.

லயனலின் மரணம் ஆல்பெர் காம்யுவின் அபத்த விசாரணைக்கு எதிர்த் திசையில் சென்று முடிந்துவிடுகிறது.

1978இல் யாழ்ப்பாணத்திலிருந்து வெளியான 'திசை' இதழில் ஆறு வாரங்களாக, இருபது அத்தியாயங்களில் வெளியான நெடுங்கதை சொர்க்கம்.

கொட்டாஞ்சேனைக் கள்ளுக்கடை என்ற சொர்க்கபுரியில் திளைக்கும் கொழும்பு நகரசுத்தித் தொழிலாளிகள் எசக்கியும் செவுத்தியும் சென்ற நூற்றாண்டின் ஆரம்ப தசாப்தங்களில் நகரசுத்திக் கூலிகளாக இந்தியா விலிருந்து வந்து கொழும்பில் சமூக உருவாக்கம் கண்ட சமூகத்தின் வாரிசுகள். சமூகத்தின் எல்லாத் தளங்களிலும் புறக்கணிக்கப்பட்டு, அவர் களின் இருத்தலே தொலைந்துபோன நிலையில், எழுத்திலும் இவர்களின் வாழ்வு இடம்பெறாமல் போனதில் வியப்படைய எதுவுமில்லை.

இத்தொழிலாளர் வர்க்கம் குறித்து எழுதப்பட்ட முதல் கதை இதுதான் என்று கூறத் தோன்றுகிறது. இவ்வளவு ஆண்டு காலமாக இந்தச் சமூகம் எழுத்தியக்கத்திற்குள் கொண்டுவரப்படவில்லை என்பது யோசித்துப்பார்க்க வேண்டிய ஒன்றாகும். ஸ்ரீதரன் இச்சமூகத்திற்கு வெளியாள் எனினும், மனிதாபிமானம் மிகுந்த அவரின் பார்வை வீச்சில், இச்சமுதாயத்தின் ஒரு தோற்றம் இலக்கியப் பதிவு பெற்றிருக்கிறது.

ஒரு நகர்ப்புறச் சேரியின் கூச்சலும் அழுக்கும் அறியாமையும், குடியும் போதையும், அச்சமும் விசுவாசமும், அசூயையும் எதிர்ப்பும் மாறிமாறி இக்கதையில் கோலம்காட்டுகின்றன.

செவுத்தி வாழுமிடத்தை ஸ்ரீதரன் விபரிக்கிறார்:

'பெரிய வீதியிலிருந்து கிளையாக ஒரு சின்ன வீதி புறப்பட்டு, அது எங்கேயோ போக, சின்ன வீதிக்குக் கிளையாக ஒரு சந்து நீண்டு, சேறும் சகதியும் நிறைந்தவொரு இடத்தில் முடிந்தது. தகரமும் மரமும் மண்ணும்

கலந்த பொந்து. தனித்ததல்ல. ஒருமித்த பொந்துகளின் இடையில் அடைந்து போனதொன்று. எதிரும்புதிருமாகவும் அக்கம்பக்கமாகவும் பொந்துகள்.

'மனித ஜீவியம் எவ்வாறு இருக்க முடியாதென்றும், இருக்கக் கூடாதென்றும் பல மேதாவிகளும் நினைத்தும் வற்புறுத்தியும் இருக்கிறார்களோ அது இங்கே, இந்தப் பொந்துகளில் இருக்கிறது. சேற்றில் புரள்கிற நாய்களும், அவற்றுடன் விளையாடித் திரிகிற சிறுவர்களும், சொற்களை வீசி அவற்றின் உரசலில் தங்களை இழக்கிற பெண்களும், நீரிலும் புகையிலும் அமிழ்ந்துபோன ஆண்களும், அழுக்கான அழுக்கும்... கர்த்தரே! இது நரகமாகத்தான் இருக்க வேண்டும். இது கொழும்பு மாநகரத்திலேதான் இருக்கிறதா?'

எசக்கி, செவுத்தியுடன், அவர்களின் குரு ஸ்தானத்தில் வீற்றிருக்கும் கரீமும், செவுத்தியின் மனைவி அலிஸ் நோனா, அவளின் இரு மகன்மார், எசக்கியின் மகள்மார், 'கெம்பா' என்ற அடியாட்களின் தலைவன், பாதர் தியோப்பிலஸ் என்ற பாத்திரங்கள் 'சொர்க்கம்' கதையில் தனித்த முத்திரைகளுடன் வெகு இயல்பாகத் தோற்றம் தருகிறார்கள்.

'அவஸ்தைகளும் வதைகளும் ஏற்பட்டபோது, ஆண்டவன் இந்த உலகைப் படைத்திருக்கிறான். அவனது கனவும், அதன் தீர்க்கமான வடிவம்தான் இந்த உலகம்; தெய்வீக அதிருப்தியின் வண்ணச் சாயல்கள். நன்மை, தீமை, இன்பம், துன்பம், நீங்கள், நான் அனைத்துமே சிருஷ்டிகரத்தின் ஒளிக்கதிரில் வண்ணம்காட்டும் நீர்த் துளிகள்' என்று நீட்ஷே கூறிச்செல்வதன் அப்பட்டமான வார்ப்புதான் ஸ்ரீதரன் உருவகித்திருக்கும் சொர்க்கம்.

இந்நெடுங்கதையின் பெரும் பகுதி கள்ளுக் கடையிலேயே சுழல்கிறது. இச்சமூகத்தின் கூட்டுவாழ்வின் மையமாக, அவர்களது வாழ்விடத்தின் மிக அண்மித்த கூறாக இக்கள்ளுக் கடை திகழ்கிறது. இந்தச் சமூக மாந்தரின் பிரவேசமும், வெளிச் செல்லுதலும் இந்த ஸ்தலத்திலேயே நிகழ்கின்றன. அது அவர்களின் சந்திப்புக்கூடமாக, பிரச்சினைகளைப் பேசித் தீர்க்கும் மன்றாக, மன அவசங்களின் வடிகாலாக, எதிர்கால நடவடிக்கைகளின் திட்ட அரங்காக, தனிமையை வெல்லும் சாதனமாக, தாக சாந்தினியாக, உலக அழுத்தங்களை எல்லாம் மீறிச் செயற்பட முடிகிற வெளியாக, 'சொர்க்கமாக' இது அமைந்துபோகிறது.

'ஒரு பிரகாசமான காலைப்பொழுதில், லாந்தர் விளக்கைக் கையில் ஏந்தியவாறு சந்தைச் சதுக்கத்திற்கு ஓடிச் சென்ற ஒரு பைத்தியக்காரன், 'நான் கடவுளைத் தேடுகிறேன், நான் கடவுளைத் தேடுகிறேன்' என்று அழுது அரற்றும் நீட்ஷேயின் குரல், 'சொர்க்கம்' கதையில் வரும் செவுத்தியின், 'ஏ பாதரே! உன் கடவுளைக் கூப்பிடு, உன் கடவுளைக் கூப்பிடு, உன் கடவுளைக் கூப்பிடு' என்ற அலறலில் எதிரொலிக்கிறது.

சொர்க்கத்தில் செவுத்தியும் எசக்கியும் கரீமும் அருகருகே இருந்து அமுதம் பருக, ‘என் பிதா எனக்குத் தந்த கோப்பையில் அல்லவோ நான் பருக வேண்டும்’ என்று பாதர் எதிர்வழியே நடக்க ஆரம்பிப்பதாகக் கதை முடிகிறது.

அவனவன் பாத்திரத்தில், அவனவனுக்குக் கிடைத்ததைப் பருக்கிக்கொள்ள வேண்டியதுதான் என்ற அர்த்தத்தில், இக்கதைக்குச் சில எழுத்தாளர்கள் விளக்கம் அளித்துள்ளனர்.

ஆனால், ‘என் பிதா எனக்குத் தந்த கோப்பை’ என்பது சிலுவை என்றும், அது வதையையும் மரணத்தையும் குறிக்கிறது என்றும், மனுக்குலத்தின் நன்மைக்காக தன் வாழ்வையே பரித்தியாகம் செய்வதற்கான அழைப்பு என்றும் விளக்கம் அளிக்கப்பட்டிருப்பதையும் நாம் நினைவுபடுத்தலாம்.

பாத்திரச் சித்திரிப்புகளும், சம்பவக் களங்கள்பற்றிய விபரிப்பும், வெவ் வேறுபட்ட மொழி வழக்குகளைப் பாவிக்கும் லாவகமும், அற்புதமான நடையும் ஸ்ரீதரனைத் தனித்துவம்மிக்க எழுத்தாளராக நிலைநிறுத்துகிறது.

‘அலை’யில் வெளியான ‘ராமசாமி காவியம்’ ஸ்ரீதரனின் அயனான படைப்பு. மலையகத் தமிழரின் கொடூர - இருண்ட வாழ்வின் ஒரு சரித்திர கதியை ஒரு கதைக்குள் அழியாத சமூகச் சித்திரமாக்கிய சாதனையின் வெளிப்பாடுதான் ‘ராமசாமி காவியம்’.

‘ராமசாமி காவியம்’ அழகான தலைப்பு. மலையகக் கூலிகளின் இனப் பொதுப்பெயர் ராமசாமி என்கிறார் வில்லியம் டிக்பி என்ற ஆங்கில எழுத் தாளர். ராமசாமிகளும் மீனாட்சிகளும் சிங்கள இனவாதக் கருத்தாடலில், அரசியல் பேச்சுகளில் வெகு சாதாரணமாகப் புழங்கிவரும் பெயர்கள்தான்.

இந்தக் கதையில் வரும் ராமசாமியும் மீனாட்சியும் மலையகத் தொழி லாளர்களின் வகைமாதிரிப் பிரதிநிதித்துவத்தின் குறியீட்டுப் பெயர்களாகவே அமைந்துபோகின்றன.

1970களின் ஆரம்பக்கூறில், ஸ்ரீமாவோ பண்டாரநாயக்காவின் ஆட்சிக் காலத்தில் தோட்டப்புறங்களில் நிலவிய பஞ்சமும் பட்டினியும் மலை யகத்தின் மிக அண்மைய வரலாற்றில் நாம் காணக் கிடக்கும் கொடூரமான யதார்த்தங்கள். பஞ்சம் போக்குவதற்காகத் தோட்டங்களைவிட்டு, வெளி யிடங்களை நோக்கித் தோட்டத் தொழிலாளர்கள் புலம்பெயர ஆரம்பித் திருந்த காலம் இது. வீடுகளில், நகைகளிலிருந்து பித்தளைப் பாத்திரங்கள் வரை பட்டினியைப் போக்க, நகை அடகு கடைகளை நிறைத்த நேரம் இது. இந்தப் பஞ்சத்தின் பின்னணியில்தான் தெளிவத்தை ஜோசப்பின் ‘மண்ணைத் தின்று’ என்ற சிறுகதை எழுந்திருக்கிறது.

1970ஆம் ஆண்டு காலப் பகுதி மலையகத் தமிழர்களைப் பொறுத்த வரையில் துயர் நிறைந்த ஒரு தசாப்தத்தைக் குறித்து நிற்கிறது. வன்முறைத்

தாக்குதலும், உயிராபத்தும், வயிற்றைக் கழுவத் திசைகெட்டு அலைந்த நிர்க்கதியும், பீதியும் பயமும், சிதைந்துபோன நம்பிக்கைகளும், விரக்தியும் ஏமாற்றமும், இழிவுக்கும் ஏளனத்துக்குமுள்ளான மனித அவஸ்தைகளும் இந்தத் தசாப்தத்தை, கொடிய இருளின் குவி மையமாக்கியிருந்தது.

தேயிலைத் தோட்டங்கள் தேசிய உடைமையாக்கப்பட்ட கையோடு இவ்வன்முறையும், உணவுப் பஞ்சமும், தோட்டங்களில் வேலை கிடைக்காத நிலைமைகளும் சேர்ந்து, தோட்டத் தொழிலாளர்களை அவர்கள் காலங் காலமாக வாழ்ந்த தோட்டப் பகுதிகளிலிருந்து வெளியேற்றி வவுனியா, கிளிநொச்சி, மாங்குளம், முத்தையன்கட்டு போன்ற பிரதேசங்களை நோக்கிப் பெயர நிர்ப்பந்தித்தது.

கம்பளையைவிட்டு, வவுனியாவில் முத்தையன்கட்டிற்குத் தன் மனைவி, பிள்ளைகளுடன் வேலை தேடிப் புறப்படும் ராமசாமியின் அவல வாழ்வு ரணத்தின் வரிகளாக ஸ்ரீதரனின் இச்சிறுகதையில் பதிவாகிறது.

மலையகச் சமூக வரலாற்றில் ஸ்ரீதரனின் 'ராமசாமி காவியம்' என்ற சிறு கதையும், வண்ணச்சிறகு எழுதிய 'சென்று வருகிறேன் ஜென்மபூமியே' என்ற கவிதையும் இலக்கிய மகுடங்களாக அமைய வல்லன.

எழுபதுகளில் மலையகத்திலிருந்து வேலை தேடி, மாங்குளத்துச் சந்தியில் அலையும் ராமசாமியைப் பற்றிய ஒரு காலகட்ட நிலைமையின் ஸ்தூல வார்ப்பாக இச்சிறுகதை அமையும் அதே நேரத்தில், நூறாண்டுக் கால மலை யகத் தொழிலாளர்களின் துயர வாழ்வின் அடிச் சரடாக வியாபகம் கொள்ளும் சிறப்பு, இச்சிறுகதைக்கு அலாதியான மெருகு சேர்க்கிறது. 19ஆம் நூற்றாண்டிலிருந்து வேலை தேடி, தோட்டம்தோட்டமாக அலைந்த வாழ்வின் ஓட்டம் இன்னும்தான் நிற்கவில்லை.

'ராமசாமி காவியம்' கதையின் ஆரம்ப வரிகள் மலையக மக்களின் நூற் றாண்டுத் துயரைச் சுமந்து நெஞ்சில் கனல் கொட்டுகின்றன.

'இந்த ராமசாமி மனிதனாகக் கருதப்பட்டதற்குச் சரித்திரமில்லை. தேயிலைச் செடிக்குள் 'எல்லாமிருக்கும்' என்று நம்பிக் கடல்கடந்த ஜீவராசி களின் சந்ததியில் வந்தவன் மனிதனாக முடியுமா? காட்டையழித்துப் பச்சைக் கம்பளம் போர்த்து, அதைப் பேணி உணவுப் பிச்சையளித்தவன் மனிதனாக முடியுமா? இதெல்லாம் ராமசாமிக்குச் சம்பந்தமில்லாத விஷயங்கள். இன்று இந்த மாங்குளத்துச் சந்தியில், வெயில் நெருப்பில், அதை வெல்கின்ற வயிற்று வெக்கையுடன் 'மீனாட்சி', 'செவனு', 'மூக்கையா'வுடன் அலைந்து அவன் திரிவது ஒரு வெறும் பௌதிக நிலை. இதனால், இக்கணத்தில் இவன் மனிதனேயில்லை.'

நிர்க்கதியாக மாங்குளச் சந்தியில் நிற்கும் ராமசாமியை - மனித வாழ்வின் மிகத் தாழ்ந்த எல்லைக்குள் - அந்தகாரத்துக்குள் திணிக்கப்பட்ட ஒரு மனித ஜீவனை 'வெறும் பௌதிக நிலை'யாக மட்டுமே காணும் அசாதாரணமான தீட்சண்யத்தை, தனது கதையின் ஆரம்பத்திலேயே அபாரமாக வெளிப்படுத்தியிருக்கும் ஸ்ரீதரன் சிந்தாமல் சிதறாமல் அந்த அவலத்தை ராமசாமி காவியத்தில் அமரத்துவமாக்கியிருக்கிறார்.

ராமசாமி வன்னிப் பகுதியில் வேலை தேடிச்செல்லும் நிலையையும், மிளகாய்த் தோட்டங்களில் இவர்களின் உழைப்பு சுரண்டப்படும் விதத்தையும் விபரிக்கும் இடங்களில் இந்த அப்பாவி ஜீவன்களுக்காக நாம் நெஞ்சுருகிப்போகிறோம். ஸ்ரீதரனின் நேரடி அனுபவத்திலிருந்து, கூர்மையான அவதானிப்பிலிருந்து, ஒரு சமூகத்தின் பரந்த, நீண்ட பகைப்புலனிலிருந்து இக்கதை எழுகிறது.

மலையகத்திற்கு வெளியே, தோட்டத் தொழிலாளர்கள் நடத்திய வாழ்வுப் போராட்டத்தினைச் சித்திரித்த அழியாத - தலையாய கதையாக 'ராமசாமி காவியம்' என்றென்றும் பேசப்பட வல்லது. இக்கதையில் நிகழ்ச்சிகள் விரியும் களமும், நுணுகிய கால எல்லைக்குள் சந்திக்க நேரும் மனித மனங்களின் விசாலமும், சில குறுகிய மனங்களின் சுரண்டல் மனோபாவமும் அகங்காரமும் வெறுமையும் கதையில் மிக இயல்பாகப் பிணைந்து, ஸ்ரீதரனை முதல் தரமான படைப்பாளியாக அடையாளங் காட்டுகிறது. இந்தக் கதையில் எந்தப் பகுதியையும் தள்ளிவிட்டுப் போக முடியாது. தேர்ந்த சிற்பியின் லாவகத்துடன் விரல்விட்டு எண்ணத் தக்க ஒரு நீர்ப்பாசனவியல் விஞ்ஞானி செதுக்கித் தந்திருக்கும் அற்புதமான படைப்பு இது.

வடக்கில் சாதியக் கொடுமைக்கு எதிராகத் தாழ்த்தப்பட்ட மக்கள் ஆலயப் பிரவேசப் போராட்டம் நடத்தும் களத்தில் விரியும் 'மூலஸ்தானம்' சிறுகதையை அவரது ஆரம்பச் சிறுகதை என்று பார்க்க ஆச்சரியமாயிருக்கிறது.

யாழ்ப்பாணத்தில் தாழ்த்தப்பட்டவர்கள் கோயிலுக்குள் செல்ல முயலும் நீதியான போராட்டத்தினை ஆதரித்துநிற்கும் குருக்கள், கள்ளுக்கொட்டில் மார்க்கண்டு, கோயில் முகாமையாளர் என்ற சூழலில் படைக்கப்பட்ட முற்போக்கு சிறுகதை இது. ஜெயகாந்தனின் தாக்கம் இந்தக் கதையில் சற்றுத் தூக்கலாகவே தென்பட்டாலும், யாழ்ப்பாண மண்ணில் காலாதி காலமாக நடந்துவரும் உரிமை மறுப்பின் அநீதியை, கதை ஆக்ரோஷத்துடன் சொல்ல முயன்றிருக்கிறது. பொறியியல் துறை சார்ந்த ஒரு பல்கலைக்கழக மாணவரின் எழுத்தில் தெரியும் மூர்ச்சனை நம்மை அசரவைக்கிறது.

வேளாள அகங்காரத்திற்கு எதிரான போராட்ட ஜுவாலையின் அக்னிப் பொறியாகத் தலைநிமிர்த்தும் கந்தசாமிக் குருக்களுக்காக மனம் பனித்துப் போகிறது. யாழ்ப்பாணத்தின் தலித் போராட்ட வரலாற்றின் ஒரு

பரிணாமத்தை வெளிக்கொணரும் பாங்கில் 'மூலஸ்தானம்' சிறுகதை ஒரு சரித்திர முக்கியத்துவத்தைக் கோரிநிற்கிறது.

வாழ்வின் கொடூர ஒடுக்குமுறைக்குள் உழல நேர்கிற மனித ஜீவிகள்மீது ஸ்ரீதரன் காட்டும் வலிமையான மனிதாபிமானப் பார்வை அவரது சிருஷ்டிகளுக்கு அலாதியான கௌரவத்தைச் சேர்க்கிறது.

ஈழத் தமிழர்களின் புலம்பெயர் வாழ்க்கையில் அமெரிக்காவாழ் தமிழர்கள்பற்றிய புனைவுகள் தமிழில் எதுவுமே இல்லை என்ற நிலையில், தொடர்புகள் என்ற சிறுகதை புலம்பெயர் இலக்கியத்தின் மிக அபூர்வமான கதையாக வெளிப்பட்டிருக்கிறது.

ஈழத்து தமிழர்களின் புலம்பெயர் வாழ்கையில் அமெரிக்காவாழ் தமிழர்கள் பற்றிய புனைவுகள் மிக அருந்தலாகவே வெளிப்பாடு கண்டிருக்கின்றன.

1993இல் கனடாவில் வெளியான 'தாயகம்' சஞ்சிகையில் வ.ந. கிரிதரன் எழுதிய 'அமெரிக்கா' என்ற குறுநாவல், அமெரிக்காவில் அரசியல் அடைக்கலம் கோரிய அகதிகளின் நிலையை விபரிக்கிறது. தனது சொந்த அனுபவத்தின் பலத்தில் எழுதப்பட்ட இக்குறுநாவல், மனித உரிமைகளுக்கு மதிப்புத் தருகின்ற மகத்தான பூமி எனக் கருதப்படும் அமெரிக்காவில், அகதிகள் அனுபவிக்கும் கொடூரத்தை நிதர்சனமாகச் சித்திரித்திருக்கிறது.

சித்தார்த்த 'சே' குவேரா என்ற புனைபெயரில் அமெரிக்காவில் இருந்து இரமணிதரன் எழுதியுள்ள சிறுகதைகள் தமிழ்ச் சிறுகதைப் புனைவில் புதிய பாய்ச்சலைக் காட்டிநிற்கின்றன. அவரது எழுத்தின் வீச்சு அசாதாரணமானது.

அமெரிக்காவாழ் காஞ்சனா தாமோதரனின் வரம், மரகதத் தீவு ஆகிய சிறுகதைத் தொகுப்புகள் தனியே விதந்துரைக்கத் தக்கன.

அமெரிக்காவில் ஊன்றிவிட்ட ஈழத் தமிழர்களின் நடப்புலகம்பற்றிய அபூர்வமான சித்திரிப்பாக ஸ்ரீதரனின் 'தொடர்புகள்' என்ற சிறுகதை அமைகிறது.

அமெரிக்காவில் தமது தொழிலைத் தக்கவைத்துக்கொள்ளும் போராட்டத்தின் மத்தியில், தனது குடும்பத்தினர் இலங்கையின் யுத்த பூமியில் நின்று படும் அவஸ்தைகளையும், உயிரிழப்புகளையும் ஸ்ரீதரன் வெகு யதார்த்தமாகச் சித்திரித்திருக்கிறார். ஈழத் தமிழர்களின் அவஸ்தைகள் குறித்து எந்தக் கரிசனமும் இல்லை என்பதைவிட, அவர்களின் துயர வாழ்வையே கேலியாக நோக்கும் 'உயர்மட்டத் தமிழர்களின்' பார்வையை எள்ளலோடு பின்னிச் செல்வதில் ஸ்ரீதரனின் எழுத்து வல்லபம் பளிச்சிடுகிறது.

ஈழத் தமிழர்களின் அத்லாந்திக், பசுபிக் சமுத்திரங்கள் தாண்டிய குடும்ப உறவுகளின் வியாபகம், ஈழத்து உயர்குழாத்தினர் அகதிகளாகப் புலம்பெயர்ந்தோரை இழிவாகக் கருதும் மனோநிலை, காவியுடைகளின் சர்வலோகப்

பிரசன்னம், 'கார்கள், வீடுகள், முதலீடுகள், விஸ்கி இவற்றைத் தவிர வேறெதுவுமே' தெரியாத தமிழ்க் குழாத்தினர், 'ராஜீவ் காந்தியைக் கொலை பண்ணியது நான்தான்' என்கிற மாதிரி நடந்துகொள்ளும் தமிழ் நாட்டுக்காரர் கிருஷ்ணன், 'உங்கள் மச்சானை இன்னும் ஆமிக்காரர் பிடிக்கேல்லியோ' என்று கண்ணாடியை நிமிர்த்திக்கொண்டு கேட்கும் திருமதி புண்ணியமூர்த்தி என்று இச்சிறுகதைகளில் வரும் கதாபாத்திரங்கள் அனைத்தும் இணைந்து புலம்பெயர் சமூகத்தின் ஒரு நடைமுறைத் தோற்றத் தைப் படம்பிடித்துக் காட்டுகிறது.

'தொடர்பு'கள் கதையில் அங்கதமும், எள்ளலும் குமிழிட்டாலும், கதையில் ஆத்மார்த்தமான ஒரு சோக ராகத்தின் ரீங்காரம் இழையோடிக்கொண்டே யிருக்கிறது.

இரண்டாயிரத்து ஒன்று, ஸ்ரீதரனின் லாவகமான சூழல் சித்திரிப்புத் திறனுக்கு இன்னுமோர் சாட்சியம். மழையும் புயலும், இடியும் மின்னலும், வெள்ளமும் நீர்ச் சுழலுமாய்க் குடிசைகள் பிடுங்கி எறியப்பட்டு, மக்கள் நிராதரவாய் ஊர்ப் பாடசாலையில் ஒதுங்க நேர்வதையும், உணவுப் பொட்டலங்கள் வழங்கப்படுவதையும் தேர்ந்த எழுத்து நடையில் விபரிக்கும் ஸ்ரீதரன், 'இனி மழை ஓய்ந்துவிடும் என்கிற உணர்வு இவனுக்குள் எழுந்தது. கொஞ்சம் பொறுக்கத்தான் வேண்டுமென்று முணுமுணுத்துக்கொண்டு பக்கத்து வீட்டுக்காரனையும் சேர்த்துக்கொண்டு பீடியும் நெருப்பும் தேடிப் போக ஆயத்தமானான்' என்று எழுதி முடிப்பதில், எல்லா அவலங்களுக் குள்ளும் வாழ்வு துளிரிடும் அம்சம் வேர்கொள்கிறது.

'விஸ்வ சம்பவம்' ஒரு பரீட்சார்த்தச் சிறுகதையாகத் தனித்து நிற்கிறது. 'விஸ்வரூபம்' என்ற சொல் நமக்குப் பரிச்சயமானதுதான். ஆனால், வாழ்வின் ஒரு புள்ளியில் இடம்பெற்ற சம்பவம் வாழ்நாள் பூராவும் உறுத்திக் கொண்டிருப்பதை 'விஸ்வ சம்பவம்' என்ற சிறுகதையின் தலைப்புச் சுட்டு கிறது. அவன், அவள் என்ற இருவருக்கிடையிலான உரையாடலுக்கூடாக இச்சிறுகதை பின்னப்பட்டிருக்கிறது. மிகவும் பூடகமான கதை.

'ஒரு பொழுது கழிவதற்குமுன் வெயிலும் வியர்வையும்' என்ற வரிகள் இளமையில் யாழ்ப்பாணத்தையும், 'இப்போது குளிர். இந்த ஆற்றங்கரை' என்பது புலம்பெயர்ந்த குளிர் நாடொன்றில் தரித்திருப்பதையும் இக்கதை சுட்டுகிறது.

சின்ன வயதில் அவன் பாலியல் பலாத்காரத்திற்குட்பட்ட சம்பவம் வெகு சொற்பவரிகளிலே கதையில் கூறப்பட்டிருக்கிறது. ஆனால், அது விஸ்வ சம்பவமாய் அவன் வாழ்நாள் முழுவதையும் அசக்தனாக்கிவிட்ட பலவீனத்தைப் போக்க, தன் மனைவியின் துணையை நாடும் அவனது

நிலையும், மனைவியின் வாதமும் நுட்பமான தர்க்கத்தின் அடிப்படையில் எழுப்பப்படுகின்றன.

'இவர்கள் வெளியே இருக்கிறார்கள்' - ஸ்ரீதரன் நடப்புலகின் போலித் தனத்தின் மீது கொண்டிருக்கும் தார்மீக கோபத்தின் வெளிப்பாடு. இந்தக் கதையில் வரும் சமய ஸ்வாமிகளின் பிரசங்கக் கூட்டங்கள் இன்றும் நாம் எல்லா இடங்களிலும் காண முடிகிற கூட்டங்கள்தாம். 'த்வனி பேதம் செய்து, பாட்டுகள் பாடி, கதைகள் சொல்லி, ஹாஸ்யம் பண்ணி' ஸ்வாமிகள் நடத்தும் சமத்காரமான பேச்சினை எழுதிச்செல்லும் இடங்களில் ஸ்ரீதரனின் நுட்பமான எள்ளல் பளிச்சிடுகிறது. ஜீவாத்மா, பரமாத்மாபற்றியெல்லாம் விந்நியாசம் நடந்துகொண்டிருக்கிற அதே நேரத்தில், அரசாங்க வேலையில் இடமாற்றம்பற்றிய ஏற்பாடுகள் குறித்தும் பேசப்பட்டு, 'குடுக்கிற காசுக்குப் பிழை வராதே' என்ற பரிதாபமான கேள்வியும் எழுப்பப்பட்டு, ஆத்மீகக் கூட்டங்களின் அருவருப்பான போலித்தனம் மிகுந்த கலை ரசனையோடு இக்கதையில் வெளிப்படுத்தப்படுகிறது.

மாமூல் வாழ்க்கையின் செக்கு மாட்டுச் சுழலில் 'ஒருத்தனாய்' இருந்த கிளார்க் கந்தசாமியின் வாழ்க்கை ஓட்டத்தில், அலுவலகத்திற்கு வந்துசேர்ந்த புதிய டைப்பிஸ்டின் வரவு, அவனது மௌடீகத்தை உடைத்து, 'ஒருத்தன்' என்ற நிலையிலிருந்து விலத்தி, சாதாரண மனிதனாக்கிவிடும் பாங்கினை ஒரு 'புதிய யுகத்தை நோக்கி' என்ற சிறுகதை, இருத்தலியல் சாயலில் விபரிக்கிறது.

'குயில் பாட்டு' சிறுகதையில், பாரதியின் காதல் வரிகளில் தோய்ந்து போன ஸ்ரீதரன், பஸ் நிற்பாட்டும் இடத்தில் கதிர்காமநாதன் தன் குயிலைக் கண்டு, தூரத்தே நின்று காதல் கொண்டு, காதல் அவஸ்தை கொண்டு, செத்து விடுவதைக் கூறிச்செல்லும் பாணி ரசிக்கத்தக்கதாய் இருக்கிறது. பாரதியின் கவிதை வரிகளும், ஸ்ரீதரனின் கதைப்பின்னலும் இழைந்து மெருகூட்டுகிறது.

சரித்திர நிகழ்வுகள் உள்ளபடியே உண்மையாய் ஒருவிதமாக அமைய, சரித்திர ஆய்வுகள் எவ்வாறு உண்மை நிகழ்வுகளைக் கிட்டவும் சென்று அணுகாமல், மாபெரும் நிகழ்வுக் கருத்தாடலாகக் கட்டமைப்புச் செய்யப் படுகின்றன என்பதுபற்றிய ஒரு சித்திரம் காவற்காரர்கள்!

இன்று, பின்நவீனத்துவச் சிந்தனைகள் உண்மை, பகுத்தறிவு, அடை யாளத்துவம், புறவயத் தன்மைபற்றிய செவ்வியல் ரீதியான எண்ணக் கருக் களைக் கேள்விக்குள்ளாக்கி உள்ளன. மனித விடுதலைபற்றி இதுகாலவரை ஏற்றுக்கொள்ளப்பட்ட கருதுகோள்கள்மீது சந்தேகங்களை எழுப்பியுள்ளன. ஒற்றைத் தனிச் சட்டகத்துக்குள், பெருங்கதையாடல் விபரிப்புகளை அது உடைத்துப்போட்டிருக்கிறது. உலகம் பன்முகப்பட்டதாக - ஸ்திதியில் தளம்பல்கள் கொண்டதாக - நிர்ணயமான முடிவுகள் எடுத்துக்கொள்ள இயலாததாக - ஒத்திசைவில்லாத பல்வேறு கலாசார வியாக்கியானங்களின்

கதம்பமாக அமைவதை அது வலியுறுத்துகிறது. சரித்திரம் என்பதை மையத்தில் கெட்டிதட்டிப் போன அரசியலின் வெளிப்பாடாக அது நோக்குகிறது.

உண்மை, அழகு, சத்தியம், வாய்மை, நேர்மை, இன்பம், அறிவு, எண்ணம், அனுபவம் போன்றன சகல சிந்தனை மரபுகளிலும் ஆராய்விற்குட்பட்ட விவகாரங்களாயினும், இன்று அவை புதிய வெளிச்சத்தில் அலசப்படுகின்றன.

ஸ்ரீதரனின் 'இராமாயண கலகம்' உண்மைபற்றிய தேடலைப் புராணக் கதையின் படுதாவில் பரிசீலனை செய்ய முயலும் கதை.

'உண்மையும் நேர்மையும் இவர்களுக்கு என்றுமே தெரியப்போவதில்லை' என்ற ஏக்கத்துடன் பூமாதேவியுடன் ஐக்கியமாகும் சீதாபிராட்டியின் மனச் சுமையோடு ஆரம்பமாகும் கதை 'இராமாயண கலகம்'.

இவ்வுலகை அறிய வேண்டுமென்கிற அவாவுடையவனாக - இராம கதை யின் முழு விபரங்களையும் அறிந்து, உணர்ந்து சேவித்துக்கொள்ள வேண்டும் என்கிற ஞான நோக்கில் இராம கதையின் தடம் தேடிப் புறப்படும் படகோட்டி குகனின் சந்ததியினரான பரதனின் உண்மையைத் தேடும் யாத்திரை இது.

'நீ இளவயதுக்காரன். உனக்கெவ்வளவோ எதிர்காலம் உண்டு. அதுவே புதிராக இருக்கப் போகிறது. கடந்தகால நிகழ்வுகளைப் பற்றியே ஏன் இவ் வளவு ஆய்கிறாய்?'

'எதிர்காலம் நிச்சயமானதில்லை. எதுவும் நடக்குமா என்று தெரியாது. ஆனால், கடந்தகாலம் நிச்சயமானது. நடந்தது. தடயம் கிடைத்துவிட்டால், நடந்தது உறுதிப்படுத்தப்பட்டுவிடும். எந்த உண்மையையும் நடந்ததை வைத்தே சொல்கிறார்கள். நடக்கப்போவதை வைத்துச் சொல்கிறார்களா? எனக்குத் தடயங்களின் உண்மை தெரிய வேண்டும்' என்கிறான் இக்கதையில் வரும் மைய நாயகன்.

கடந்தகால அனுபவங்களின், நடந்தவைகளின் உறுதிப்பாட்டிலிருந்து 'இது இவ்வாறு இருக்கக்கூடும்', 'இந்த நிலைமை இப்போது சாத்தியமாக லாம்' என்று நிகழ்தகவுகளாகக் கூற முடியுமே தவிர, அளவையியல் உறுதிப் பாட்டுடன் (logical necessity) கூறப்பட முடியாது என்பது மெய்யியல் கருத்து.

'ஒரு பதில்' என்பது 'புதிய கேள்விகள்' என்ற மிகப் பெரிய குடும்பத்தின் தந்தை மாதிரியாகத்தான் முடிந்து போகிறது என்கிறார் ஸ்ரெயின்பெக்.

உண்மைகள் போலியாக - குருட்டு நம்பிக்கைகளின் அர்த்தத்தில் அதிகார ஊற்றாக உருவகிக்கப்பட்டுப் பேணப்பட்டு வருவதை இக்கதையின் நாயகன் அறியவருகிறான்.

உண்மைகள் எனப்பட்டு, அதிகாரப்பூர்வமாக அறிவிக்கப்பட்டவைகள் மீது ஐயங்கொண்டு, அவற்றின் உண்மைத் தன்மையினை அறிய முனைந்த

இந்நாயகன், அந்தச் சத்திய வேட்டலுக்குத் தன் உயிரையே பலிகொடுக்க வேண்டிய அவலத்தைச் சித்திரிக்கிறது 'இராமாயண கலகம்'.

'நீ எப்படி சீதையின் சிறையிடம் அழகியபுரிவனம் என்று சொல்லுவாய்? எவ்வளவோ கடினத்துடன் உன்னைச் சீதை சிறையிருந்த இடத்துக்குக் கூட்டிக்கொண்டு போனோமே! யுத்தகளங்களையும் தாண்டிக் கூட்டிக் கொண்டு போனோமே! நாங்கள் என்ன மடையர்களா? ஏன் தவறான இடத்தை எல்லோருக்கும் சொல்கிறாய்..?' என்று உண்மைகளைக் கட்டி யமைக்கும் கைங்கரியத்தில் ஈடுபட்டிருப்பவர்கள் கொதித்துப்போகிறார்கள், இந்தக் கதையில்.

சீதை சிறைவைக்கப்பட்டிருந்த இடம் மட்டுமல்ல, இன்று தமிழ்ப் பெண் களும் ஆண்களும் எங்கு சிறைவைக்கப்பட்டிருக்கிறார்கள் என்ற உண்மையே தெரியாமல் நாடு பரிபாலனம் செய்யப்பட்டு வருவதை நாம் உணர்வோம். செம்மணிகளில் சடலங்கள் அல்ல, உண்மைகளே புதைக்கப்பட்டுள்ளன. முள்ளிவாய்க்கால் படுகொலைகளின் உண்மைகள் இன்று குப்பைக் கூடைக் குள் வீசியெறியப்பட்டுவிட்டன. மனித உரிமை அமைப்புகள், மனிதாபி மானிகளின் சர்வதேசச் சமூகத்தின் அழுத்தங்கள், ஜனநாயகக் கோரிக்கைகள், மனுக்கள், உயர்மட்ட அமைப்புகளின் வேண்டுகோள்கள் எல்லாமே செவிடன் காதில் ஊதிய சங்காகிப் போய்விட்டன. இராமாயணத்திலிருந்து முள்ளிவாய்க்கால்வரை உண்மைகள் ஒருபோதும் நம்வசப்படுவதில்லை.

எமது விஞ்ஞான அறிவு பாரதூரமான எல்லைக்கட்டுகளைக் கொண் டிருப்பது இன்று முன்னென்றுமில்லாத அளவுக்கு வெளித்தெரியவந்திருக் கிறது. இன்று உருவாகிக்கொண்டிருக்கும் குழப்பம் (chaos) மற்றும் சிக்கல் பிக்கலான முறைமைகள்பற்றிய கோட்பாடுகள், விஞ்ஞானத்தின் ஆதிக்கம், அதன் உறுதியான தன்மை என்பவற்றை உலுக்கியுள்ளன. Chaos என்பது ஒருவித ஒழுங்கமைப்பு என்று அறியப்படுகிறது.

பல்வேறு சிக்கலான அமைப்பின் கூறுகள் தனித்தனியே ஒவ்வொன் றுடனும் தொடர்புகொண்டு, ஒட்டி உறவாடி சுயசார்பான - தன்னெழுச்சி யான அமைப்புகளை உருவாக்கிக்கொள்கின்றன. இந்தத் தொடர்புகளையும் ஊடாட்டங்களையும் கீழைத்தேய பிரபஞ்ச அறிவின் பின்னணியில் ஆராய முயலும் ஸ்ரீதரனின் புதிய பயில் களம் 'அம்பலத்துடன் ஆறு நாட்கள்' என்னும் நீண்ட கதை. இந்தத் தத்துவ விசாரணையைத் தடைப்படுத்தி விடாத கதை யோட்டம், ஸ்ரீதரனின் சிருஷ்டியாற்றலுக்குச் சிறப்பான சாட்சியம் கூறு கிறது. ஸ்ரீதரனின் எல்லாக் கதைகளிலும் உட்சரடாக இழையும் தத்துவ விசாரத்தின் விகாசமாக அம்பலத்துடன் ஆறு நாட்கள் அமைந்திருக்கிறது.

- இயற்கைச் சக்தி தாயக்கட்டை உருட்டுவதில்லை.
- எல்லாவற்றிற்கும் ஒரு நேரம், ஒரு இடம் இருக்கும். அந்த இயற்கையைக் குலைக்காதே. கேட்பதற்கும் ஒரு நேரம் இருக்கிறது. பதில் சொல்வதற்கும் ஒரு நேரம் இருக்கிறது.
- என்ன கணக்குகள் போடுகிறாய்?
- எல்லாம் எனக்கு நடப்பவற்றைப் பற்றித்தான். எனக்கு நடப்பவற்றில் நீயும் இருக்கிறாய் - இதோ இந்த எருமைகளும் இருக்கின்றன. சங்கரனும் இருக்கின்றான். இடப்பக்கத்து அறையில் கணபதியும் சின்னத்துரையும் இருக்கிறார்கள். வலப்பக்கத்து அறையில் லிங்கமும் ஆறுமுகமும் இருக்கிறார்கள்.
- ஏ, முட்டாளே! எத்தனை தரம் நான் உனக்குச் சொல்வது? நடப்பவையெல்லாம் தனித்தனியாக நடப்பவையல்ல. எல்லாம் தொடர்புள்ளவையாகவும் தொடர்ச்சியாகவும் நடக்கும். பார்த்தாயா?
- எல்லாச் சம்பவங்களும் எங்கள் கட்டுப்பாட்டில் நடப்பதில்லை என்றால், சம்பவங்கள் எப்படியும் போக்கற்று, தாயக்கட்டை உருட்டுவது போல் நடக்கலாம் என்பதில்லை. சம்பவங்களுக்குள் ஒரு காரணகாரியத் தொடர்பு இருக்கும்.
- இந்தப் பூமி தொடக்கமுமில்லை; வானம் எல்லையுமில்லை.
- மனிதனுக்கான சாபம் இதுதான். கணத்துக்குக் கணம் கிடைப்பதை வைத்தே வாழ்க்கையை ஓட்டப் பார்க்கிறோம். நாளைக்கு என்ன நடக்கப் போகிறது என்ற யோசனை கொஞ்சமும் உன்னிடம் இப்போது இல்லை, பார்த்தாயா? ஆனால், எல்லாவற்றிக்கும் தொடர்ச்சியிருக்கிறது.

எக்ஸிஸ்டென்ஸலிஸத்துடன் கீழைத்தேய வானியல் சிந்தனையையும் இழைத்து, புதிய பார்வையைக் கதையில் தருகிறார் ஸ்ரீதரன்.

சமூகத்தில் பல கதைகள் இருக்கின்றன; பல பேரின் கதைகள் இருக்கின்றன. சொல்லப்பட்டவை சில. அறியப்பட்டவை சில. பல கதைகள் வீறாப்புடன் ஒலிக்கின்றன. மிகப் பல கதைகள் முனகலாய் - தொலைதூர ஓசையாய் அருகிப்போய்க் கேட்கிறது. எல்லோர் கதைகளும் சொல்லப்பட வேண்டியவை. தனித்த ஒரு ஆதர்ஸக் கதாநாயகனின் கதை மட்டுமல்ல. சாராயம் குடிக்கப் போவதில் எப்போதும் கவனமாக இருக்கும் மணி இந்தக் கதையின் மிகப் பெரிய protoganist ஆக வருகிறான்.

சிறைச்சாலை, சங்கிலிகள் நிலத்தில் உராய்ந்து எழும் சப்தம், கம்பிக் கதவுகள், கல்லுடைக்கும் மலைப்பாங்கான இடம், தள்ளுவண்டிகள், செங்கற் சூளைகள், நாற்சார் வீடு என்று அம்பலத்துடன் ஆறு நாட்கள் கதையில் ஸ்ரீதரன் கோலம்காட்டும் நிலவியல் பரப்பு யதார்த்தத்திலும் கற்பனா யதார்த்தத்திலுமாய் மாறிமாறி அமைகின்றன.

அதிகாரப் பரம்பரையின் ஆணவம், தொழில்போட்டி, காட்டிக்கொடுப்பு, கொலை, காணிச் சண்டைகள், எஞ்சினியர் - டாக்டர் படிப்புகள், ஊழல்கள், லஞ்சங்கள், சகோதர உறவுகளை வெட்டித்தள்ளும் வாழ்க்கைப் பந்தயம், பணத்தின் வீம்பு போன்ற நடப்பியல் அறவியல் கூறுகளை ஊடுருவிச் சாடும் ஸ்ரீதரனின் எழுத்தில் சாகஸங்களும் இழைந்து மெருகு சேர்க்கின்றன.

சிறையிலிருந்து தப்பிப் போக பண வசதி படைத்த இரண்டு பேர் மேற் கொண்ட ஏற்பாட்டில் நேர்ந்த அந்தக் கண நேர மாற்றத்தில் தாடியம் பலமும் சிவமும் தப்பிச் சென்றுவிடும் வினோதம், குடைச்சாமியின் வீட்டை யார் எரித்தார்கள், அவர் உயிருடன்தான் இருக்கிறாரா என்ற புதிர், என் கணக்குகள் எனக்குத்தான் தெரியும்; நான் பிரிய வேண்டிய நேரம் வந்து விட்டது என்று புறப்பட்டுவிடும் தாடியம்பலத்தின் தீர்க்கமான பாதை என்று ஸ்ரீதரனின் மொழி விரிக்கும் புனைவுலகம் நவீனத்திற்குரிய ஒன்று.

ஸ்ரீதரனின் பார்வைக்கோணமும் எழுத்து வளமும் ஈழத்து இலக்கிய உலகில் அவரைத் தனித்துவமான எழுத்தாளராக அடையாளப்படுத்து கின்றன. சம்பவங்களைக் கொண்டு கதை பின்னுவதற்கப்பால் வாழ்க்கை யைத் தத்துவப் பகைப்புலத்தில் அணுகும் தன்மை இவரது கதைகளைத் தனித்துவச் சிறப்புமிக்கதாக்கி உள்ளது.

ஸ்ரீதரனின் புனைவுலகம் வினோதத்தை யதார்த்தத்துடன் பிணைத்து, யதார்த்தத்தை ஆழப்படுத்தி, மனித இருப்பின் சூட்சுமத்தைத் துளாவிப் பிடிக்க முனைகிறது. நடப்புலகின் சிதிலக் கூறுகளை ஆங்காங்கே தீட்டி வினோத உலகினை, வேறுபட்ட நிலவியல் களங்களில் புனைந்து பிரபஞ் சத்தின் கோலங்கள், வானவெளி, கிரகங்கள், வீடுகள் என்றும் மனித வாழ்வு குறித்த நிகழ்வுகள், குழப்பங்கள், காரணகாரியங்கள், வாழும் அந்தந்தக் கணங்கள் என்று மெய்யியல் விசாரணைகளாய் இவரது எழுத்துகள் விரி கின்றன.

ஸ்ரீதரனின் பிரதியை எதிர்கொள்ளும் வாசகன்/வாசகி நிஜம், கற்பனை, பொய், பிரமை, விநோதம், யதார்த்தம், புதிர், சாகஸம் என்பவற்றிற் கிடையிலே பயணிக்க வேண்டியவராகிறார். யதார்த்தவகை எழுத்திலே கட்டமைக்கப்பட்டிருக்கும் ஈழத்துப் புனைகதை வளர்ச்சியில் மொழி, புனைவு, பிரபஞ்ச விசாரம், யதார்த்த அவலட்சணங்கள், தத்துவ நோக்கு, நவீன எழுத்துப் பரிச்சயம் போன்ற வலிய இழைகளில் பின்னப்பட்ட ஸ்ரீதரனின் எழுத்துகள் அசாதாரண பாய்ச்சலைக் காட்டிநிற்கின்றன. ஒரு விஞ்ஞானியின் நுண்நோக்கும், ஒரு கலைஞனின் மென்னுணர்வும், ஒரு தத்துவ தரிசியின் தீட்சண்யமும் இவரது எழுத்துகளுக்கு ஆழ்ந்த பரி மாணம் சேர்க்கின்றன. ஸ்ரீதரனின் எழுத்து, சந்தை இரைச்சலின் வாடை படாத எழுத்து. வனாந்தர நீர்வீழ்ச்சியின் காம்பீரியமும் இதமும் உயிர்ப்பும் துடிக்கும் எழுத்து இது.

ஸ்ரீதரனின் இச்சிறுகதைத் தொகுப்பில் உள்ள கதைகளுக்காக ஓவியர் கே. கிருஷ்ணராஜா தீட்டியிருக்கும் ஓவியங்கள் கதைகளுக்கான வெறும் விளக்கப்படங்களாக அல்ல, தனித்துவமான - கதைகளை மீறிய பிறிதொரு சிருஷ்டியாக மலர்ந்திருக்கின்றன. ஓவியர் மாற்குவிடம் பயின்ற கே.கே. ராஜா ஓவியம், சிற்பம் ஆகிய நுண்கலைகளை இலங்கைப் பல்கலைக்கழகங்களில் பயின்றவர். ஓவியம் அவரது ஜீவன்.

ஸ்ரீதரனின் ஸ்தூலமான சிறுகதைகளில் அடிநாதமாக இழையோடும் உணர்ச்சிகள், ஆக்ரோஷங்கள், வெறுமைகள், பொய்கள், தன்னலங்கள், சுரண்டல்கள், எதிர்பார்ப்புகள், ஏக்கங்கள், துயரங்கள், இயற்கை அனர்த்தங்கள், சக மனிதனை இழிவாக நோக்கும் புன்மைகள் போன்ற அனைத்தும் ராஜா என்ற ஓவியனின் புரிதலில் - தூரிகையின் தஹிப்பில் காலத்தால் அழியாத வண்ண ஓவியங்களாகியுள்ளன.

இங்கு இடம்பெற்றிருக்கும் பதினாறு ஓவியங்களும் ராஜாவின் நீடித்த உழைப்பின் அறுவடை. ஸ்ரீதரனின் சிறப்பான சிறுகதைகள் தனது ஓவியத்திற்கான ஆத்மார்த்த உந்துதலைத் தந்தது என்கிறார் ராஜா. சிறுகதை வாசிப்பையும் ஓவிய ரசனையையும் இணைத்த தொகுப்பாக இந்நூல் வெளிவருவது தனிச்சிறப்பு.

***

ஸ்ரீதரனின் நீர்ப்பாசனத் துறைசார் பொறியியல் புலமைத்துவம் பலம் வாய்ந்தது. Who's Who Among America's Teachers, Who's Who in Science and Engineering ஆகிய பதிவுகளில் ஸ்ரீதரன் இடம்பெற்றிருக்கிறார். 2002-2003 ஆண்டின் America's Registry of Outstanding Professionals என்ற பெரும் விருது இவருக்கு வழங்கப்பட்டிருக்கிறது.

இலங்கையில் 5 ஆண்டுகள் நீர்ப்பாசனம்சார் பொறியியலாளராகப் பணியாற்றி, ஆராய்ச்சி நிமித்தம் 1978ஆம் ஆண்டு அமெரிக்கா சென்ற ஸ்ரீதரன் Colorado State Universityஇலும் தற்போது Central State Universityயிலுமாக 34 ஆண்டுகள் உயர் ஆராய்ச்சிப் பணியில் ஈடுபட்டு வந்திருக்கிறார். Central State Universityஇன் நீர்வள முகாமைத்துவத் துறையின் தலைவராகவும் பேராசிரியராகவும் திகழும் ஸ்ரீதரன் Journal of Irrigation and Drainage Engineering என்ற ஆராய்ச்சிச் சஞ்சிகையின் ஆசிரியராகவும் செயற்பட்டுவருகிறார்.

அமெரிக்காவின் தலைசிறந்த பொறியியல் வல்லுநரான ஸ்ரீதரனின் விஞ்ஞானப் புலமைத்துவ உலகில், ஒரு அற்புதமான கதைசொல்லி ஒளிந்திருக்கும் உண்மையை இந்தத் தொகுப்பு துலாம்பரப்படுத்துகிறது. தொழில்சார் கல்வியின் நெருக்கடிக்குள்ளும், அமெரிக்காவின் யாந்திரீக வாழ்விற்கும் இடையில் ஒரு சிருஷ்டி எழுத்தாளன், ஒரு சங்கீத உபாசகன்

காணாமல் போய்விடக் கூடாது என்ற ஏக்கம் இந்தத் தொகுப்பை வாசிக்கும்போது நெஞ்சை நெருடவே செய்கிறது. பத்மநாப ஐயர் என்ற க்ரியா ஊக்கி இல்லை என்றால், ஸ்ரீதரனின் அமெரிக்க வாழ்வின் எழுத்துலகை நாம் தரிசிக்கும் பாக்கியத்தை அடைந்திருக்க முடியாது என்பது மிகையாகக் கூறுவது ஆகாது.

பத்மநாப ஐயரின் நீண்ட பேருழைப்பில், ராஜாவின் ஆத்மார்த்தமான ஈடுபாட்டில், ஸ்ரீதரனின் நெருக்குவாரமற்ற - ஒரு ஞானியின் சாந்தமான நீடித்த மௌனத்தில் இந்தத் தொகுப்பு சாத்தியமாகியிருக்கிறது.

கதைகள் பிரசுரம் பெறுதல், நூல் வெளியீடு என்பனவெல்லாம் ஸ்ரீதரனின் உலகில் பெரும் சலனங்களை ஏற்படுத்தும் வலிமை கொண்டன அல்ல எனினும், ஸ்ரீதரன் தொடர்ந்து எழுதுவதை, அவர் தனது தார்மீகக் கடமை என்று வரித்து, மேலும் புதிய ஆக்கங்களைத் தந்து, புலம்பெயர் தமிழ் இலக்கியத்திற்கு அணி சேர்த்திட வேண்டும். ●

ஸ்ரீதரன் கதைகள், டிசம்பர் 2013, நாகர்கோவில்

புகலிடமும் கலாமோகனும் குளிரும்

பிரபல ஜெர்மன் நாவலாசிரியர் Heinrich Böll ஒரு சந்தர்ப்பத்தில் குறிப்பிட்டார்: இந்த இருபதாம் நூற்றாண்டு, அகதிகளதும் அரசியல் கைதிகளதும் நூற்றாண்டு என்று. சிறைக்கூடங்களும் சித்திரவதைகளும் இதற்கு முன்னர் இல்லை என்றோ ஒடுக்குமுறையிலிருந்தும் உயிராபத்திலிருந்தும் தப்பி ஓடிய நிலை இந்த நூற்றாண்டிற்கு மட்டுமே உரியது என்றோ அவசரத் தீர்ப்புக்கு நாம் வர வேண்டியதில்லை. ஆனால், இந்த நூற்றாண்டின் சரித்திரத்தில் இந்த அம்சம் தூக்கலாக - துருத்திக்கொண்டு நிற்பதை யாரும் அவதானிக்க முடியும்.

ஈழத் தமிழரின் சமுதாய, அரசியல் வாழ்வில் எண்பதுகளில் குதிர்ந்த அகதி நிலைமை புதிய ஒரு சமூகத் தோற்றப்பாடாகும். யுத்த மேகம் சூழ்ந்த மண்ணிலிருந்து அரசினதும் ஆயுதக் குழுக்களதும் அராஜகக் கரங்களின் நச்சு ஸ்பரிசத்திலிருந்து தப்பி லட்சக் கணக்கான தமிழர்கள் தாயக மண்ணை விட்டுப் புலம்பெயர்ந்த வரலாறு போராட்ட வரலாற்றின் மற்றுமொரு பாதி. ஒரு மக்கள் கூட்டம் சொந்த மண்ணைவிட்டுப் புலம்பெயரும் நிலைமை அரசியல் வன்முறையின் தீர்க்கமான வெளிப்பாடு. ரௌடித்தனமான அரசும் அதற்கு எந்த விதத்திலும் சளைத்துப் போகாத இயக்கங்களின் வன்முறையும் சகல தார்மீக விழுமியங்களையும் குழிதோண்டிப் புதைத்துவிட்டுத் தன் சொந்த மக்கள் மீதே நடத்திய பாசிச வெறியாட்டத்தின் அடையாளம் இது. ஒரு பிரஜையை அவன்/அவளின் சொந்த இருப்பைச் சீர்குலைத்து, அவன்/அவள் வாழ்ந்து மகிழ்ந்த கிராமம், வயல்வெளி, கிணறு, குச்சு ஒழுங்கைகள், பூவரச மரங்கள், பனை வடலி, அரைத்த மீன் குழம்பு, கள்ளுக் கொட்டில்கள், வாசக சாலைகள், காற்று, மண் புழுதி, வெள்ளி நிலா, அப்பு, ஆச்சி அனைத்தையும் தொலைத்துவிட்டு அவனை/அவளைப் பலாத்காரமாக இயற்கைச் சூழலிலிருந்து வெளியேற்றும் தீவிர ஒடுக்குமுறையின் வடிவம் இது. தங்கள் வீடு, வளவு, படிப்பு, அரசாங்க உத்தியோகம், சீதனம் என்று குட்டை நீராய்த் தேங்கிப்போன - தாமஸ வாழ்வின் தொடர்ந்த இருப்பை உலுக்கிய அரசியல் போக்குகளின் விகார ரூபம் இது. சமூக, அரசியல்

இழைகளிலிருந்து ஒரு சமூகஜீவியைப் பிய்த்தெடுத்து அவனை/அவளைச் சூனியப் பிராந்தியத்தில் - ஒரு அத்துவான வெளிக்குள் வீசி எறிந்துவிட்டுக் கெக்கலி கொட்டிச் சிரிக்கும் குரூர அரசியலின் பரிமாணம் இது.

இன்றும் இந்த ஒடுக்குமுறையிலிருந்து வெளியேறிக்கொள்ள முடியாமல் திணறுகின்ற கூட்டத்திலிருந்து கொழும்பிலும், சென்னையிலும், சிங்கப்பூரிலும் - பாடசாலைப் புவியியலில் குறித்துப் பெயரிட்டு மட்டுமே தெரிந்து வைத்திருந்த பல ஆப்பிரிக்க நாடுகளின் தலைநகர்களிலும் மேலை நாடுகள் நோக்கிய நீண்ட பயணத்தில் தரித்து நிற்கும் பல்லாயிரக் கணக்கான தமிழர்கள் இந்த நாசகார அரசியலின் இரத்த சாட்சிகள்.

தமிழர்களின் இந்தப் புலப்பெயர்வின் அரசியல் பரிமாணத்தைச் சமூக சூக்குமத்தை - சர்வதேச வியாகபத்தைப் புரிந்துகொள்ளாமல் 'போராட்ட மண்ணைவிட்டு வெளியேறிவிட்டார்கள்', 'மேற்கு நாடுகளின் சொகுசு தேடிப் புறப்பட்டவர்கள்' என்றெல்லாம் ஆக்ரோஷமாக ஒலித்த குரல்கள் இன்று க்ஷீணித்துப் போய்த்தான் கேட்கிறது. ஒற்றை வரித் தீர்ப்போடு திருப்திப்பட்டுக் கொண்டுவிடக்கூடிய அல்ப நிகழ்வு அல்ல இது. ஈழத் தமிழர்களின் புகலிட வாழ்வு கிளுகிளுப்புச் சமாச்சாரம் அல்ல. 'தலைமாற்றிய புத்தகங்களுடன்' பாரிய சர்வதேச விமான நிலையங்களில் முதன்முதலில் கால்பதிக்கும் பரபரப்புடன் கஸ்டம்ஸ், இமிகிரேஷன் கவுண்டரின் பின்னால் வரண்டுபோன உதடுகள், படபடக்கும் நெஞ்சு, பதைப்பு, நடுக்கத்துடன் நிற்கும் தமிழ் அகதியின் அனுபவம் பரிதாபத்துக்குரியதுதான் எனினும் அதில் துணிச்சலும் பொதிந்து கிடக்கிறது. எமது இளைஞர்களின் விமான நிலைய அனுபவங்கள் எப்போதுமே மகிழ்ச்சிரமாக அமைந்ததில்லை. நானுமே 'தலைமாற்றிய புத்தகத்துடன்' பிராங்பேட் விமான நிலையத்தில் தடுத்து நிறுத்தப்பட்டபோது ஏனோ Breyten Breytenbachஇன் The true confessions of an Albino terrorist என்ற நூல் நினைவில் வந்துபோனது. பிரெய்ட்டன் பாஹின் அனுபவம் நெஞசத்தைச் சில்லிட வைப்பது.

யாழ்ப்பாண வேலிகளுக்குள் பவுத்திரமாக 'வளர்க்கப்பட்ட' பெண்கள், ஆண்களைவிடப் பாரதூரமான யதார்த்தங்களைப் புகலிட வாழ்வின் எல்லாக் கட்டங்களிலும் சந்திக்கிறார்கள். ஏற்றிவிட்ட ஏஜெண்டுகள் மாயமாய் மறைந்து போக - விமானத்தில் ஏறியதும் கடவுச்சீட்டுக்களை என்ன செய்ய வேண்டுமென்று ஏஜென்சி சொல்லித்தந்த அறிவுரைகளை மூளையில் பதித்துக் கொண்டு, போலிக் கடவுச்சீட்டு எனக் கண்டுபிடிக்கப்பட்டு, ஊர் பேர் தெரியாத சிறைக்கூடங்களுக்குள் அநாதரவாக அடைபட்டு, மொழி தெரியாது பரிதவித்துத் தொடரும் புகலிட வாழ்வு துயரமானதுதான்.

குடும்பங்களைப் பிரிந்து உறவுகளைத் துறந்து, சொந்தபந்தங்களை வெட்டி முறித்துக்கொண்டு - எங்கு போகிறோம் என்று தெரியாமல் என்னவாகப்

போகிறோம் என்றும் தெரியாமல் தனிமை, வேதனை, விரக்தி, வெறுப்பில் முக்குளித்து வாழும் அகதியின் கசந்துபோன வாழ்க்கை ஒரு நடப்பியல் யதார்த்தம். கால்பதித்த நாடுகளிலும் அகதியாக அல்ல, 'கள்ள அகதியாக' நோக்கப்படும் சீரழிந்த நிலைமை அவனது துயரத்திற்கு மேலும் சோபையைக் கூட்டுகிறது. புகலிட வாழ்வு தன்கூடவே ஒரு அந்நியப்பட்ட - விச்ராந்தியின் மனக் கோலத்தையும் பிணைத்துக்கொண்டு வந்துவிடுகிறது. தான் பிரிந்து விட்டு வந்த தாயக மண்ணின் நினைவிலிருந்த அவனால் மீள முடியவில்லை. அப்படியே ஒருகால் திரும்ப நேர்ந்தாலும் அவன் காண நேரும் தேசம் அவன் விட்டு வந்ததோ, அவனுக்குரியதோ அல்ல என்று அவன் உணரும்போது அவன் நிலை மேலும் பரிதாபமாகிறது. ஒரு பாழ் வெளியில் அவன். தொடர்ச்சியான - முடிவில்லாத சூன்ய வெளியில். மாறிவிட்ட பௌதிக வெளி - ஆத்மார்த்த வெளி - உணர்வுகள் ஓலமிடும் வெளி. தற்காலிக இருப்பு எனத் தான் கருதியது நிரந்தரமாகப் போகிறது என்பதை ஏற்றுக் கொள்ள மறுக்கும் உணர்வின் நீடித்த போராட்டம்.

இந்தப் புகலிட வாழவின் ஊமைத் துயரங்களில், மனக் கசிவுகளில் காய்ந்து போன இரத்தத் துளிகளின் வெடிப்பில்தான் கலாமோகனின் சிருஷ்டிகள் கருக்கொண்டிருக்கின்றன.

கலாமோகனின் கதைகள் வித்தியாசமானவை. தமிழுக்கு இந்த வகை எழுத்து சற்றே புதியது. அசாதாரண பாத்திர இயக்கங்கள், நிகழ்வுகள், வித்தியாசமான நிகழ்ச்சிகள், கதையை முறித்து, பளீரென்று மின்வெட்டி மற்றுமொரு கோலத்தைக் காட்டும் வேளை தொடர்ச்சி பேணப்படும் பண்பு என்று சிரத்தையோடு வாசிக்கப்பட வேண்டிய எழுத்து. இத்தொகுப்பில் வெளியாகியுள்ள சகல சிறுகதைகளும் விரிவான நுணுகிய பரிசீலனைக்கு உட்படுத்தப்பட வேண்டியவை. 'குளிர்' என்ற தலைப்புச் சிறுகதையை மாத்திரம் இங்கே தனியே எடுத்துப் பார்க்க விரும்புகிறேன்.

ஜூலியோ கோர்த்தாசர் (Julio Cortazar) என்ற லத்தீன் அமெரிக்க புகலிட எழுத்தாளனினது ஒரு சிறுகதையின் ஆரம்ப வரிகளில் ஒரு பாத்திரம் பின் வருமாறு பேசுகிறது.

'எல்லாமே உடைந்து ஊடுருவிக் கொண்டுபோகத் தம்மை அனுமதித்துக் கொண்டிருப்பது போலவும் - எல்லாமே நொதுமலாயும் ரொம்பவும் விட்டுக் கொடுப்பதாயும், ஒன்றிலிருந்து இன்னொன்றாக மாறிப் போகிற அசைவுக்கு எந்த விதமான எதிர்ப்புமே காட்டாமல் ஏற்றுக்கொண்டுவிடுவது மாதிரியும் எனக்குச் சில சந்தர்ப்பங்களில் தோன்றுகிறது.'

ஒன்று இன்னொன்றாக மாறி முடிந்துவிடுகின்ற 'எல்லைகள் சிதிலமாகிக் கரைகிற' இப்போக்கு கலாமோகனின் கதையிலும் விரவிக் காணப்படுகிறது.

'குளிர்' கதையின் முதல் வரி.

'தினங்கள் யுகங்களாகி என் முன் கரைந்தபடி'

அடுத்த வரி.

'கோடைகள், குளிர்கள், இலையுதிர்கள், இலைதளிர்கள் அனைத்துமே தினயுகத்துள் சங்கமம்'

ஒரு அகதியின் புகலிட வாழ்வில் ஒவ்வொரு தினமும் யுகமாக விரிந்து பின் 'கரையும்' சோகம் அவனின் நினைவுக் கோலத்தில் - எண்ண வெளியில் தினத்திற்கும் யுகத்திற்கும் இடையிலான பௌதிகத் திரட்சி உடைந்து கரைகிறது. இந்த எல்லைகள் சிதிலமாகிக் கரைகிற பண்பு இவனின் வாழ்வுபற்றிய விசாரத்திலும் தொனிக்கிறது.

'முக்தி, வாழ்வு, போர்! போருக்குள் முக்தியும், முக்திக்குள் போரும், போர், முக்தி - இவைகளுக்குள் வாழ்வும்' விடுதலையும் போரும் என்பது - இலக்கும் அதனை அடையும் வழியும் என்பது பேதமிழந்து - குறி குணமிழந்து ஒன்றுள் ஒன்றாய் கரைந்து அழிகின்றன. எனவேதான் 'மாயக் கம்பளத்தால் உடலையும் உயிரையும் போர்த்தி இருத்தல் வாழும் விநோதத்தைக் கற்றல்' இந்தக் கதையின் கிளர்ச்சிக்காரனுக்குப் பலிதமாகிறது. உடலின், உயிரின் பேதம் மறைந்த நிலை.

சொந்த மண்ணைவிட்டு வெளிநாடு வந்தவனின் நினைவுக் கோலம். 'தணல் நிலத்தில் வியர்வைக் குளியலை ஏய்த்துவிட்டு, குளிர் நிலத்தில் பனிச் சேறு பூசி, ஓர் முடிவற்ற வேள்வியை வாழும்' இவன் முன் தினங்கள் யுகங்களாகின்றன. கவிதை வரிகளாய் தெறிக்கும் இந்த வசனத்தில் முடிவற்ற வேள்வியில் ஈடுபட்டிருக்கும் ஒரு அபாக்கியவாதியான அகதியின் சோகம் அழகாய் விரிகிறது.

தினங்கள் யுகங்களாகின்றன யுகங்களுக்குள் தினங்களைத் தேடுகின்றான். அந்த அகதி விட்டுவிட்டு வந்த மண்ணின் பௌதிகக் கோடுகளே கரைந்து அழியும் நிலையில் - யாழ்ப்பாண மண்ணில் அவனது நினைவுகள் தோய்கின்றன.

'பச்சை மஞ்சள் அரைந்து... கரைந்து... கிணற்றின் வட்டக் கட்டில் பாதை கிழித்து... வடிந்து... நீரினையும் நீரினங்களையும் புனிதமாக்கியது யுகத்திலல்ல, தினத்தில்'

கலாமோகனின் வசன அமைப்பும் எழுவாய் பயனிலை எல்லைகளை அழிக்க முயலும் போட்டியில் வெற்றுப் புள்ளிகளின் நீளத்தில் நினைவை இழைப்பதைச் சாத்தியமாக்கப் பார்க்கின்றன.

'செவ்வாழையும், செவ்வந்திப் பூக்களும், பூவரசுகளும் தமது நிர்வாணங்களின் மீது என்றாவது ஒருநாள் உதிரம் கொட்டுமென கனவு காணாதிருந்த அந்தத் தினங்களில் உப்பு நீரின் கரிப்பு என் காதில் தேனாகப் பாய்ந்தது.'

இரத்த வெடுக்கடிக்கும் தாயக மண்ணின் குரூர யதார்த்தத்திற்குள் - இந்த அவலத்திற்கு முன்னைய வாழ்க்கையை அவன் யாசிக்கும் தாபம் கவிதை வரிகளாய்த்தான் பீறிடுகிறது.

'குளிர்' உடல்களைக் கடிக்கும் பொல்லாத குளிர். எழுவதா, எழாது விடுவதா? வாழ்வதும் வாழாது விடுவதும் - எழுவதும் எழாது விடுவதையும் போல. வாழும் விருப்பு குளிர்க் கிருமிகளால் அரிக்கப்பட்டு 'சாதல்' தன்னை வாழுவதற்குத் திணறிய நிலையில்...'

எழுவது எழாது விடுவது, வாழ்வது வாழாது விடுவது, வாழும் விருப்பு அழிக்கப்படுதல் சாதல் - தன்னை வாழுவதற்குத் திணறல் இந்த எதிர்மறைகளின் - துருவப் போக்குகளின் ஸ்தூல எல்லைகள் அகதியின் மனோ விசாரத்தில் அழிந்துபடுகின்றன. எதிர்கால வாழ்வுபற்றிய அவனின் பார்வை தத்துவ உலகில் நிலைகொள்கிறது.

'விஷம்.'

'மதுச்சாலைக்குள், என்னைப் போல் கவிதைக் கிருமிகளாலும் குளிர்க் கிருமிகளாலும் பாதிக்கப்பட்ட ஒருவனின் உதடுகளைவிட்டு வெளியேறிய, இந்த அற்புதமான சொல் என் காதில் வீழ்கின்றது.'

மண்ணை இழந்து - வாழ்வைத் தொலைந்துவிட்டு நிற்கும் அகதியின் காதில் விழும் குரல்: விஷம்.

நவீன சைத்திரீகனின் தூரிகையில் கோலம்காட்டும் இன்னொரு காட்சிப் படிமம். வேறுபட்ட யதார்த்த மெய்மை தொடர்பு அறாமல் கதையோடு செறிகிறது. அந்த அகதியின் தேர்வு: விஷம்! 'விஷம் இது ஒரு அழகிய கவிதை. உன்னிடமிருந்தால் எனக்குத் தா' பதின்மூன்று நிமிடங்களில் அவன் மீண்டும் விஷத்துடன் விஷம் வேண்டிக் கேட்டவனின் உடலில் சிறிது நடுக்கம். பதின்மூன்று நிமிஷங்களில் அவன் மனதில் வாழ்வுக்கும் சாவுக்கும் இடையிலான வேறுபாடுகள் கரையத் தொடங்கிவிடுகின்றன. விஷம் வேண்டும் தேர்வை அவன் இப்போது யாசிக்கவில்லை. மீண்டும் அந்நிய மண்ணில் வயிறை வளர்க்கும் வாழ்க்கைப் போராட்டச் சூழல். இலவச விளம்பரப் பத்திரிகைகளை விநியோகிக்கும் பியுரோவில் சம்பள உயர்வு மற்றும் கோரிக்கையுடன் வேலைநிறுத்தம். முதலாளி பேசுகின்றார்:

'ஒரு குளிர்காலத்தில்தான், நீங்கள் எனது நிறுவனத்தில் வந்து சேர்ந்தீர்கள். அப்போதெல்லாம் நீங்கள் குளிர்பற்றிப் பேசவில்லை. நீங்கள் மிகவும் அடக்கமானவர்களாக இருந்தீர்கள். அந்தக் குளிர்காலத்தில் அடிக்கடி சூடு பற்றிப் பேசிய நீங்கள், குளிரையும் சூடு என வர்ணித்த நீங்கள் இன்று மட்டும் குளிரைச் சூடாக மொழிபெயர்க்காமல் இருப்பது எனக்குள் விசித்திரத்தையூட்டுகிறது.'

குளிர் சூடு... குளிரையும் சூடாகக் காணும் அகதியின் நோக்கு முதலாளி யில் ஒலிக்கிறது.

'எனக்கெண்டா வேலை போறதைப் பற்றிக் கவலையில்லை. வேலை போனா சோமாஸ் (வேலையிழந்தோருக்குக் கிடைக்கும் உதவிப் பணம்) கிடைக்கும். சோமாஸையும் எடுத்துக்கொண்டு ஒரு கள்ள வேலையும் செய்த னென்டா எனக்கு ரெண்டு சம்பளமெல்லே கிடைக்கும்' இந்தக் குரலும் அகதிகள் வாழ்வின் ஒரு குரல்தான். காசைத் தேடிய முடிவில்லாத ஓட்டம்... வேலை போனாலும் சரி, வந்தாலும் சரி. இந்த எல்லைகள் அழிதலிலும் பொருளாதார லாபம் தேடும் குரல். இவன் மனதிலும் எதிரொலிகள். 'நான் ஒரு அடிமை. முன்பு றூப்பியாலும் இப்போது பிரெஞ்சு பிராங்கினாலும் கட்டிவைக்கப்பட்டுள்ளேன். நான் மலிவு. எவராவது என்னை விலைக்கு வாங்க வராதுவிடுவார்களாயின் விஷம்கூடத் தனக்கு வர வேண்டிய கவிதா பட்டத்தை இழந்துவிடும். எனக்கு இப்போது விஷம் வேண்டும். தணல் குளிராவதும் குளிர் தணலாவதும் விநோதமான சமாச்சாரங்கள்தாம்.'

மதுச்சாலையில் விஷத்திற்காகவும் அவனுக்காகவும் காத்திருக்கின்றான். ஆனால், இவன் வருமுன் அவனோ அனைவர் முன்னிலையிலும் நஞ் சினை அருந்தி இறந்துவிட்டான். சாதலை நிகழ்த்திவிட்டான். இவன் பியரை வாங்கிக் குடித்துவிட்டு வெளியே வருகின்றான். முகத்தில் குளிரின் அடி.

அகதியினது மனவிசாரத்தின் பல்வேறு கோலங்களைக் காட்டும் 'குளிர்' கலாமோகனின் சிறந்த கதைகளில் ஒன்று. 'புள்ளடி', 'உருக்கம்' ஆகிய கதைகள் பிரான்சில் வாழும் தமிழ் அகதிகளின் தொழில்முறை அனுபவங்களையும் யோசனைகளையும் அடக்கமான எள்ளலுடன் மிக நுணுக்கமாக விபரிக்கிறது. 'புள்ளடி' வீரகேசரியில் வெளியாகியபோதே பலராலும் சிலாகிக்கப்பட்ட சிறுகதையாகும். புகலிட நாடுகளில் தமிழ் அகதிகளின் சமூக வாழ்க்கை இன்னும் விரிவான - கூர்மையான பார்வைக்கு உட்படுத்தப்படவில்லை. இவர்களின் சமூக வாழக்கையும் அபிலாசைகளும் முரண்பாடுகளும் வர லாறாக எழுதப்படும்போது கலாமோகனின் இந்தக் கதைகள் அவற்றின் மிகவும் ஆதாரமான சமூகக் குறிப்புகளாக அமையும் தகைமை கொண்டன. கலாமோகனின் பத்தாண்டு கால பிரான்ஸின் வாழ்நிலை அனுபவங்கள் இந்தக் கதைகளின் மெய்மையான நுணுக்க விபரங்களோடு கூடிய சித்திரிப் புக்கு நன்கு துணைபுரிகின்றன. 'முகம்' சிறுகதை, 'முகத்தை வரும் வழி யில் தொலைத்துவிட்டேன்' என்ற வரியுடன் ஆரம்பமாகிறது. 'முகத்தைத் தொலைத்துவிட்டேன் என்றோ வானம் இடிந்து தலையில் விழுந்தால் கூட முகமூடி மட்டும் விலைக்கோ இலவசமாகவோ வாங்குவதில்லை என முடிவெடுத்துப் பல வருடங்களாகிவிட்டன' எனக் கலாமோகன் எழுதும் வரிகள் ஒரு அகதியின் கிரஹிப்பில் அர்த்தம் கொள்ளுபவை.

'தேள்', கலாமோகனின் மீது என் கவனத்தைக் குவிக்க நிர்ப்பந்தித்த கதை. சீதனத்தால் திருமணம் பின்தள்ளப்பட்டுக்கொண்டிருக்கும் ஒரு முதிர் கன்னியின் கதைதான். ஈழத்தின் இலக்கியப் பரப்பில் சீதனப் பிரச் சினையை மையமாகக் கொண்டு எழுதப்பட்ட அனைத்துக் கதைகளையும் புறந்தள்ளிவிட்டு மிகவும் அபூர்வமான படிமங்களின் பின்னலில் கலாபூர்வ மாக நேர்த்தியாகச் செய்து முடிக்கப்பட்ட முதல் தரமான ஒரேயொரு கதை யாக இது தனித்துவம் பெறுகிறது.

மழை, நிழல் என்பன sex சார்ந்த கதைகள். ஈழத்தில் பாலியல் விவ காரங்களை இலக்கியத்தின் ஒளியில் தரிசிக்க முயன்ற எஸ்.பொ.விற்கு அடுத்த சரடாக கலாமோகன் தெரிகிறார். கத்தியின் விளிம்பில் நடக்கும் லாவகத்துடன் கதையில் எங்கேயுமே எதுவும் மிகையாக - தூக்கலாகத் தெரிய வராது, பாலியல் கோலங்களைச் சித்திரித்தலில் மழை ஒரு அழகிய கவிதை மாதிரியே வந்து விழுந்திருக்கிறது.

பைபிள் எந்தக் கலைஞனுக்குத்தான் சிருஷ்டியின் ஊற்றுக் கண்ணைத் திறந்துவிடவில்லை. எபிரேய மொழியிலிருந்து தமிழுக்கு மொழிபெயர்க்கப் பட்ட ஆதி வேதாகமத்தை எப்போது வாசித்தாலும் நான் அதில் திளைத் துத்தான் போகின்றேன். பைபிளின் மீது, இயேசுவின் மீது, இயேசுவின் காயங்கள்மீது, மக்த லீனா மீது, புத்துயிர்ப்புமீது எத்தனை வியாக்கியானங்கள் எழுந்திருக்கின்றன. நவீன வாழ்வின் தாம்பத்யங்கள் - sex உறவுகளின் பின்னல்களை பைபிளின் ஒளியில் பார்க்க முயன்றிருக்கும் கலாமோகனின் 'கனி'யினால் ஒரு வைதீக சமயவாதி முகத்தைச் சுழித்துக்கொள்வான் ஆயினும் பைபிளின் பின்னணியில் நவ யுகத்தின் பிரச்சினைகளைப் பரிசீலித்த ஒரு பூரணத்துவம் மிகுந்த கதையாக மிளிர்கிறது. வெறும் பரிசோதனையாக அல்ல, யதார்த்த மெய்மையை நுணுக்கமாக விபரிக்கும் இக்கதை கிறிஸ்தவ எழுத்தில் தனித் தடம் பதிக்கிறது. தத்தம் யுகத்தின் உணர்வுக் கோலங்களை எழுத்தில் வடிப்பதில் நவீனக் கலைஞன் எத்தகைய உணர்ச்சியைக் காட்டி நிற்கிறான் என்பதை இலங்கையர்கோனிலிருந்து கலாமோகன் வரையுள்ள நீண்ட எழுத்துலகப் பரப்பில் கிடைத்துள்ள - வேதாகமத்தை அடியொற்றிய கதையுலகைத் தரிசிப்பவர்கள் உணரவே முடியும்.

'மூன்று நகரங்களின் கதை', 'தேவதைக்காக எழுதியவை', 'கிழவனின் கதை', 'அசை', 'வெளி', 'எல்லை', 'சிறகுகள்', 'வெறுமை' ஆகிய இத்தொகுப் பில் இடம்பெற்றுள்ள கதைகள் குளிர் போலவே தனித்தனியே நோக்கப்பட வேண்டியவை. அதற்கான விரிந்த - தனித்த ஆய்வுக்கு இந்தக் களத்தின் எல்லை இடம் தர மாட்டாது.

பிரான்ஸில் இரண்டு வருடங்களுக்கு முன் ஒரு பகல் கோடையில் விக்டர் கியூகோ pub ஒன்றில் கலாமோகனை நான் சந்தித்தேன். ஒரு rebel தனமான தோற்றம். தாடி, கூர்மையான பார்வை, தோளில் ஒரு பை,

ஆல்பெர் காம்யுவினது ஒரு நாடகத்தின் செப்பனிட்டு முடியாத தமிழ் மொழி பெயர்ப்புப் படிகள். Jean Genet பற்றியும் Jacques Pervert பற்றியும்கூட அவர் அப்போதே சில கட்டுரைகளை 'வீரகேசரி'யிலும் எழுதியிருந்தார்.

80களில் ஈழத்தில் நடைபெற்ற இன வன்முறைகளால் புலம்பெயர்ந்து ஐரோப்பியக் கரைகளில் காலுன்றிய கலாமோகன் புகலிட வாழ்வின் கோலங் களை நுட்பமாகச் சித்திரிக்கும் லாவகத்தில் வெகுவாக முன்னிற்கிறார். ஒரு பத்திரிகையாளனாக - கவிஞனாக - சிறுகதை எழுத்தாளனாக - நாட காசிரியனாக - மொழிபெயர்ப்பாளனாக இலக்கிய உலகின் பல்வேறு துறை களிலும் ஆளுமை காட்டி நிற்கும் கலாமோகனின் தேடல் விசாலமானது; நுணுகியது. அர்த்தமிழந்துபோன அகதிகளினது வாழ்வின் இருப்புக்குப் புதிய குணங்களையும் குறிகளையும் தேடும் இலக்கிய வேள்வியில் இவன் ஆகுதி. கலாமோகனின் எழுத்துகள் இந்த யுகத்தின் - அகதிகள் வாழ்வின் விம்மல்கள். கிழிந்து சிதைந்துபோன யதார்த்த மெய்மைகளைச் சீர்செய்ய முனையும் எத்தனங்கள். மௌடீக வாழ்வின் மாய்மாலங்களை இவனது எழுத்துகள் ரண சிகிச்சை செய்கின்றன. கடந்த இரண்டு ஆண்டுகளில் கலாமோகன் வேகமாகவே வளர்ந்திருப்பதைக் காண வியப்பாகத்தான் இருக்கிறது. தமிழ் இலக்கியத்திற்குப் புதிய இரத்தம் பாய்ச்சும் எழுத்துகள் புகலிட சிருஷ்டி களிலேயே மையங்கொண்டுள்ளன என்ற பேருண்மையை கலாமோகனின் இந்தச் சிறுகதைத் தொகுப்பு உரத்த குரலில் பிரகடனப்படுத்தவே செய்கிறது.

மேற்பரப்பில் மோனம் காட்டி அடியில் ஆழச் சுழியோடு நகரும் ஆற்று நீர் எழுத்து கலாமோகனுடையது. கலாமோகன் தனது சிருஷ்டிகளில் நமக்குக் காட்ட முனையும் உலகு விசித்திரமானது. விழிகளை உயர்த்தப் பண்ணுவது. இருண்ட மனக் கோலங்களைக் கைவிளக்கு கொண்டு தன் கதைகளில் காட்ட முனைகிறார். அவர் பார்வை மேய்ந்திருக்கும் சில பகுதிகள் நமக்கு இது வரை தெரியாத காட்டுப் புதர்கள். தேய்ந்துபோன தடத்தில் போக மறுக்கும் கிளர்ச்சிக்காரனின் எழுத்துகள் இவை.

புகலிட வாழ்வு நெஞ்சில் ரணத்தைக் கீறுவது; துயரமானது. ஆனால், வாழ்வின் அவலங்களுக்கும் சூனியங்களுக்கும் மத்தியில் செழுமையான விளைச்சலின் அடையாளம் தான் கலாமோகனின் எழுத்து.

கடந்த பத்தாண்டு காலத்தில் உலகப் பந்தின் சகல முனைகளிலும் வீசி எறியப்பட்டிருக்கும் ஈழத் தமிழ் அகதிகளின் சரித்திரம் ஒரு துன்பியல் கதை தான். முற்றிலும் வேறான கலாசாரச் சூழலில் முட்டி மோதி, ஒட்டி, உற வாடி - சகல உளவியல் தாக்கங்களுக்கும் உட்பட்டு - கடுமையான உழைப்பை மலிந்த விலைக்கு விற்று - மனம் குமைந்து இயந்திரமாக வாழும் வாழ்க்கையை ஈழ மண்ணின் புதல்வர்களுக்கு எடுத்துச்சொல்ல நிறைய கலாமோகன்கள் தேவை. •

வீரகேசரி, 28.03.1993

துயரத்தைக் கடத்தல்

1

மனிதன் அவனது விருப்பங்களின் தொகுதியாக, விருப்பாற்றலின் (Will) கருவியாக அமைகின்றான். மனித ஆசைகள் அளவற்றன. அவை அனைத்தையும் நிறைவேற்ற இயல்வதில்லை. நிறைவேற்ற முடிந்த ஆசைகளுக்கும் ஓய்வில்லை. அவை மீளத் தலையெடுக்கின்றன. அவை மீண்டும் துன்பத்தைச் சுமந்துவருகின்றன. விருப்பாற்றல் இயங்கும்வரை துன்பம் ஓயப்போவதில்லை. துன்பமே நிலையானது. இன்பம் என்பது துன்பத்திலிருந்து சற்று விலகுவதுதான்.

இவ்வாறு ஜெர்மனிய மெய்யியல் அறிஞர் ஆர்தர் ஷோபன்ஹவர் (Arthur Schopenhauer, 1788-1860) வாழ்க்கையின் துன்ப ஊற்றைக் கண்டுபிடித்தார்.

Life is an unpleasant business என்றார் அவர். சென்றொழிந்துபோன காலத்தை நினைவுகூரும் ஆற்றலும் இனி வருகின்ற காலத்தை ஊகிக்கும் நுண்ணறிவும் மனிதனை இடையறாத துயரத்துள் மூழ்கடிக்கிறது. இறப்பால் அடைகின்ற துன்பம் உண்மைதான். ஆனால், அந்த மறைவினை நினைத்து மனிதன் காலமெல்லாம் துயருறுகிறான் என்கிறார் ஷோபன்ஹவர்.

ஷோபன்ஹவருக்கு இந்தத் துன்ப ஊற்றின் மூலத்தைக் காட்டித்தந்தவர் கௌதம புத்தர். புத்தர் உதிர்க்கும் ஞான மொழிகள் இவை:

‘இவ்வுலக வாழ்க்கை துன்பகரமானது. ஏழ்மை, நோய், மூப்பு, இறப்பு முதலியவை நிறைந்த உலக வாழ்க்கை, எளிதில் விலக்கிக்கொள்ள முடியாத துன்பம் நிறைந்தது. இவை நம்மைத் தொடர்ந்துகொண்டிருக்கின்றன.

‘பிடிக்காத ஒன்றுடன் தொடர்புவைத்திருப்பது துக்கம். பிடித்த ஒன்றை விட்டு விலகி இருப்பது துக்கம். வேண்டியது கிடைக்காமலிருப்பது துக்கம். சுருக்கமாகச் சொன்னால், உடலினதும் மனத்தினதும் கட்டுப்படுத்த முடியாத பழக்கவழக்கங்கள் எல்லாம் துக்கம்.

‘அவர்கள் கடந்துபோனதை நினைத்துக் கவலை அடைவதில்லை.

வரப்போவதை நினைத்து எண்ணிஎண்ணி ஏங்குவதில்லை.

அவர்கள் நிகழ்காலத்தில் வாழ்கிறார்கள்.

அதனால் பிரகாசமாக இருக்கிறார்கள்.'

புத்தரின் ஞானத்தில் திளைத்துப்போனவர் ஷோபன்ஹவர் என்றால், ஷோபன்ஹவரின் சிந்தனையைப் பொன்னேபோல் போற்றியவர் நீட்ஷே ஆவார்.

நீட்ஷே தனது The Birth of Tragedy என்ற நூலில் கடவுளரின் கடவுளராகக் கருதப்படும் அப்போலோ தெய்வத்தை எதிர்காலத்தை முன்னுணர்த்தும் தீட்சண்யம் கொண்ட தெய்வமாக - மாயக் கனவுகளில் ஆழ்ந்து துளாவிச் செல்லும் தெய்வமாகக் கருதுகிறார். சூறைக்காற்றின் நடுவில், அலையெறியும் ஆழ்கடலில் தன்னந்தனியனாய் சிறு படகு ஒன்றில் பயணிக்கும் ஒருவன், தான் எதிர்நோக்கும் அபாயங்களை ஏற்கனவே உணர்ந்து, அவற்றுக்காகக் காத்திருப்பதுபோல அப்போலோ தெய்வமும் நமக்குக் காட்சி தருகிறது. எதிர்ப்படுவது எல்லாமே தீமை பயப்பவை என்ற துணிவோடு உலகை எதிர்நோக்குபவனுக்குத் தீமை எங்கு, எந்தக் கோலத்தில் வந்தாலும் அவை அவனை அச்சுறுத்துவதில்லை. துயரமும் தீமையும்தான் உலகின் இயற்கை என்று நீட்ஷே பேசுகிறார்.

மனித வலியும் துயரும் இன்பம் துய்ப்பதற்கு எதிரானது அல்ல, அவை ஒன்றோடொன்று பிணைந்தவை, உண்மையில் மனித வலியிலிருந்து, அவஸ்தையிலிருந்து தற்காலிகமாக விடுபட்டு, விலகி நிற்பதே இன்பம் என்பவர் நீட்ஷே. இன்பத்தைத் துன்பத்திலிருந்தே அடையாளம் காண்கிறார் அவர்.

2

'கவலையும் துன்பமும் துக்கமும் வாழ்க்கையின் நிழல்கள். உலகம் முழுவதிலும் கவலை துளைக்காத இதயமே இல்லை; துயரின் இருண்ட அலைகளில் சிக்காத மனமே இல்லை; சொல்லொண்ணாத துயரின் சூடான கண்ணீர்த் துளிகளால் ஈரமாகாத விழிகளே இல்லை; பிணியும் மரணமும் என்ற பேரழிவின் ராட்சகர்களால் உயிருக்குயிரான உறவுகள் துண்டாடப் பட்டு, துயரத்தின் இருட் போர்வையால் போர்த்தப்படாத குடும்பங்களே இல்லை. வலிமையானதாயும் அறுத்தெறிய முடியாததாயும் தோற்றுகிற துயர வலையில் அனைத்து மனிதர்களும் சிக்குண்டு, அதன் பின் அந்த அவஸ்தையாலும் துக்கத்தாலும் துரதிர்ஷ்டத்தாலும் தொடர்ந்து வருந்துகின்றனர்' என்கிறார் ஜேம்ஸ் ஆலன்.

'ஆசிய ஜோதி' (The Light of Asia) என்ற புத்த பகவான்பற்றிய நூலைத் தனது 24ஆவது வயதில் வாசிக்க நேர்ந்த ஜேம்ஸ் ஆலன் (James

Allen 1864 - 1912), புத்தரின் போதனைகளில் தோய்ந்துபோனார். கீழ்நாட்ட வரே மெய்ஞ்ஞானத்தின் கருவூலம் என்று குறித்தார். இந்தத் துயரத்திலிருந்து மனிதன் மீள்வதற்கு மார்க்கம் காண்பதிலேயே தனது வாழ்க்கை முழுவதையும் அர்ப்பணித்தார்.

நாற்பத்தேழு வயதில் மறைந்துபோன இந்த ஞானி வாழ்க்கைத் துயரி லிருந்து மீள்வதற்கு எண்ணற்ற உபதேசங்களை விதைத்துச்சென்றார்.

ஜேம்ஸ் ஆலனின் முழுமையான எழுத்துகள், அவர் மறைந்து கிட்டத் தட்ட நூறு ஆண்டுகளின் பின்னர் Mind is the master என்ற தலைப்பில் 867 பக்கங்களில் 2010ஆம் ஆண்டு தொகுக்கப்பட்டு வெளியாகியது.

மனம்தான் மனிதனைச் செதுக்கி உருவாக்கும் பெருஞ்சக்தி என்று ஜேம்ஸ் ஆலன் கருதினார்.

'மனிதன் தன் இதயத்தில் எந்த எண்ணங்களைக் கொண்டிருக்கின்றானோ, அந்த எண்ணங்களே அவனை ஆக்குகிறது. ஒரு மனிதன் அவன் எண்ணு வதைப் போலவே ஆகிறான் என்பது வார்த்தைக்கு வார்த்தை உண்மை. அவனது எண்ணங்களின் முழுமையான வடிவம்தான் அவனது குணமாகும்.

'நம் எண்ணங்களே நம்மை உருவாக்கின.

நாம் நமது எண்ணங்களால் வார்க்கப்பட்டவர்களாகத்தான் இன்று நிற் கிறோம்.

ஒருவனின் மனதில் தீய எண்ணங்கள் தோன்றுமானால், அவஸ்தை அவனை வந்தடைகிறது, மாட்டிற்குப் பிறகு வண்டி தொடர்வதுபோல.

எண்ணங்கள் தூய்மை அடையும்போது, மகிழ்ச்சியும் ஒருவனைப் பின் தொடர்கிறது, அவன் நிழலைப் போல, நிச்சயமாக.'

'குணங்கள் என்ற நமது உள்ளாடையையும், சூழ்நிலை என்ற வெளி ஆடையையும் நெய்யும் நெசவாள நிபுணர் நமது மனம்தான். இத்தனை நாள் அறியாமையாலும் துன்பத்தாலும் நெய்யப்பட்ட ஆடை, இனி இன்பம், ஞானத் தெளிவு என்ற விஷயங்களால் நெய்யப்பட வேண்டும்'.

மனம், ஒழுக்கம், தியானம் என்ற மார்க்கத்தை ஜேம்ஸ் ஆலன் காட்டிச் சென்றார்.

3

ஜேம்ஸ் ஆலன் கிட்டத்தட்ட 150 ஆண்டுகளுக்கு முன் 1864ஆம் ஆண்டு நவம்பர் 28ஆம் திகதி இங்கிலாந்தில் லெஸ்டர் (Leicester) என்ற நகரில் பிறந்தார். அவரது தந்தை ஒருகாலத்தில் செல்வம்மிக்க மனிதராகத் திகழ்ந்தவர். ஜிம் என்று, தான் செல்லமாய் அழைக்கும் ஜேம்ஸ் ஆலன்

சின்ன வயதிலேயே புத்தகங்களை ஆழ்ந்து வாசிப்பதில் மூழ்கிப்போயிருப்பதை அவர் அவதானித்தார். 'மகனே! உன்னை நான் ஒரு அறிஞனாக்குவேன்' என்று அவர் சொல்லிக்கொள்வதுண்டு. பாடசாலை செல்லும் வயதில் ஜேம்ஸ் ஆலனைச் சரியாகப் புரிந்துகொள்ளாத ஆசிரியர்களாலும் அவர் சேர்ந்திருக்க வேண்டிய நண்பர்களாலும் பெரும் மன உளைச்சலுக்குள்ளாகியிருந்தார். ஆனாலும், அவர்களின் சில நல்ல பண்புகளை அவர் என்றும் நினைவு கொண்டவராகவே இருந்திருக்கிறார். வீட்டின் கணப்பறையில், தனது தந்தையின் நாற்காலிக்கருகில் அமர்ந்தவண்ணம், ஆத்மரீதியான கேள்விகளைத் தந்தையிடம் கேட்டபோது, அக்கேள்விகளின் ஆழத்தைப் புரிந்துகொண்ட அவரின் தந்தை, 'மகனே! இவ்வளவு அறிவு ஒரு பிறப்பில் கற்ற கல்வியால் வரக்கூடியது அல்ல. நீ முன்னைய பிறப்புகளில் கற்றிருக்கிறாய் போலும்' என்று சொல்லியிருக்கிறார்.

தன் உடல் ஆரோக்கியத்தைக் கவனியாமல் அந்த மெல்லிய சிறுவன் எப்போதும் ஆழ்ந்த சிந்தனையிலும் புத்தகங்களிலும் மூழ்கிப் போயிருப்பதைப் பார்த்த அவரது தந்தை, 'நீ இப்படி அளவுக்கதிகமாகச் சிந்தனையில் இருந்தால், விரைவில் உன்னைச் சவக்காலையில்தான் பார்க்க வேண்டிவரும்' என்று சொன்னதை, ஜேம்ஸ் ஆலன் பின்னாளில் புன்னகையோடு நினைவு கூர்ந்திருக்கிறார்.

திடீரெனத் தனது தொழிலில் மோசமாக நொடித்துப்போன தந்தையார் மிகுந்த ஏழ்மை நிலைக்குத் தள்ளப்பட்டார். அந்த ஏழ்மை நிலையிலிருந்து மீள அவர் தொழில் தேடி அமெரிக்கா சென்ற இரண்டே நாட்களில், நியூயார்க் நகரில் அவர் கொலை செய்யப்பட்டு விடுகிறார். நல்ல தொழில் தேடிக்கொண்டு, தன் குடும்பத்தை அமெரிக்காவிற்கு அழைத்துக்கொள்ளும் அந்த ஆசைத் தந்தையின் கனவு இப்படிக் கலைந்துபோகும் என யார் எதிர்பார்த்திருக்கக்கூடும்?

மறைந்த தன் தந்தையின் நினைவாக அவருக்குக் கடைசியில் கிடைத்த தென்னவோ அவரின் தந்தை நீண்ட காலமாக வைத்திருந்த ஒரு வெள்ளிக் கடிகாரம்தான்.

ஜேம்ஸ் ஆலனின் பதினைந்து வயதிலே இந்தத் துயர் அவரைச் சூழ்ந்தது. தனது தாயையும் தனது இரு சகோதரர்களையும் காப்பாற்ற ஜேம்ஸ் ஆலன் நெசவாலையில் தொழில் பார்த்தார். ஒருநாளில் 12 மணிநேரம் வேலை செய்தார். பின்னர் பல்வேறு பிரிட்டிஷ் கம்பெனிகளில் அந்தரங்கச் செயலாளராகப் பணிபுரிந்தார். காலை ஒன்பது மணிக்கு ஆரம்பமாகி மாலை ஆறு மணிக்கு வேலையை முடித்து வீடு திரும்பும் ஜேம்ஸ் ஆலன் இரவிரவாய் தனது எழுத்து வேலையில் ஈடுபடுவார்.

அவர் தனது வேலையை உதறிவிட்டு, **1902**இல் முழுநேர எழுத்துப்பணியில் ஈடுபட்டார். அந்த எழுத்து வாழ்வு ஒன்பது ஆண்டுகள்தான் நீடித்தது. மரணம் அந்த ஞானியை அழைத்துக்கொண்டது.

1901இல் ஜேம்ஸ் ஆலனின் முதல் நூலாக From Poverty to Power என்ற நூல் வெளியாகி, அவரது பெயரை நிலைநிறுத்தியது. இந்நூல் பன்னூறு பதிப்புகளைக் கண்டது.

ஜேம்ஸ் ஆலன் தீவிர - ஆழ்ந்த வாசகராக இருந்தார். ஷேக்ஸ்பியர், மில்டன், எமர்சன், பிறவுனிங், வால்ட் விட்மன் ஆகியோரின் கவிதைகள் அவருக்கு மனப்பாடம். 'பகவத்கீதை', லாவோட்சு, புத்தரின் 'தம்மபதம்', 'பைபிள்' ஆகிய நூல்களை அவர் ஆழ்ந்து கற்றார். வானவியல், கூர்ப்புக் கோட்பாடு, தாவரவியல், புவிச் சரிதவியல் ஆகியவற்றிலும் அவர் ஈடுபாடு கொண்டவராகத் திகழ்ந்தார்.

1905இல் தென் வேல்ஸில் லில்லி என்ற பெண்மணியைக் காதல் திருமணம் செய்து கொண்ட ஜேம்ஸ் ஆலனுக்கு, நோரா என்ற அழகிய பெண் குழந்தை இருந்தது. **1903**ஆம் ஆண்டு ஏல்பிறகூம் (Ilfracombe) என்ற இங்கிலாந்தின் தென்மேற்குக் கடலோரம் அமைந்திருந்த அழகிய சிறிய சுற்றுலாத் தலம் போன்ற ஓரிடத்திலேயே தனது வாழ்க்கையைக் கழித்தார். கடலை நோக்கிய விக்டோரியன் கால ஹோட்டல்களும், மலைக் குன்றுகளும், வளைந்து போகும் தெருக்களுமாய் அழகு சிந்திய அந்தச் சிறுநகர் அவருக்கு அமைதியை அள்ளி வழங்கியது. ரஷ்யப் பெரும் சிந்தனையாளன் லியோ டால்ஸ்டாய், ஜேம்ஸ் ஆலனின் வாழ்க்கை இலட்சியத்தின் ஆதர்சமாகத் திகழ்ந்தார். விரும்பித் தேர்ந்துகொண்ட வறுமை, உடல் உழைப்பு, யோகியின் சுய ஒழுக்கம் என்பன டால்ஸ்டாயிடமிருந்து அவர் பெற்றவை.

ஏல்பிறகூம் நகரில் இருந்த ஒன்பது ஆண்டுகளில் அவர் பத்தொன்பது நூல்களை எழுதி வெளியிட்டிருந்தார். இக்காலத்தில் ஆண்டிற்கு இரண்டு நூல்கள் என்று எழுதியிருக்கிறார்.

நோய்வாய்ப்பட்ட நிலையில், தான் படும் அவஸ்தையை, அவர் ஒரு போதும் தனது இனிய மனைவியிடம்கூடச் சொல்லாமல் தானே அனுபவித் திருக்கிறார்.

1912ஆம் ஆண்டு ஜனவரி மாதம் **24**ஆம் திகதி பகல் ஒரு மணி அளவில், தனது நாற்காலியில் இருந்தவாறு, தனது இனிய மனைவியை நோக்கி, 'என் வாழ்வு முடிந்துவிட்டது' என்று முகத்தில் நேசம் பொங்கி வழிய, கருணை சிந்தும் விழிகளுடன் தன்னையும் மகள் நோராவையும் அணைத்தவண்ணம் கண்களை மூடிய அந்தக் கணங்களை எனது பேனையால் எவ்வாறு விபரிப்பேன்? என்று கண்களில் கண்ணீர் மல்க ஜேம்ஸ் ஆலனின் நினைவுக் குறிப்பை எழுதியிருக்கிறார் லில்லி.

4

சுயமுன்னேற்ற நூலாக ஜேம்ஸ் ஆலனின் நூல்கள் உலகெங்கும் பரவின. பல்வேறு எழுத்தாளர்களின், சிந்தனையாளர்களின் மீது அவை ஆதிக்கம் செலுத்தின.

பைபிளையும் பவுத்தத்தையும் இணைத்து அவர் சிந்தித்தார். எல்லோரும் இன்புற்றிருக்கும் வழியினைத் தேடினார். மண்ணில் நல்லவண்ணம் வாழலாம் என்றார். ஒரு பொல்லாப்பும் இல்லை என்றார். இனியன நினைத்தல் வேண்டும் என்றார். அல்லல் அறுக்கும்வழி சமைத்தார்.

அந்த ஞானியின் நூல்கள் தமிழில் நூறு ஆண்டுகளாக மொழிபெயர்ப்பில் வந்திருக்கின்றன என்பது வியப்பூட்டும் செய்தியாகும்.

செக்கிழுத்த செம்மல் வ.உ.சி. அவர்கள் சிறையிலிருந்தவாறு, ஜேம்ஸ் ஆலனின் As a Man Thinketh என்ற நூலை, 'மனம்போல் வாழ்வு' என்ற தலைப்பில், 25.7.1930 திகதியிட்டு, கோவில்பட்டியிலிருந்து வெளியிட்டிருக்கிறார்.

அந்நூலின் வெளியீட்டுரையில் வ.உ.சி. அவர்கள் பின்வருமாறு கூறுகிறார்:

'ஸ்ரீ ஜேம்ஸ் ஆலன் நூல்களெல்லாம் உலகத்திற்கு, முக்கியமாக நம் தேசத்திற்கு மிக்க நன்மை அளிப்பவை என்பது அறிவிற் சிறந்த பலருடைய அபிப்பிராயம். அந்நூல்கள் நம் வள்ளுவர் மறைக்கொப்பப் போற்றத் தக்கவை. ஆகவே, அந்நூலில் கூறியுள்ள பொருள்களைக் கசடறக் கைக் கொண்டொழுகுபவர் இவ்வுலகத்திலும் மறு உலகத்திலும் மனிதர் அடையக் கூடிய மேலான நிலைகளை எல்லாம் அடைவரென்பது திண்ணம். ஆதலால், தமிழ் மக்கள் நன்மை அடைய வேண்டும் என்பதே நான் அவற்றை மொழி பெயர்த்ததற்குக் காரணம்.'

வ.உ.சி. அவர்கள் தனது சுயசரிதையில், தான் ஜேம்ஸ் ஆலனின் நூலைச் சிறையில் மொழிபெயர்த்தது பற்றிப் பின்வருமாறு எழுதுகிறார்:

தீய ஜெயிலர் செய்ததைத் திங்கட்
பார்வையில் டாக்டர்பால் பகர்ந்தேன். அவன் என்
அரங்கினைப் பூட்டல் ஆகாதென்றும் என்
உரந்தெனைக் காத்தற் கொவ்வொரு காலையும்
மாலையும் ஒவ்வொரு மணிநடந் துலாவும்
வேலையைச் செய்திட வெளிவிடல் வேண்டும்
என்றுமோர் உத்தர வீந்தான். ஜெயிலர்
பொன்றி யதுபோல் குன்றி அடங்கினான்.

தினம்போ துதித்துமேல் திசைசெலும் வரையில்

'மனம்போல் வாழ்வு' வரைந்து முடித்தேன்.

வ.உ.சி. அவர்கள் சிறையிலிருந்தபோது, தீய சிறை ஜெயிலராக இருந்தவன், இவர் சிறையிருந்த அறையினைப் பூட்டி வைத்துவிட்டு, அவர் ஆரோக்கியமாக இருக்க கடின வேலை செய்ய வேண்டும் என்றும் கட்டளை போட்டிருக்கிறான். திங்கட்கிழமை ஜெயிலுக்கு விஜயம் செய்யும் டாக்டரிடம் வ.உ.சி. அவர்கள் ஜெயிலரின் கட்டளைபற்றிக் கூறியிருக்கிறார். அவரது சிறை அறையினைப் பூட்ட வேண்டாம் என்றும், அவருக்குக் காலையும் மாலையும் உலாவுவதற்கு வெளியில் விட வேண்டும் என்றும் டாக்டர் ஜெயிலருக்கு உத்தரவு போட்டிருக்கிறார்.

ஜெயிலரும் அப்படியே அடங்கிப்போய்விட்டான். காலையிலிருந்து மாலைவரை இருந்து 'மனம்போல் வாழ்வு' என்ற நூலை எழுதி முடித்தேன் என்கிறார் வ.உ.சி. அவர்கள். சிறையிலிருந்து அப்பெருமகன் சிரத்தை எடுத்து மொழிபெயர்த்த நூல் என்ற பெருமை, ஜேம்ஸ் ஆலனின் நூலுக்கு வந்து சேர்கிறது.

வ.உ.சி. அவர்கள் மொழிபெயர்த்த ஜேம்ஸ் ஆலனின் 'மனம் போல் வாழ்வு', 'அகமே புறம்', 'சாந்திக்கு மார்க்கம்' ஆகிய நூல்களைப் பற்றி மு. வரதராசன் அவர்கள் கூறும்போது, 'உயர்ந்த மெய்யுணர்வுக் கருத்துகளைச் செறிவான தமிழ் நடையில் புலப்படுத்தும் நூல்கள்' என்று குறிக்கிறார்.

1933இல் தமிழ்நாட்டுப் பாடசாலை மாணவர்களுக்காக அங்கீகரிக்கப்பட்ட 'சன்மார்க்க தீபம்' என்ற பாடநூலை ஆக்கிய சென்னை, பிரசிடென்சி கல்லூரிப் பேராசிரியர் Byways of Blessedness என்ற ஜேம்ஸ் ஆலனின் நூலிலிருந்து Right Beginnings என்ற அத்தியாயத்தை, 'சரியான தொடக்கங்கள்' என்ற தலைப்பில் மொழிபெயர்த்துத் தனது பாடநூலில் சேர்த்திருக்கிறார்.

1956இல் ஜேம்ஸ் ஆலனின் From Poverty to Power என்ற நூலினை, பன்மொழிப்புலவர் கா. அப்பாத்துரை அவர்கள் 'திருநிறை ஆற்றல்' என்ற தலைப்பில் மொழிபெயர்த்திருக்கிறார்.

இந்நூலை வெளியிட்ட திருநெல்வேலித் தென்னிந்திய சைவ சித்தாந்த நூற்பதிப்புக் கழகம் தனது பதிப்புரையில் பின்வருமாறு குறிப்பது இங்கு நோக்கத் தக்கது:

'ஜேம்ஸ் ஆலன் போன்றோரது அறிவு விளக்க நூல்களும், கார்லைல், ரஸ்கின், டால்ஸ்டாய், காந்தியடிகள், ரோமென் ரோலந்து போன்றோரது அருள்விளக்க உரைகளுமே உலகுக்கும் தமிழகத்துக்கும் மீண்டும் வள்ளுவர் உயிர் உருவை - உயிர், வாழ்வு, உயிர்முதல் ஆகிய முப்படிகளின் இலக்கண மாகிய முப்பாலின் உண்மை வடிவை நமக்கு மீண்டும் பெற்றுத்தருதல்

கூடும். வள்ளுவர் குறளிலும் ஜேம்ஸ் ஆலன் மெய்விளக்க உரைகளிலும் மனந்திறந்து ஈடுபட்ட பன்மொழிப்புலவர் திரு. கா. அப்பாத்துரை எம்.ஏ., எல்.டி. (விசாரத்) அவர்கள் மறைமலையடிகளாரது இறவா மரபின் மறவாச் செழுந்தமிழ் நடையில் ஜேம்ஸ் ஆலனின் நூலை (From Poverty to Power) மொழி பெயர்த்துத் தந்தமைக்கு யாம் பெரிதும் மகிழ்கின்றோம்.'

5

வ.உ.சி., கா. அப்பாத்துரை ஆகியோருக்குப் பின் ஜேம்ஸ் ஆலனின் சிந்தனைகளை மொழிபெயர்த்தும், அவற்றை அடிப்படையாகக் கொண்டு நூல்களை எழுதியும், அவருக்குத் தற்காலத்தில் பெரும் புகழ் தேடிகொடுத்தவர் டாக்டர் எம்.எஸ். உதயமூர்த்தி ஆவார்.

'வாழ்க்கையை அமைக்கும் எண்ணங்கள்' (1988) என்ற நூலில் தனது முன்னுரையில் டாக்டர் எம்.எஸ். உதயமூர்த்தி கூறும் கூற்று நம் கவனத் திற்குரியது. அவர் கூறுகிறார்:

'எனது ஞானகுரு என்று நான் போற்றும் மனிதர் ஜேம்ஸ் ஆலன். வாழ்வின் ஆழமான இடத்திற்குச் சென்று, ஜீவனின் மூலாதாரத்தைத் தொட்டு, அதை அன்றாட உலகில் வாழ, வழிமுறைகளைச் சொல்லிக்கொடுப்பவர் ஜேம்ஸ் ஆலன்.

'மனவியல் சம்பந்தமாக நான் எழுதி இருக்கும் பதினான்கு நூல்களிலும் வாழ்வின் சில அடிப்படை உண்மைகளை, தெளிவுகளை நீங்கள் காணக் கூடும். ஒரு வேகமும், ஒரு உறுதியும், ஒரு உண்மை ஒளியும் அவற்றில் தென்பட்டால் அதற்கு அடிப்படை அமைத்துக்கொடுத்தவர் ஜேம்ஸ் ஆலன் தான்.

'கடந்த 18 ஆண்டுகளாக விடாது, தொடர்ந்து 'அவரது மனிதன் எண்ணு வதுபோல' (As a Man Thinketh) என்ற ஒரு நூலைப் படித்துவருகிறேன். கடந்த பல ஆண்டுகளாக, காலையில் எழுந்ததும் அதில் சில பக்கங்களைப் படிப்பதை வழக்கமாகக் கொண்டிருக்கிறேன்.'

வ.உ.சி., கா. அப்பாத்துரை ஆகியோர் மொழிபெயர்த்த ஜேம்ஸ் ஆலனின் இந்நூலை, தான் மீண்டும் மொழிபெயர்த்ததற்கு இரண்டு காரணங்கள் தரு கிறார் டாக்டர் எம்.எஸ். உதயமூர்த்தி அவர்கள்:

- வ.உ.சி. அவர்களது தமிழ் அன்று பழக்கத்திலிருந்த கடின நடையில் அமைந்ததும், பிறவற்றில் ஜீவனில்லாத குறையையும் நான் கண்டதும் தான்.

- ஜேம்ஸ் ஆலனின் எண்ணங்களின் மீது நான் கொண்டிருந்த தணியாத ஆர்வம், ஈடுபாடு, மதிப்பு, ஐக்கியம் - இவைதான்.

'ஜேம்ஸ் ஆலன் என்ற ஒரு ஆத்மா நம் ஆத்மா வளர்ச்சி பெறவும், நாம் வளத்துடனும் மகிழ்ச்சியுடனும் வாழும் வழிமுறைகளை அறிந்து கொள்ளவும், சில உண்மைகளை நமக்களித்திருக்கிறது. அந்த ஞானகுருவை வாழ்த்துவோம்; வணங்குவோம். 'படிப்போம்; வாழ்வில் கடைப்பிடிப் போம்; பயன் பெறுவோம்' என்று அவருக்கு உறுதிகூறுவோம்' என்ற உதயமூர்த்தியின் மகுடவரிகள், ஜேம்ஸ் ஆலனின் சிந்தனையை நமது வாழ்க்கைநெறியாகப் பிரகடனப்படுத்தும் பாங்கினைக் காட்டுகிறது.

'நம்மால் முடியும் தம்பி' என்று தமிழக இளைஞர்களுக்குத் தன்னம்பிக் கையை ஏற்படுத்துவதைத் தாரக மந்திரமாகக் கொண்டு அயராது செயற் பட்டவர் அவர். அவருடைய நூல்கள் பல பதிப்புகளைக் கண்டன. அதனை அரசியல் இயக்கமாகவும் முன்னெடுத்தவர். நம் சமகாலத்தில் ஜேம்ஸ் ஆலனின் சிந்தனைகளுக்குப் புத்துணர்ச்சி ஊட்டியவர் உதயமூர்த்தி ஆவார்.

ஜேம்ஸ் ஆலன் எழுப்பிய முரசு வித்தியாசமானது. 'உரிய வெகுமானம் வழங்கப்படாத மேதை' என்று மேற்குலகில் கருதப்படுகிறது.

'அவர் ஒரு கோட்பாட்டை உருவாக்க வேண்டுமென்றோ, எழுத வேண்டும் என்பதற்காகவோ எழுதவில்லை. தனக்குச் சொல்வதற்கு ஒரு செய்தி இருக்கிறது என்று தோன்றும்போது, அதுவும் அதனை அவர் தனது சொந்த வாழ்க்கையில் கைக்கொண்டு வாழ்ந்து பார்த்து, சரியானது என்று கண்டால் மாத்திரமே அது உண்மையானது, அதில் செய்தி இருக்கிறது என்று அவர் அறிக்கையிட்டார்' என்று அவரது மனைவி லில்லி கூறுகிறார்.

அதற்கு அடுத்து Eight Pillars of Prosperity என்ற நூலைப் புலவர் த. கோவேந்தன் 'வெற்றிக்கு எட்டு வழிகள்' என்ற தலைப்பில் ராஜேஸ்வரி புத்தக நிலைய வெளியீடாக 1998இல் வெளியிட்டார்.

கண்ணதாசன் பதிப்பகமும் ஜேம்ஸ் ஆலனின் நூல்களை 'காலை மாலை எண்ணங்கள்', 'வாழ்க்கை வெளிச்சங்கள்', 'தியானங்கள்', 'ஆத்ம தரிசனம்' ஆகிய தலைப்புகளில் வெளியிட்டுள்ளது.

6

நம் காலத்தில் ஜேம்ஸ் ஆலனின் நூல்கள் அனைத்தையும் மொழிபெயர்த்து வெளியிடுவதை ஒரு வேள்வி போன்ற அர்ப்பணத்தோடு செய்துவருபவர் சே. அருணாசலம் ஆவார். 'மனிதர்களும் அமைப்புகளும்', 'மகிழ்ச்சிக்கும் வெற்றிக்குமான அடித்தளம்', 'மனிதன்: மனம், உடல், சூழ்நிலையின் தலைவன்', 'வாழ்வின் கொந்தளிப்புகளைக் கடந்த உயர்நிலைகள்', 'உள்ளத் திலிருந்தே வாழ்வு', 'சுவர்க்கத்தின் நுழைவாயில், சுவர்க்க வாழ்வின்

தன்மைகள்', 'அருள் பொழியும் நிழல் பாதைகள்' ஆகிய நூல்களை சே. அருணாசலம் ஒரு தவம்போலவே தொடர்ந்து மொழிபெயர்த்து வருகிறார்.

அவரது மொழிபெயர்ப்பில் ஜேம்ஸ் ஆலனின் Byways of Blessedness என்ற நூலின் சில பகுதிகள் இங்கு 'அருள்பொழியும் நிழல் பாதைகள்' என்ற தலைப்பின் கீழ் வெளியாகிறது. ஆங்கில - தமிழ் மொழிபெயர்ப்பு சே. அருணாசலம் அவர்களுக்கு இதமாக வாய்த்திருக்கிறது. அருள்பொழியும் நிழல் பாதைகள் என்ற தொடர் தமிழின் வடிவத்தில் அழகாக விழுந்திருக்கிறது. நெருடல் இல்லாத, சரளமான நடை இலகுவான வாசிப்பிற்கு இடம் தருகிறது.

இந்த வெளியீட்டிற்கென்றே தனது மொழிபெயர்ப்பை மீண்டும் செப்பனிட்டுத் தந்திருக்கிறார் சே. அருணாசலம் அவர்கள். காலத்தின் தேவை அறிந்து, தனது மொழியாக்கத்தைப் பூரணமாகப் பயன்படுத்திக்கொள்ள அவர் இசைந்திருப்பது அவரின் விசாலமான மனதை வெளிப்படுத்துகிறது. அவருடைய அனைத்து மொழியாக்கங்களையும் இலவசமாகத் தரவிறக்கம் செய்து வாசிக்க Creative Commons Attribution அமைப்பினர் ஒழுங்குகள் செய்துள்ளனர். ●

அருள் பொழியும் நிழல் தரும் பாதைகள், 2021, யாழ்ப்பாணம்

கோபுலுவும் ஆர். நடராஜனும்

ஐம்பது ஆண்டுகளுக்கு முன்னர் 'ஆனந்த விகடனி'ல் வெளியான ஓவியர் கோபுலுவின் கார்ட்டூன் சித்திரங்கள் காலத்தையும் மொழியையும் தாண்டி, இன்றும் நம்மை மகிழ வைக்கும் வல்லமையைக் கொண்டுள்ளன என்றால், அதனை இன்னுமொரு பரிமாணத்துக்குக் கொண்டுசேர்த்து வளப் படுத்திய பெருமையை ஆர். நடராஜன் பெறுகிறார்.

கோபுலுவின் 278 சிறப்புமிக்க கார்ட்டூன் சித்திரங்களுக்கு நவீன முகாமைத்துவக் கோணத்தில் பூடகமான ஒற்றைவரி விளக்கக் குறிப்பினை எழுதி, அதனை முகாமைத்துவ உலகுக்குரிய ஒன்றாக ரஸவாதம் செய்திருக் கிறார் நடராஜன்.

முகாமைத்துவக் கோட்பாடுகளை நகைச்சுவை கலந்து கார்ட்டூன் சித்திரங் களாக்கி, சிக்கலான அம்சங்களை எளிமைப்படுத்தும் முயற்சிகள் ஆங்கிலத்தில் உள்ளன. ஆனால், கோபுலுவின் கார்ட்டூன்களை வைத்துக்கொண்டு, அவற் றுக்கு முகாமைத்துவ விளக்கம் அளிக்கும் முகாமைத்துவம் குறித்த ஆழ்ந்த ஞானத்துடன், அவற்றைச் சேதாரம் இல்லாமல், தெளிவையும் எளிமையையும் சொல் சிக்கனத்தையும் குழைத்து ஆங்கிலத்தில் வெளிப்படுத்தும் பாங்கு நடராஜனின் தனித்துவ முத்திரை.

அமெரிக்க, ஜப்பானிய முகாமைத்துவக் கோட்பாடுகளை அப்படியே இறக்குமதி செய்யாமல், நமது மரபில், சூழலில், நடைமுறையில், நாளாந்த நடவடிக்கைகளில் அவற்றைக் காணும் ஆழ்ந்த பார்வை நடராஜனுடையது. கோபுலுவின் கேலிச் சித்திரங்களுக்குள் மூழ்கி, முகாமைத்துவ முத்துகளை அள்ளிக்கொண்டு வந்திருக்கிறார்.

அங்கதம் மிளிரும் அரசியல் கட்டுரைகளை, தயவுதாட்சண்யமின்றி, அநாயாசமாக எழுதும் கலை கைவரப்பெற்ற நடராஜன், பல்துறை ஞானம் கொண்டவர். ஆங்கிலப் புலமையும், முகாமைத்துவ ஆற்றலும், அரசியல் கூர்மையும், அறம்சார் நெறிகளும் இணைந்து பண்படுத்தப்பட்ட வளமான எழுத்து அவருடையது. அந்த எழுத்தின் கூர்மையை இந்த நூலிலும் நாம் தரிசிக்கலாம்.

சங்கீத வித்வான், போலீஸ்காரர், நூலகர், ஓவியர், புகைப்படக்காரர், ரிக்ஷா ஓட்டுநர், பயில்வான், தோட்டக்காரன், பால்காரன், நடைபாதை வியாபாரி என்று பல்வேறு மாந்தர்களின் நாளாந்த நடவடிக்கைகளை நகைச் சுவைச் சித்திரங்களாக கோபுலு உருவாக்கினார் என்றால், அவற்றுக்கு அறிவியல் தளத்தில் முகாமைத்துவ முலாம் பூசும் பணியை நடராஜன் வெற்றிகரமாகச் செய்திருக்கிறார். இரண்டு பெரும் ஆளுமைகளின் சங்கமம்.

கண்ணுக்கு இதமான வர்ணங்களில் கவர்ச்சிகரமான அட்டைப் படத்தைத் தந்திருக்கிறார் அரஸ்.

புத்தகத்தின் கனதிக்கு ஏற்ப, நுட்பமாக அதனை வடிவமைத்து வெளி யிட்டிருக்கிறார்கள் எம்.ஜே.பி. பப்ளிஷர்ஸ். ●

நாழிகை, ஜனவரி 2012, லண்டன்

இந்தியா சீமெந்து: மறைக்கப்பட்ட கதை

'இந்தியா சீமெந்து நிறுவனம்' என்றதும், இப்போதெல்லாம் எவருக்கும் சீமெந்து நினைவுக்கு வருவதில்லை. மாறாக, ஐ.பி.எல். கிரிக்கெட் சூதாட்டம்; இந்தியா சீமெந்து நிறுவனத்தின் தலைவர் சீனிவாசனின் வீட்டில், அலுவலகத்தில் கிரிக்கெட் முறைகேடுகள் தொடர்பில் வருமான வரித் துறையினரின் அதிரடிச் சோதனை; அவரது மருகன் குருநாத் மெய்யப்பன் கைது, விசாரணை என்பனவே நினைவுக்கு வருகின்றன.

இது, இந்தியா சீமெந்து நிறுவனத்தின் (India Cements Limited - ICL) ஒரு பக்கம். மறுபுறம், 170 மில்லியன் டொலர் சொத்து மதிப்புக் கொண்டதும், இந்தியாவின் மூன்றாவது பெரிய சீமெந்து கம்பெனியுமான இந்தியா சீமெந்து நிறுவனத்தின் மறைக்கப்பட்ட ஒரு நாயகனின் கதை - ஒரு நேர்மை மிகுந்த மனிதனுக்கு இழைக்கப்பட்ட அநீதி வெளிச்சத்துக்கு வருகிறது.

இந்தியாவில், 85 வீதமான தொழில் நிறுவனங்கள் குடும்பங்களால் நிர்வகிக்கப்படும் நிறுவனங்களாக இருந்தாலும், கணமும் மாறிக்கொண்டிருக்கும் நவீன யுகத்தில், குடும்ப நிறுவனங்கள் எவ்வாறு தங்களைத் தக்கவைத்துக் கொண்டிருக்கின்றன என்பதுபற்றிய ஆய்வுகள் மிக அரிதாகவே மேற் கொள்ளப்பட்டிருக்கின்றன.

இந்தியாவின் பிர்லா சாம்ராஜ்யம், குடும்ப அங்கத்தவர்களால் திறமை யாக நிர்வகிக்கப்பட்டுவந்த தொழில் நிறுவனங்களின் குழுமமாக இருந் தாலும், 2004இல் இறந்துபோன திருமதி பிரியம்வதா பிர்லா, ஐயாயிரம் கோடி ரூபா பெறுமதியான தன் பங்குச் சொத்துக்களைக் குடும்பத்துக்கு வெளியே, பட்டயக் கணக்காளராகத் தங்கள் தொழில் நிறுவனத்தின் உயர் பதவியை வகித்த ஆர்.எஸ். லோதாவுக்கு உயில் எழுதி வைத்துவிட்டுச் சென்ற நிகழ்வும், அதன்பின் நடைபெற்றுவரும் சட்டப் போராட்டங்களும், குடும்ப நிறுவனங்களின் சரித்திரத்தில் அதிர்வலையை ஏற்படுத்தியுள்ளன.

ஆனால், இந்தியா சிமெந்து நிறுவனத்தில், ஆர்ப்பாட்டம் - ஆரவாரம் எதுவுமின்றி, மௌனமாக இடம்பெற்ற உள்வீட்டுச் சூழ்ச்சியின் காரணமாக, அந்நிறுவனத்தில் அர்ப்பணிப்போடும், கடமையுணர்வோடும் பணிபுரிந்த அந்நிறுவனத்தின் ஸ்தாபகரின் மகன் கே.எஸ். இராமன், எவ்வாறு அந்நிறு வனத்திலிருந்து வெளியேற்றப்பட்டார். அந்நிறுவனத்தில் உயரதிகாரியாகப் பணியாற்றிய ஒருவரின் குடும்பத்துக்கு அத்தொழில் நிறுவனம் எவ்வாறு கைமாறிச் சென்றது என்பதை ஆதாரங்களின் அடிப்படையில், சுவை குன்றாது எழுதிச்செல்கிறார் ஆர். நடராஜன்.

இந்தியன் சிமெந்து லிமிடெட் என்ற எஃகு கோட்டைக்குள் நுழைந்து, அங்கு வெளி உலகுக்குத் தெரியாமல் புதைக்கப்பட்ட ஒரு சரித்திரத்தை Cement Uncements-Saga of an uncrowned Raman *(ஒட்டாத சிமெந்து)* என்ற இந்நூலில் நடராஜன் வெளிப்படுத்துகிறார்.

1946இல் எஸ்.என்.என். சங்கரலிங்க ஐயரால், திருநெல்வேலி, தாழையூத்து என்ற அவரது கிராமத்தையே தளமாகக் கொண்டு நிர்மாணிக்கப்பட்டது தான் இந்தியன் சிமெந்து லிமிடெட் நிறுவனம். சங்கரலிங்க ஐயருக்கு நிறுவனத்தின் தொடர்பாடல் பணிகளுக்காக ஆங்கிலம், தமிழ், தெலுங்கு ஆகிய மொழிகளில் திறமையும், சிறந்த நிர்வாக ஆற்றலும் கொண்ட உதவி யாளராக டி.எஸ். நாராயணசாமி வேலைக்கு அமர்த்தப்படுகிறார். இரண்டு தசாப்தங்களாக இந்தியன் சிமெந்து நிறுவனத்தின் போக்கினையே நெறிப் படுத்தியவராக அவர் திகழ்ந்தார் என்பதில் எந்த ஐயமும் இல்லை.

நிறுவனர் சங்கரலிங்க ஐயரின் ஐந்தாவது மகன் ராமன் சங்கர்நகர் சிமெந்து ஆலையில் பயிற்சி பெற்று, டென்மார்க்கிலும் சிமெந்து தொழில்நுட்பத்தில் தேர்ந்து, தலைசிறந்த தொழில் வல்லுநராகத் திகழ்ந்தார். நிறுவனத்தின் ஆரம்ப காலத்தில் அந்நிறுவனத்தை விஸ்தரிப்பதில் அவரது கடின உழைப்பும், அர்ப் பணிப்பும், புத்தாக்க முனைப்பும், விசுவாசமும், அற உணர்வும் முக்கிய பங்கு வகித்துள்ளன. ஆனால், தனது தந்தை நிர்மாணித்து, தான் அரும்பாடுபட்டு கட்டி எழுப்பிய அந்த ஆலையிலிருந்தே அவர் தூக்கி எறியப்பட்ட பழிச் செயலை இந்நூல் கவலையோடு விபரிக்கிறது.

இந்நிறுவனத்தின் முகாமையாளராகப் பணியில் அமர்த்தப்பட்ட டி.எஸ். நாராயணசாமியின் மகன் சீனிவாசன் இந்நிறுவனத்தின் இயக்குநர் ஆகியமையும், சங்கரலிங்க ஐயரின் மற்றொரு மகன் கிருஷ்ணமூர்த்தியின் மகளைத் திருமணம்செய்து, ஸ்தாபகரின் குடுத்துடன் திருமண உறவு பூண்டமையும், இந்தியன் சிமெந்து நிறுவன வரலாற்றின் திசையையும் உடமையையும் நிர்ணயிப்பதில் முக்கிய பங்கு வகித்திருக்கின்றன.

சீனிவாசனின் தந்தை டி.எஸ். நாராயணசாமியின் நூற்றாண்டு நிகழ்வை, **2013** நவம்பர் **11**இல் தபால் தலை வெளியிட்டு இந்திய அரசு கௌரவித்த

வேளையில் வெளியிடப்பட்ட இரண்டு பக்கக் கையேடு, டி.எஸ். நாராயண சாமியை இந்திய சீமெந்து நிறுவனத்தின் ஸ்தாபகர் என்று குறிப்பிடுகிறது. ‘இது ஒரு மோசடி ஆவணம்’ என்கிறார் நடராஜன்.

இந்தியன் சீமெந்து நிறுவனத்தின் முதலாவது இயக்குநர் சபையில்கூட டி.எஸ். நாராயணசாமி இடம்பெற்றிருக்கவில்லை. தனது கடும் உழைப்பில், அந்நிறுவனத்தில் அவர் உயர்ந்த இடத்தைப் பெற்றார் என்பது உண்மைதான். எனினும், அந்த ஸ்தாபனத்தின் நிறுவனராக அவரைக் கருதுவதற்கில்லை. தமிழகத்தின் பாரிய தொழில் நிறுவனம் ஒன்றின் ஸ்தாபகராகத் தவறான ஒருவர் அடையாளப்படுத்தப்பட்டு, அங்கீகரிக்கப்பட்டமை மிகத் தவறானது என்பதை நடராஜன் ஆவணங்களோடு, சரியான சாட்சியங்களோடு நிறுவு கிறார்.

இந்தியன் சீமெந்து நிறுவனத்தின் இயக்குநராக அமர்ந்திருக்கக்கூடிய ராமனின் உயர்ந்த குணங்களை, தொழில் திறமையை, தொழிலாளர்களுடன் அவர் கொண்டிருந்த நல்லுறவை, சூழ்நிலைக்கேற்ற புத்தாக்கங்களைச் செயல் படுத்தும் துணிச்சலை, கடுமையான உழைப்பினை நேர்த்தியாக இந்நூலில் நடராஜன் விபரிக்கிறார். ஒரு சந்தர்ப்பத்தில், ராமன்மீது குற்றஞ்சாட்டப் பட்டு, விசாரணையின் பின் அவர்மீது தவறில்லை என்று கண்டறியப்பட்ட பின், மாமூலான விதிமுறைகளுக்கிணங்க அவர் ராஜினாமா கடிதத்தை இயக்குநர் சபையிடம் கையளிக்க வேண்டும் என்றும், அவர்கள் அக்கடிதத்தை நிராகரித்து ராமனுக்குப் பதவி நீடிப்பு வழங்குவார்கள் என்றும் கூறப்பட்டு, ராமன் ராஜினாமா கடிதத்தைச் சமர்ப்பித்ததும் இயக்குநர் சபை அதனை ஏற்றுக்கொண்டு அவரைப் பதவியிலிருந்து நீக்கியமை, சினிமாப் பட வில்லன் களின் பாணியிலான மோசடியாகவே தெரிகிறது.

மற்றொரு சந்தர்ப்பத்தில், சீனிவாசனைப் பதவியிலிருந்து வெளியேற்றும் நடவடிக்கையை முறியடிக்குமுகமாக, நிறுவனத்தின் பங்குதாரர்கள் கூட் டத்தை நிறுத்துவதற்கு, கூட்டம் நடைபெறவிருந்த சென்னைப் பல்கலைக் கழக மண்டபத்தின் குளிரூட்டும் சாதனங்களைச் சேதப்படுத்தியமை யெல்லாம் பாரிய தொழில் குழுமங்களில் எத்தகைய சதி நடவடிக்கைகள் மேற்கொள்ளப்படுகின்றன என்பதைத் துலாம்பரப்படுத்துகின்றன.

சிறந்த எழுத்தாற்றல் வல்ல நடராஜனின் எழுத்தில், ஒரு குடும்பத் தொழில் குழுமத்தின் சரித்திரம் விறுவிறுப்பான சிருஷ்டியாக, முகாமையியல் நூலாக வெளிப்பட்டிருக்கிறது. தமிழகத்தின் குடும்பத் தொழில் நிறுவனங்கள்பற்றிய முன்னோடி ஆய்வாக இந்நூல் சிறப்புப் பெறுகிறது. •

நாழிகை, ஜூலை 2013, லண்டன்

4,000 ஆண்டு கால நூல்களின் பயணம்

யுகாந்திரக் கணக்கான மனுக்குல வரலாற்றில் எழுத்தின் தோற்றமும் புத்தக உருவாக்கமும் புத்துலகை உருவாக்கின. மனுக்குலத்தின் கதை வாய் வழியாகப் பின்சந்ததிக்கு வழங்கப்பட்ட வரலாற்றிற்கு முற்பட்ட காலத்தி லிருந்து, எதிர்காலச் சந்ததிக்கு வாசிப்பின் மூலம் அந்த மரபை மடைமாற்றிய புத்தகங்கள் உருவான காலம் மிக முக்கியமான காலப்பிரி கோடாகும்.

கடந்த 4,000 ஆண்டு காலமாகப் புத்தக ஆக்கங்கள் தொடர்ந்த புரட்சிப் பயணம் மனிதச் சமூகத்தின் சிந்தனையின் தடத்தையே புரட்டிப்போட் டிருக்கிறது. அறியாமையின் அந்தகார இருளின் மூலைமுடுக்கெல்லாம் புத்தகங்கள் ஒளிக் கிரணங்களைப் பாய்ச்சி இருக்கிறது. இயற்கை, தத்துவம், ஆன்மீகம், சமயம், மருத்துவம், பௌதிக உலகம், விஞ்ஞானம், அரசியல், பொருளியல் என்று வெவ்வேறு துறைகளில் புத்தொளி வீசி இருக்கிறது. மனிதனின் கம்பீரமான கற்பனைகளுக்குக் களம் விரித்த காவியங்களும் இதிகாசங்களும் காலமெல்லாம் நிரந்தரம் பெற நூல்களே வழி சமைத்தன.

புத்தகங்கள் தொடர்ந்த இந்த நீண்ட பயணத்தில் புரட்சிகர மாற்றங்களை ஏற்படுத்திய, சரித்திரத்தையே மாற்றியமைத்த நூல்கள்பற்றிய கூர்மையான விசாரணையை மேற்கொண்டு DK பதிப்பகம் வெளியிட்டுள்ள Books That Changed History என்ற ஆங்கில நூல் உலகில் புத்தகங்கள் உருவான கதையைப் பேசும் உன்னத நூலாகும். எண்பதுக்கும் மேற்பட்ட, உலகின் மிக முக்கிய, அபூர்வமான, புகழ்மிக்க நூல்களைத் தேர்ந்து, நேர்த்தியான வடிவமைப்பில், நுணுக்கமான – தெளிவான விவரணங்களுடன் வெளிவந்திருக்கும் இந்நூல் Coffee-Table Book ஆகும். புத்தகத்தைத் திறந்தால், இறுதிப் பக்கம்வரை பார்த்து விட்டுத்தான் கீழே வைக்கத் தூண்டும் நூல் இது.

மிக ஆரம்ப காலத்தில் நூல்கள் பல்வேறு விதமான சாதனங்களைப் பாவித்து உருவாக்கப்பட்டுள்ளன. களிமண் வில்லைகள், மரப் பட்டைகள், விலங்குகளின் தோல், பட்டுத் துணி, பனை ஓலை, செம்பு, தங்கத் தகடுகள்,

காகிதங்கள் ஆகியவற்றினூடாகப் புத்தகங்கள் தயாரான கதை சுவாரஸ்ய மானது. பாப்பைரஸ் என்ற புல்லில் இருந்து, கூழ் தயாரித்து, அதனை மர உருளைகள்மேல் ஏற்றி, அதன்மீது எழுத்தைப் பதித்த செய்முறை புத்தக உருவாக்கத்தில் பெரும் பாதிப்பை ஏற்படுத்தியுள்ளது.

சுமேரிய காவியம்

மனிதக் கரங்கள் களிமண் வில்லைகளில் வார்த்துத் தயாரித்த முதல் நூலாகக் கருதப்படும் சுமேரிய காவியமான 'ஜில்கமேஷ் காவியம்' 4,000 ஆண்டுகளுக்கு முந்திய பிரமிப்பூட்டும் புத்தக முயற்சி. இக்காவியத்தை டாக்டர் சிவ. தியாகராஜா தமிழில் மொழிபெயர்த்து வெளியிட்டிருக்கிறார் என்பதை இங்கு குறிப்பது பொருந்தும். இந்த 'ஜில்கமேஷ் காவியம்'பற்றி இந்நூலில் குறிப்பிடப்பட்டிருந்தாலும், இந்நூலாக்கம்பற்றி ஒரு பக்கத்தை யாவது இத்தொகுப்பு கொண்டிருந்திருக்க வேண்டும் என்ற தாபம் மனதில் இழையோடவே செய்கிறது.

மூவாயிரம் ஆண்டுகளுக்கு முன்னர் எம்மை இட்டுச்செல்லும் புராதன எகிப்தின் Books of the Dead *(மரணித்தவர்களின் நூல்கள்)* பாப்பைரஸ் புல்லினாலான கைச்சுருள்களில் (scrolls), மந்திர உச்சாடனங்களாகப் பிரதி தயாரிக்கப்பட்டு, சித்திர வேலைப்பாடுகளுடன், கறுப்பு - சிவப்பு மையால் எழுதப்பட்டு, இறந்துபோன மன்னரின் சடலத்துடன், மரணத்திற்குப் பின்னரான வாழ்வில் அவரை வழிநடத்திச் செல்லுமுகமாக, மரப் பேழையில் வைக்கப்பட்ட ஆதி நூலைப் பற்றிய ஆறு பக்கப் பதிவுகள் மிக நேர்த்தியானவை.

சீன நூல்கள்

சீனச் செவ்வியல் நூல்களில் நமக்குக் கிடைக்கும் மிகப் பழைய பிரதி யான 'ஐ சிங்' அல்லது Books of Changes பொது யுகத்திற்கு 1,050 ஆண்டு களுக்கு முன்னர் எழுதப்பட்டிருக்கிறது. உலகம் இருள்/ஒளி என்ற இருமை அம்சங்களின் சிருஷ்டி என்ற புராதன சீன சிந்தனை மரபில் எழுந்த இந்நூல் கடல் ஆமையின் ஓட்டில் அறுகோண நட்சத்திர வடிவில் மாந்திரீகத் தன்மை யுடன் எழுதப்பட்டிருக்கிறது.

பொது யுகத்திற்கு முன் 500ஆம் ஆண்டில் மூங்கில் கழிகளில் எழுதப்பட்ட The Art of War என்ற இராணுவ நூலும், அதற்குப் பின் எழுந்த கொன்பியூ சியஸின் The Analects *(இலக்கியத் துகள்களின் தொகுப்பு)* என்ற நூலும், 'தாவோ தே ஜிங்' என்ற தத்துவ நூலும், புத்தரின் போதனைகளைக் கொண்ட Diamond Sutra *(வைரச் சூத்திரங்கள்)* என்ற அச்சிடப்பட்ட நூலும் சீனம் உலகின் நூலாக்க வளர்ச்சிக்கு வழங்கிய அருங்கொடையாகும்.

உலகின் மிக நீண்ட காவியம் எனப்படும் வியாசரின் 'மகாபாரத'மும், வாத்ஸ்யாயனரின் 'காமசூத்திர'மும், சமஸ்கிருதத்தில் எழுதப்பட்ட 'ரூக் வேத'மும் இந்தியா வழங்கிய அருஞ்செல்வங்களாக இந்நூலில் பதிவு பெறுகின்றன.

ஆடு மேய்ப்பவன் கண்ட பொக்கிஷம்

காணாமல் போன செம்மறியாட்டினைத் தேடிச் சென்ற ஆடு மேய்க்கும் சிறுவன் ஒருவனால், இஸ்ரேலின் புராதனக் குடியிருப்புக்கு அருகாமையில் உள்ள குகையில் 18 நூற்றாண்டுகளுக்கு முற்பட்ட கைச்சுருள் வடிவிலான நூல் பிரதி கிடைத்தமை 20ஆம் நூற்றாண்டில் பெறப்பட்ட அரிய அகழாய்வுப் பொக்கிஷமாகக் கருதப்படுகிறது. கன்றின் தோல், பாப்பைரஸ், மிருகத் தோல், செம்பு ஆகிய எழுது சாதனங்களில் ஹீப்ரூ, அரபு மொழிகளில் எழுதப்பட்டு, Dead Sea Scrolls என்று அழைக்கப்படும் இந்நூல் 'பைபிள்' குறித்த யூத சமய விளக்கத்தை வெளிப்படுத்துகிறது.

கிரேக்க – ரோமானிய உலகின் ஆதி மருத்துவ நூலான Vienna Dioscorides (வியன்னா டியோஸ்கொரிஸிஸ்) என்ற, கன்றின் தோலில் எழுதப்பட்ட இந்நூல் 383 மூலிகைகளினதும் 200 தாவரங்களினதும் மருத்துவ குணங்களைப் பதிவுசெய்துள்ளது. டியோஸ்கொரிஸிஸ் இறந்து 1,500 ஆண்டுகள் கழிந்த பின்னரும் மேற்கிலும் அரபு நாடுகளிலும் மிக முக்கிய மருத்துவப் பொருளியல் நூலாக இது பயன்பட்டிருக்கிறது.

நீலநிற குர்ஆன்

உலகிலேயே அதி உன்னத அழகுடன் தயாரிக்கப்பட்ட 'திருக்குர்ஆன்' அதன் பக்கங்களில் பூசப்பட்ட நீலநிற மையின் காரணமாக The Blue Quran என்று அழைக்கப்படுகிறது. பொது யுகத்திற்கு 800 ஆண்டுகளுக்கு முன்னர் அலரி வண்ணத்தில் தோய்க்கப்பட்ட கன்றின் தோலில், தங்கத்தில் பொறிக்கப்பட்ட இந்நூலின் கையெழுத்தின் சித்திர வேலைப்பாடுகள், அழகியலுடன் வார்க்கப்பட்ட பொக்கிஷமாகக் கருதப்படுகிறது. இந்நூலின் பெரும் பகுதி டுனீசியாவின் பார்தோ தேசிய அருங்காட்சியகத்தில் பேணப்பட்டு வருகிறது.

ஆயிரம் ஆண்டுகளுக்கு முன், பெனடிக்ற் கிறிஸ்தவ மடாலயத்தின் எழுது கூடத்தில் எழுதப்பட்ட The Exeter Book ஆங்கில இலக்கியத்தின் ஆதார நூலாகும். அயர்லாந்தின் வரலாற்றுக் கருவூலம் எனப்படும் Book of Kells இந்நூலில் ஆறு பக்கங்களில் தாராளமான இடத்தை எடுத்துக்கொண்டிருக்கிறது. பாரசீக வானியல் மேதையான அப்துல் ரஹ்மான் அல் சூபி அரபு

மொழியில் எழுதிய, வான நட்சத்திரக் கூட்டங்கள்பற்றிய நூல் ஈரான் வழங்கிய அருங்கொடையாகும். The Kojiki என்ற ஜப்பானிய வரலாற்று நூல் உலக வரலாற்றியலுக்கு ஜப்பான் அளித்த பெரும் பங்காகும்.

அபூர்வமான ஒரு நூலைச் சென்று வாசிப்பதற்கு அறிஞர்கள் ஆயிரம் மைல் தொலைவை நடந்திருக்கிறார்கள் எனும்போது நமக்கு வியப்பு மேலிடுகிறது.

1000 – 1449

பொது யுகம் ஆயிரத்திலிருந்து 500 ஆண்டு காலப் பகுதியில் ஆறு முக்கிய நூல்களை இந்நூல் பதிவுசெய்கிறது. உலகின் முதல் முழு நாவலாகக் கருதப் படும் ஜப்பானிய மொழியில் முரசாக்கி ஷிக்கிபு என்ற பெண் கவிஞர் எழுதிய The Tale of Genji என்ற நாவலின் பிரதி ஆயிரத்து இருபத்தோராம் ஆண்டில் எழுதப்பட்டு, கைச்சுருள் வடிவில் பெறப்பட்டுள்ளது. ஜப்பானியப் பேரரச னின் மகன் ஜெஞ்சியின் சாகஸங்களையும் காதல் லீலைகளையும் பேசும் இந்நாவல் ஜப்பானிய இலக்கியத்தின் கொடுமுடியாகப் போற்றப்படுகிறது.

இப்ன் சினா என்ற பாரசீக மருத்துவ மேதை அரபு மொழியில் 1025ஆம் ஆண்டில் வெளியிட்ட Canon of Medicineதான் பரீட்சார்த்தமான – ஆதாரங்களை அடிப்படையாகக் கொண்ட மருத்துவ நூலாகும். காசநோய் ஒரு தொற்று நோய் என்று முதல் கண்டுகொண்டவர் இவர். பத்து வயதி லேயே குர்ஆனை மனனம் செய்திருந்த இவர் எழுதியதாகக் கூறப்படும் 450 நூல்களில் 250 நூல்களே இன்று கைக்குக் கிடைக்கின்றன.

1085ஆம் ஆண்டு எழுதியதாகக் கூறப்படும் The Doomesday Book (உலக இருப்பின் கடைசி நாள்) என்ற இங்கிலாந்தின் முதல் ஆவண நூலைத் தயாரிக்க, 900 செம்மறியாட்டுத் தோல்கள் பதனிடப்பட்டுள்ளன. ஐரோப் பாவிலேயே முதன்முதல் மேற்கொள்ளப்பட்ட மிக விரிந்த நில அளவை மதிப்பீடு இதுவாகும்.

கோமகன் ஹென்ரியின் ஆணைப்படி, ஹெரிமன் என்ற கிறிஸ்தவத் துறவி 1118ஆம் ஆண்டில், அழகிய வண்ண வேலைப்பாடுகளுடன் ஜெர்மன் மொழியில் தயாரித்த The Gospels of Henry the Lion என்ற நூலை ஒரு கோடி 60 லட்சம் யூரோ விலை கொடுத்து, ஜெர்மனிய அரசு ஏலத்தில் வாங்கியது. ஜெர்மனிய தேசத்தின் எழுச்சிக்குச் சாட்சியம் கூறும் தேசியப் பொக்கிஷம் இது எனப்படுகிறது.

கோமகன் டக் து பெரி ஆணையின் கீழ், 1400 ஆண்டுகளுக்கு முன்னர் எழுதப்பட்ட Book of Hours என்ற ‘இறைமுறையீட்டுப் பாசுரத் தொகுதி’ புத்தகங்களின் வரலாற்றில் தனி முக்கியத்துவம் உடையது என்கிறார்கள்

அறிஞர்கள். புத்தகங்களை வாசிக்கும் கலாசாரத்திற்கும் காண்பியக் கலைகளின் கலாசாரத்தைக் கட்புலன் கொண்டு பார்வையிடுவதற்குமான பிரிகோட்டின் காண்பியப் பிரதி இது என்பர்.

காகிதத் தாளில் அச்சிடப்பட்ட நூல்கள்

செதுக்குச் சித்திரப் பொறிப்புக் கட்டை (woodblocks) மூலம் சீனத்தில் முதலில் அச்சு வடிவில் வெளியான The Diamond Sutra என்ற நூல் பொது யுகத்திற்கு 868 ஆண்டுகளுக்கு முன்னரே வெளியாயிற்று எனினும், அதற்குப் பின் ஆறு நூற்றாண்டுகள் கழித்து, குட்டன்பர்க் ஜெர்மனியில் அச்சிட்டு வெளியிட்ட பைபிள், நூல் தயாரிப்பில் புரட்சிகரமான – சடுதியான முன்னேற்றங்களைக் கொணர்ந்தது. இந்த பைபிள் அச்சிடப்பட்ட அடுத்த 50 ஆண்டுகளில் ஒரு கோடி நூல்கள் அச்சிடப்பட்டன.

மன்னர்களினதும் பிரபுக்களினதும் கைகளிலிருந்து – மடாலயங்களிலும் அபூர்வமான நூல்நிலையங்களிலுமே காணக்கூடியதாக இருந்த – ஆடம்பர வசதி கொண்டவர்கள் மட்டுமே நுகரக் கூடியதாக இருந்த இந்த நூல்களை சாதாரண மக்களும் மலிவு விலையில் வாங்கி வைத்துக்கொள்ளக்கூடிய மாற்றம் புத்தக உலகில் பெரும் பாய்ச்சலை நிகழ்த்திய ஒன்றாகும்.

1450க்கும் 1649க்கும் இடையிலான 200 ஆண்டு காலப் பகுதியைத் தனி அத்தியாயத்தில் தரும் இந்நூல், 21 அபூர்வமான நூல்களைத் தனித்து விபரிக்கிறது.

யூக்லிட்டின் 'கேத்திர கணித அடிப்படைகள்', இத்தாலிய மஹாகவி தாந்தேயின் 'தெய்வீக நகைச்சுவை', பல்வகை ஒலிகள் சார்ந்த இசை குறித்து எழுந்த One Hundred Songs of Harmonic Music, மார்க்கியவல்லியின் 'இளவரசன்', மிசேல் நொஸ்ட்ரடாமுஸ் எழுதிய The Prophecies (வருங்காலத்தை முன்னறிதல்), ஸ்பெய்னில் வெளியான செர்வாண்டீஸின் நவீன நாவலான 'டொன்கிஹோத்தே', உலக நாடக மேதை ஷேக்ஸ்பியரின் நாடகங்கள், கலிலியோவின் Dialogue Concerning the Two Chief World Systems ஆகிய நூல்கள் இக்காலகட்டத்தின் அறிவியல், கலாசாரத் தூண்களாக நிமிர்கின்றன.

250 ஆண்டுகள் 24 நூல்கள்

1650 – 1899க்கு இடைப்பட்ட 250 ஆண்டு காலப் பகுதியில் இந்நூல் பட்டியலிடும் 24 முக்கிய நூல்களில் ரொபர்ட் ஹுக் (Micrographia), சேர் ஐசேக் நியூட்டன், சார்ல்ஸ் டார்வின் ஆகிய மேதைகளின் அறிவியல் நூல்கள் தனித்துவம் பெறுகின்றன.

டெனிஸ் டிடரோட், ஜீன் தலம்பேர் ஆகியோரின் வழிகாட்டலில், வால்டேயர், ரூசோ போன்ற அறிவியல் மேதைகளை உள்ளடக்கிய **150**க்கும் மேற்பட்ட அறிஞர்களைக் கொண்டு, பிரெஞ்சு மொழியில் ***1751 – 72***இல் உருவாக்கப்பட்ட 'கலைக்களஞ்சியம்' (L'Encyclopedie) உலகைப் பற்றி அக்காலம்வரை பெறப்பட்ட அனைத்து அறிவியலையும் ஒரு தொகுதிக்குக் கீழ் கொண்டுவந்த பிரம்மாண்டமான முயற்சியாகும்.

சாமுவேல் ஜோன்சன் தயாரித்த 'ஆங்கில மொழி அகராதி' ***(1755) 2,300*** பக்கங்களில் வெளியானபோது, ஆங்கில இலக்கிய உலகில் மேற்கொள்ளப் பட்ட அசாதாரண உன்னத நூலாகவே கருதப்பட்டது. கார்ல் மார்க்ஸின் 'மூலதனம்' ***(1867)*** தொழிலாள வர்க்கத்தின் விவிலியமாக வர்ணிக்கப்பட்டு, உலக நாடுகளின் அரசியல் வரலாற்றில் புரட்சிகரமான மாற்றங்களை ஏற்படுத்திய மகத்தான நூலாக வெளியானது. வில்லியம் பிளேக், சார்ல்ஸ் டிக்கன்ஸ், வால்ட் விட்மன் ஆகியோரின் சிருஷ்டிகளும், 'டொம் மாமாவின் குடிசை', 'ஆலிஸின் அற்புத உலகம்' ஆகிய படைப்புகளும் இக்காலப் பகுதியின் மாற்றங்களைக் கொணர்ந்த நூல்களாகக் கணிக்கப்படுகின்றன.

விழிப்புலன் இழந்தோர் பயில்வதற்கும் எழுதுவதற்குமாக உருவாக்கப் பட்ட – லூயி பிரெயில் ஆக்கிய எழுத்தாக்க முறை ***1829***இல் வெளியாக, நூலாக்க முறையின் புதிய பரிமாணத்தை வெளிக்கொணர்ந்தது.

ஸ்பினோசா, தோமஸ் பெய்ன், இம்மானுவேல் காண்ட், ஜோன் மில், நீட்சே, சிக்மண்ட் ஃபிராய்டு ஆகியோர் இக்காலப் பகுதியில் எழுத்துலகில் பிரகாசித்த தத்துவ நட்சத்திரங்களாவர். கார்லோ கொலோடி இயற்றிய 'பினோக்கியோ' ***(1883)*** என்ற சிறுவர் இலக்கிய நூல் ***240*** மொழிகளில் மொழிபெயர்க்கப்பட்ட பெருமை கொண்டது.

1900இலிருந்து இன்றுவரை

1900இலிருந்து இற்றைவரையான நூறாண்டு காலப் பகுதியில் ***12*** நூல்கள் முக்கியப்படுத்தப்பட்டுள்ளன. ***1900***ஆம் ஆண்டில் வெளியான The Wonderful Wizard of Oz என்ற நூலும், ***1901***ஆம் ஆண்டில் வெளியான The Tale of Peter Rabbit என்ற நூலும், அந்தவான் து செந்த் - எக்சுபெரி எழுதிய 'குட்டி இளவரசன்' என்ற நூலும் சிறுவர் இலக்கிய உலகுக்கு உரியவை என்பது வியப்பிற்குரியது. இக்காலப் பகுதியில் வெளியான அல்பேர்ட் ஐன்ஸ்டைனின் 'சார்பு நிலைக் கோட்பாடு' ***(1916)*** விஞ்ஞான உலகில் அதிர்வினை ஏற்படுத்திய அறிவியல் நூலாகும்.

1943இல் அலென் லேன் என்ற நூல் வெளியீட்டாளர் Penguin Books என்ற வெளியீட்டகத்தின் மூலம் தலைசிறந்த நூல்களை உயர்தரத்தில், மலிவு விலையில் வெளியிட்டு புத்தகச் சந்தையில் ஏற்படுத்திய புரட்சி மகத்தானது.

சிமொன் டி பூவரின் The Second Sex *(1949)*, பெட்டி ஃபிரிடனின் The Feminine Mystique *(1963)* ஆகிய நூல்கள் பெண்ணியச் சிந்தனையில் புரட்சியை ஏற்படுத்திய நூல்களாகும். யூதவதை முகாமில் கொல்லப்பட்ட பதின்மூன்று வயதான யூதச் சிறுமி Anne Frank எழுதி வைத்திருந்த நாட் குறிப்பு The Secret Annex *(1942)* என்ற தலைப்பில் நெதர்லாந்தில் வெளியாகி, உலக மொழிகளில் எல்லாம் மொழிபெயர்க்கப்பட்டபோது, உலகம் அதிர்ச்சியில் உறைந்தது. ரேச்சல் கர்ஸன் எழுதிய Silent Spring (ஒலிக்காத இளவேனில்) என்ற நூல் 1962இல் வெளியாகி, சுற்றுச்சூழல் இயக்கத்தில் புயலை வீசியது. பைபிளோடு போட்டிபோட்டு, 52 மொழிகளில் மொழி பெயர்க்கப்பட்டு, 5 லட்சம் கோடி நூல்கள் அச்சிடப்பட்டு, விநியோகிக்கப் பட்ட பெருமை கொண்ட மா-ஓ-சேதுங் சிந்தனைகள் அடங்கிய சிவப்பு புத்தகத்திற்கு இரண்டு பக்கங்கள் இந்நூலில் ஒதுக்கியிருப்பதைக் குறிப் பிட்டாக வேண்டும்.

ஏழு வண்ண அடைவுகளாகப் பிரிக்கப்பட்டு, நூலின் பல்வேறு பக்க அமைப்பு, விளக்கப்படங்கள், ஆக்கியோன் பற்றிய குறிப்பு, நூல் எவ்வாறு தயாரிக்கப்பட்டது, மூலப்பிரதிகள் எங்கு கிடைக்கின்றன போன்ற தகவல் களைச் சுருக்கமாகவும் தெளிவாகவும் குறித்து, அழகு பொலிய இந்நூலைத் தயாரித்த Penguin Random House நூல் வெளியீட்டகத்தைப் பாராட்டியாக வேண்டும்.

நூலை எழுதுவதிலோ, அதனை அச்சுப் பிழையின்றிப் பதிப்பதிலோ, நேர்த்தியாக அச்சிடுவதிலோ எந்தக் கரிசனையும் காட்டாது, அவசர கோலத்தில் தமிழில் நூல்கள் வெளிவருவதைப் பார்க்கும்போது, அந்தக் காலத்தில் நூலை மதித்து, அதன் தேவையைக் கௌரவித்து, இரவு பகலாய், நூலின் ஒரு பக்கத்தை வடிவமைக்க அந்த எழுத்தர்களும், சித்திர வேலைப் பாட்டு கையெழுத்து வினைஞர்களும் சிந்தியுள்ள உழைப்பிற்கும் அர்ப் பணிப்பிற்கும் தலைவணங்கி மரியாதை செலுத்தியாக வேண்டும். ●

காலம், நவம்பர் 2018, கனடா